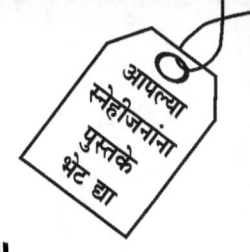

आपल्या
स्नेहीजनांना
पुस्तके
भेट द्या

माझं माझ्यापाशी?

वपु काळे

मेहता
पब्लिशिंग
हाउस

माझं माझ्यापाशी?

MAZA MAZYAPASHI? by V. P. KALE

माझं माझ्यापाशी? : वपु काळे / कथासंग्रह

© स्वाती चांदोरकर व सुहास काळे

मराठी पुस्तक प्रकाशनाचे हक्क मेहता पब्लिशिंग हाऊस, पुणे.

प्रकाशक : सुनील अनिल मेहता, मेहता पब्लिशिंग हाऊस,
१९४१ सदाशिव पेठ, माडीवाले कॉलनी, पुणे – ४११०३०.

मुखपृष्ठ : कमल शेडगे

प्रकाशनकाल : ऑक्टोबर, १९९८ / फेब्रुवारी, २०००/ जानेवारी, २००१ /
एप्रिल, २००२ / जानेवारी, २००५ / सप्टेंबर, २००७ /
जानेवारी, २००९ / जून, २०१० / सप्टेंबर, २०१२ /
एप्रिल, २०१३ / सप्टेंबर, २०१४ / मार्च, २०१६ /
पुनर्मुद्रण : जानेवारी, २०१८

P Book ISBN 9788177662955
E Book ISBN 9788184986761
E Books available on : play.google.com/store/books
m.dailyhunt.in/Ebooks/marathi
www.amazon.in

माझं
माझ्यापाशी ...

रामदासस्वामींनी जर बर्मिंगहॅमच्या शरद पंडित आणि
भारती पंडित यांचा संसार पाहिला असता,
तर 'आधी प्रपंच करावा नेटका' हे उद्गार काढले नसते.
मला असा संसार पाहावयास मिळाला,
म्हणून मी रामदासस्वामींपेक्षा भाग्यवान आहे.
'एक तरी ओवी अनुभवावी' असं म्हणतात...
त्याप्रमाणे पंडित परिवारामध्ये ही ओवी मी प्रत्यक्ष अनुभवली.

ही आवृत्ती पंडित परिवाराला

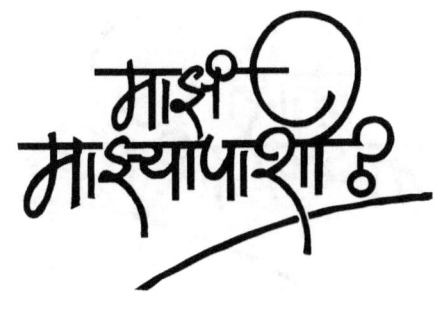

माझं माझ्यापाशी?

मेरा मुझमें कछु नहीं
जो कछु है सो तोर
तेरा तुझको सोंपते,
क्या लागत है मोर

— **कबीर**

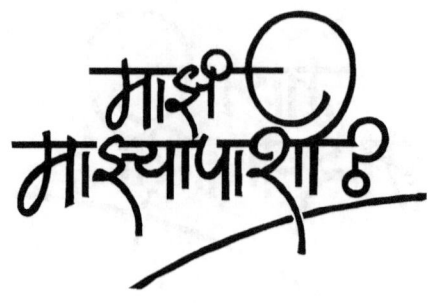

अनुक्रमणिका

माझं माझ्यापाशी?

माझं माझ्यापाशी?

घटना अमेरिकेतली. साल १९८९. डेट्रॉईट इथं मराठी साहित्य संमेलन. अध्यक्षपदासाठी अचानक आमंत्रण.

मग गावोगावी कथाकथन. एकूण एक मराठी परिवारानं तळहाती झेलून लाजवलेलं. व्यथा एकच. यजमानांच्या मुलांशी, म्हणजे अमेरिकेतच जन्माला येऊन, वयात आलेल्या पुढच्या पिढीशी 'हाय्' करण्यापलीकडं गट्टी झाली नाही. एकतर माझं कामचलाऊ इंग्रजी. तर तर्खडकरांच्या शुद्ध व्याकरणात्मक इंग्रजीशी तमाम अमेरिकेला कर्तव्य नव्हतं. यजमानांशी गप्पा शुद्ध मराठीत. कारण ती मंडळी मराठी ऐकण्यासाठी हपापलेली. त्यामुळं तेवढा काळ त्यांची मुलं आमच्यापासूनच काय, पण त्यांच्या आई-वडिलांपासूनही अंतरावर पडलेली. अर्थात त्याची खंत तिथं नाही. नवीन पिढीचे मित्र अमेरिकन. त्यामुळं त्यांना 'हाय्' करायचासुद्धा संबंध नाही.

प्रत्येकाला स्वतंत्र खोली, वेगळा टी.व्ही. तो अखंड चालू. तो पाह्यलाच पाहिजे, असं टीव्हीचंही म्हणणं नाही. घरातून बाहेर जाताना तो टीव्ही बंद केला पाह्यजे, अशी कुणाचीच मागणी नाही. जुन्या जमान्यात, एकत्र कुटुंबात, कान पेन्शनीत गेलेल्या एखाद्या निरुपयोगी म्हातारीचं गाठोडं, फारसा उजेड नसलेल्या खोलीत पडलेलं असायचं. तिची विविधभारती जाहिरातीसकट दिवसभर, तिला झोप येईतो

किंवा थकवा येईतो चालू असायची. त्याची सवय झाल्यामुळं ती कुणाला ऐकू यायची नाही, तसा टीव्ही. काही काही घरांतून तर त्यांचा मुलगा हा त्यांच्या परिवाराचा 'वंशाचा दिवा' वगैरे आहे, असं वाटलंच नाही. अवकाशात सोडलेल्या उपग्रहाप्रमाणे तो घरात वावरायचा. त्याची वेळ झाली, की स्वत:ची गाडी घेऊन निघून जायचा. इंदिरा संतांची कविता इथं युनायटेड स्टेट्सच्या किनाऱ्याला तर सोडाच, पण तिला केनेडी एअरपोर्टचा रन्-वे पण सापडला नव्हता.

अशाच एका घरी, अशा मुलाच्या बापाला, तो भारतात असताना, परीक्षेला जाताना आईला वाकून नमस्कार करताना मी पाह्यलं होतं आणि त्याची आईपण थेट दोन जिने उतरून रस्त्यापर्यंत गेली होती.

मला त्या क्षणी ते अकारण आठवलं.

तेवढ्यात तो मुलगा उपग्रह सोडावा, तसा निघाला. त्याची आईच मागं धावली आणि तिनं विचारलं,

'तू परत कधी येणार?'

तिच्याकडं न बघता,

'मेकॅनोऽऽर...' असं काहीसं म्हणत त्यानं त्याची गाडी सुरू केली.

एक तर अमेरिकन स्टाईल उच्चार, त्यात उत्तर शॉर्टहँडमध्ये. मी मित्राला विचारलं,

'तो काय म्हणाला?'

मित्र म्हणाला, 'तो जे काही म्हणाला ते तिला सवयीनं समजलं.'

'पण काय म्हणाला?'

तो म्हणाला,

'इट वुईल मेक ॲन अवर.'

मित्र निर्विकार होता.

मी अस्वस्थ झालो. अकारण, की सकारण, हा निर्णय मला घेता येईना.

मित्रानं माझा बदललेला चेहरा ओळखला.

'त्याची आज परीक्षा आहे.' मित्रानं खुलासा केला; पण त्याचा चेहरा बदलला. कदाचित त्यालाही लहानपणी, तो आईला नमस्कार करून बाहेर पडला होता, हे त्या क्षणी आठवलं असेल. माझ्या मांडीवर थोपटत तो म्हणाला, 'धिस इज अमेरिका.'

पण हे म्हणताना मित्राचे डोळे पाणावले.

मी गप्प राहिलो. अमेरिका आहे, म्हणून काय झालं? जन्माला येण्यासाठी इथंही अजून बाप लागतोच ना?

मला एकाएकी कबीर आठवला.

कबीर पितापुत्र संदर्भात म्हणतो,

अवगुण मेरे बापजी बकस गरीबनिवाज
जे मैं पूत कपूत हूँ तउ पिता को लाज।

सगळ्या नात्यांत कबीरानं पितापुत्र ह्या नात्याला अनन्यसाधारण परिमाण दिलं आहे.

पुत्र म्हणजे बापाचंच विस्तृत रूप आहे. कबीर 'फैलाव' शब्द वापरतो आणि मला तो विस्तृतापेक्षा जास्त व्यापक वाटतो.

पुत्र म्हणजे पित्याचीच जीवनधारा. ती एक वेळ आणि सध्याच्या काळात बहुतेक अनेक ठिकाणी एकच विचारधारा ठरणार नाही; पण ती जीवनधारा असते, ह्यात वाद नाही; आणि एकदा ती जीवनधारा आहे, हे मानलं, तर ती जन्मदात्यापासून जास्त दूर जाऊच शकणार नाही.

बापाचं तोंड उभ्या आयुष्यात न पाहणारी मुलं कमी भेटणार नाहीत. पण कुणाचा मुलगा? ह्याचं उत्तर देताना, बापाचं नाव कुणी वेगळं सांगेल काय?

आपल्या भाषेत मुलासाठी जो शब्द आहे, तसा अन्य भाषेत क्वचितच असेल. 'आत्मज'हा तो शब्द. जो आपल्यापासून जन्माला आला, तो आत्मज.

कबीरानं ह्यानंतर जे विवरण केलं आहे, त्यावर मी विचार करीत राह्यलो.

मी मित्राच्या टेरेसवर बसलो होतो. समोरच्या भिंतीचा जास्तीत जास्त भाग काचेचा असल्यानं मला सगळ्यांच्या हालचाली दिसत होत्या.

मित्राची सतरा-अठरा वर्षांची मुलगी आली. तिनं फ्रीज उघडला. दोन सॅण्डविचेस् घेतले. कोक्चा टिन घेतला आणि 'हाय्' करून तीही गाडी घेऊन गेली.

जाताना तिनं बापाच्या गालावर पुसट ओठ टेकले.

बापानं तिला थोपटलं.

मी विचारात आहे, हे जाणून मित्रानं न बोलता एक कोक्चा टिन माझ्यासमोर ठेवला आणि तो त्याच्या नव्यानं बांधलेल्या स्विमिंग पूलकडं गेला.

पुन: लॉनवर कबीर आणि मी. कबीर मला म्हणाला,

'संसारात गुरफटलेला माणूस परमात्म्यापासून कितीही अंतरावर गेला, तरी त्यानं फारसा फरक पडत नाही आणि काही बिघडत पण नाही. कारण आपली निर्मितीच त्याच्यापासून झाली आहे.'

मी मान हलवली.

कबीर म्हणाला,

‘पृथ्वीतलावर तेच नातं बापलेकाचं आहे…’
‘पति-पत्नीपेक्षा जास्त निकटचं?’
कबीर म्हणाला,
‘पत्नी आपण निवडलेली असते. पती पसंत केलेला असतो. ही निवड अत्यंत जुजबी आणि व्यावहारिक पातळीवरची असते. पटलं नाही, तर घटस्फोट घेता येतो. दुसरी पत्नी मिळवता येते. बाप बदलता येतो का? पितृत्व नाकारता येतं का? मुलगा बापापेक्षा जास्त दीर्घायुषी होऊ शकेल, धनवान होईल, जास्त पदव्याही मिळवील, कीर्ती, लौकिक, मानमरातब सगळं मिळवील, त्यानं काही फरक पडत नाही, बाप बाप आहे. मुलगा मुलगाच राहणार!’
मी त्या विधानावर विचार करीत असतानाच कबीर सांगू लागला,
‘बाप आणि मुलगा ह्यांच्यांतल्या नात्यात एक गहन श्रद्धा असते.’
इथं मी चमकलो.
पण कबीर डोळे मिटून, तंद्री लावून म्हणाला,
‘श्रद्धा म्हणजे प्रेमाचं नवनीत. प्रेमाचा शेवटचा चरण.’
विसाव्या शतकात हे पचणं कठीण होतं. पण कबीराला, अधिकारी पुरुषाला, महात्म्याला थांबवणार कसं? कबीराची तर गोष्टच सोडा. पण जी व्यक्ती, स्वानुभव घेऊन, स्वत:च्या मतांसाठी आयुष्य पणाला लावल्यावर जेव्हा श्रद्धेनं बोलत असते, अशा कोणत्याही व्यक्तीला मध्ये थांबवू नये. कदाचित त्याच्या संपूर्ण निवेदनातलं एखादं विधान आपल्याला प्रचीतीचं वाटण्याची शक्यता असते. न पटणारं नाकारण्याचा आपला हक्क आपल्याजवळ असतोच. पण काहीतरी वंदनीय ठरावं, अशा संभाव्य वचनाला पारखं का व्हावं?
कबीर म्हणत होता,
‘पति-पत्नीचं नातं प्रेमाचं असतं. पण ते एकमेकांना दुरावू शकतात. एकमेकांचे वैरी होतात. पण एखाद्या व्यक्तीबद्दल मनात श्रद्धा निर्माण झाली, तर तिचं अंधश्रद्धेत रूपांतर होणं कठीण. आणि तसं रूपांतर घडलं, तर समजावं, की मुळात श्रद्धा निर्माणच झाली नव्हती.’

मला त्याच वेळी पश्चिम राष्ट्रातल्या एका गुर्जिएफ नावाच्या संताची हकीकत आठवली. त्यानं तर त्याच्या आश्रमावर फलक लिहिला होता :
‘ज्यांनी आपल्या स्वत:च्या आई-बापांबद्दल श्रद्धा बाळगली नसेल, त्यांना आदरानं वागवलं नसेल, अशा व्यक्तींना माझ्या आश्रमाचे दरवाजे बंद आहेत.’
गुर्जिएफनं त्या फलकाचं कारण मोठ्या मार्मिकतेनं केलं आहे. तो असं म्हणतो, ‘ज्या पित्यापासून तुमचा जन्म झाला. त्याचाच जर तुम्ही अनादर करणार असाल,

तर ही सगळी सृष्टी निर्माण करणारा जो पिता असेल, त्याच्यापर्यंत पोहोचणार कसे? त्या शक्तीपर्यंत पोहोचण्याची शिडीच तुम्ही हातांतून घालवताय्.'

मुलानं बापाला मानायचं, म्हणजे नक्की काय करायचं? विश्वाचा कारभार कोण चालवतो, कसा चालवतो, तो कुठं बसला आहे. पृथ्वीवरचा प्रत्येक माणूस आपल्याला मानतो आहे, की नाही, इकडं त्याचं लक्ष असतं का, यांसारख्या न सुटणाऱ्या प्रश्नांवर विचार करणाऱ्यांना आपण श्रेष्ठ मानत असू.

या क्षणी 'मेकॅऽनोर' असं उत्तर बाहेर पडणाऱ्या मुलानं काय केलं असतं, तर मला ते योग्य वाटलं असतं?

आई-वडिलांना वाकून नमस्कार?

– आणि नंतर मला?

मी तसं घडतं, तर नक्कीच सुखावलो असतो. आपली दखल घेतली गेली, इतकंच नव्हे, तर तो आपल्यासमोर झुकला, या जाणिवेपायी एक नक्की सुखद कळ माझ्या छातीत आली असती.

मी त्या भावनेला अहंकार म्हटलं नसतं. 'गर्व' शब्दाशी, लांबची का असेना, पण कोणतीही सोयरीक जोडायची आपली तयारी नसते.

'अमेरिकेत असूनही तू मुलांवर चांगले संस्कार केले आहेस' असं सर्टिफिकेट मी मित्राला दिलं असतं.

मनात गुदगुल्या होत असतानाही मी त्याच्या मुलाला, 'अरे, मला नमस्कार करायची काय गरज आहे? देवाला केला, की झालं' असा नम्रतेचा मुखवटा चढवलेला अहंकार दर्शवला असता.

जगात असंख्य मुखवटे मिळतात. जगातच कशाला? स्वतःजवळच मिळतात. त्यांपैकी सर्वांत लोभसवाणा मुखवटा नम्रतेचा.

अगदी बारकाईनं विचार केला, तर ज्याच्या वृत्तीतच नम्रता आहे, ती व्यक्ती न बघता दृष्टीस पडते. लक्ष न देता तिचं अस्तित्व जाणवतं. बोलणाऱ्यांच्या मैफलीत त्याचं मौन ऐकू येतं. आपल्या अस्तित्वाची जाणीव, खरं तर, अहंकारालाच करून द्यावी लागते.

अहंकाराची ओशोंनी केलेली व्याख्या बिनतोड आहे. ते म्हणतात.

'A SEARCH FOR UNDIVIDED ATTENTION'

अहंकाराचा साधा अर्थ, आपली दखल घेतली जावी. आपल्या उपस्थितीचं परिसराला भान असावं.

सध्याच्या जमान्यातलं नेहमीचं उदाहरण घ्यायचं झालं, तर रिसेप्शन-समारंभ. एक तर, हल्ली प्रवेशद्वारापाशीच, झुरळांवर पॉयशा मारावा, त्याप्रमाणे लाकडी बॉक्समधून

सुगंधी फवारा मारला जातो. त्यातून सुटका झाली, की प्रथम आपण यजमानांना शोधायला लागतो.

'आपल्या उपस्थितीनं समारंभाला आगळे महत्त्व प्राप्त होणार आहे' या वाक्याची भुरळ पडून सगळे चांगले कपडे निवडून आपण वेगळे दिसायचा प्रयत्न करीत, फुलांनी आणि टाटाच्या जिवावर चमकणाऱ्या फुलांनी त्या परिसरात प्रवेश करतो. अशा प्रसंगी कुणाचंही म्हणजे, आपण ज्यांना मानतो किंवा जे आपल्याला मानतात असं आपण मानतो, अशांपैकी कुणाचंही त्या कुंभमेळ्यात आपल्याकडं लक्ष गेलं नाही, तर आपली अवस्था काय होते, हे कुणीही आठवून पाहावं.

कबीर म्हणतात,

अहंकाराची धडपड लक्ष वेधून घेण्याकडं असते, तर निरहंकारी अज्ञानात विरून जाण्याची मागणी करतो. एखाद्या फुलांच्या ताटव्याशेजारून जाताना तुमचं समग्र मन त्या ताटव्यावरून तुम्ही कुर्बान करून टाकलंत, तर तो ताटवा परमात्मा होऊन जाईल. जिथं जिथं माझा संचार होईल, तिथं तिथं जगाचे डोळे लागावेत. ही अहंकाराची मागणी असते, तर निरहंकारी स्वत:चं ध्यान वाटण्यासाठी कासावीस झालेला असतो.

ध्यान देणं म्हणजे साधना.

ध्यान मागणं म्हणजे संसार.

या दृष्टिकोनातून पाह्यलं, तर अहंकारासारखा दुसरा भिकारी होणं नाही आणि विनम्रतेसारखा अन्य सम्राट नाही.

मोठमोठ्या इमारतींच्या कोनशिला स्वत:च्या कारकीर्दीत बसवण्यासाठी मंत्र्यांपासून महापौरांपर्यंत जी स्पर्धा चालते, त्यातून दुसरं काय व्यक्त होतं? आणि याउलट ती वेरूळ-अजंठासारखी वर्षानुवर्ष जी शिल्पं, डोंगरांएवढी उभी आहेत, त्यांच्यावर एकाही कलावंताचं नाव नाही.

आपली नावनिशाणीही मागं राहू नये, काळाच्या या अखंड, अविरत प्रवाहात आपण आलो कधी, गेलो कधी, याचा मागमूसही राहू नये, म्हणून निरहंकारी जपत असतो. पक्षी आकाशात विहार करतात. कोणत्या मार्गानं त्यांनी मुक्त विहार केला, याचा मागमूसही आकाशात उरत नाही. नाहीतर हजारो पक्ष्यांनी विणलेल्या जाळ्याचं छत आकाशात आणि पृथ्वीमध्ये तयार झालं असतं; आणि या उलट, एखादं फायटर एअरक्राफ्ट चाचणीसाठी उडतं, तेव्हा त्याच्या 'व्हेपर ट्रेलची' एक रेघ अंतराळात कितीतरी वेळ रेंगाळत राहते. हीच अहंकाराची निशाणी.

आकाश आणि अवकाशाची व्याप्ती मापणं अशक्य. तरीही व्हेपर ट्रेल आपलं अस्तित्व प्रकट करतेच. हीच अहंकाराची ताकद.

विनाशशक्तीचं अस्तित्व.

ज्यांना कुणावरही आक्रमण करायचं नाही, ते निरहंकारी पक्षी, अस्तित्वाची साक्ष ठेवीत नाहीत आणि संहारासाठी निर्माण झालेली ही यानं, दहशतीच्या रेघा मागं सोडून जातात. आपण कुणाचाही संहार करू शकतो, हाच अहंकार.
नेपोलिअन, सिकंदर, तैमूरलंग, हिटलर ही सगळी मंडळी कोण होती?
सगळं ठाकठीक असताना, माणसाच्या मनात काहूर का असतं? हुरहूर कसली? कोणती चिंता?
माणसाला पत्ताही लागणार नाही.
हाच तो अनंत अवकाशातला, अहंकाराचा व्हेपर ट्रेल.
काहीही मिळवा. कितीही प्राप्त होवो. कुठंही जा, अहंकाराची भूक तुम्हांला शांतरसाचा अनुभव मिळवून देणार नाही.
प्रत्येक अस्वस्थ माणसानं थोडं आत डोकावून पाहावं, तिथं त्याला एक अतृप्त जीव येरझारा घालताना सापडेल. माणूस लहान असो, मोठा असो, त्याला जे काही हवं आहे, ते मिळत नसल्याची नांगी सारखा डंख मारीत असते. जी काही आपली पात्रता आहे, तीनुसार आपल्याला जे हवं आहे, ते मिळत नाहीए, ही भावना त्याला छळत असते. शांतपणे जगू देत नाही.
प्रत्येक छोट्यामोठ्या औदासीन्यामागं एक सुप्त अहंकार असतो आणि जोपर्यंत हा असा अहंकाराचा जागता पहारा आहे, तोपर्यंत कुणाच्याही आशीर्वादानं कोणती शांती मिळणार?
औदासीन्य नाहीसं कसं होणार?
अहंकारानं मन काठोकाठ भरलेलं असलं, तर आशीर्वादानं आत उतरायचं कसं? भांडं रिकामं हवं. तरच ते भरता येईल. पाण्यानं भरायचं, की दुधानं, की पंचामृतानं किंवा साक्षात अमृतानं?
– आणि अमृत म्हणजे तरी नक्की काय? अमृतांजन म्हणजे काय, ते एक वेळ सांगता येईल. कारण उघड आहे. ती मानवनिर्मित वस्तू आहे. प्रयोगशाळेत पृथक्करण करता येण्यासारखी एक औषधयोजना.
अमृताचं काय?
अमृत ही संकल्पना खरी, की काल्पनिक?
परंपरेनं जतन केलेली धारणा खरी मानली, तर अमृताची प्राप्ती म्हणजे अमरत्व! आपल्याला अमरत्व खरोखर हवंय् का? न संपणाऱ्या आयुष्याचं आपण नक्की काय करणार आहोत?
अचानक एखादा तास, कॉलेजात 'ऑफ' मिळाला, तर त्या वेळेचं काय करायचं, हे आपल्याला कळत नाही. विमानतळावर गेल्यावर विमान दोन तास उशिरा सुटणार, असं समजलं, तर निरोप द्यायला आलेल्या आवडत्या माणसांबरोबर

आपल्याला गप्पाही, ताज्या उत्साहानं रंगवता येत नाहीत. मग अमरत्व मिळालं, तर काय कराल? मरणाची आणि अशाश्वततेची टांगती तलवार डोक्यावर असतानाही आपला अहंकार आणि औदासीन्य यांच्यावर आपल्याला मात करता येणार नाही. मग अमृत कशासाठी? मला तर अमृताची सर्वांत सोपी व्याख्या वाटते, ती ही, की, अमृत म्हणजे आनंद.
कवी शांताराम आठवल्यांनी एका ओळीत जे सांगितलं, ते, 'जो हसला-तो अमृत प्याला' हे अत्यंत सार्थ आहे.
अहंकार संपला, रे, संपला, की स्वास्थ्य आणि आनंदाव्यतिरिक्त उरतं काय? आपल्या शांततेच्या आड आपण स्वत:च येतो. हा अडथळा दूर होणं महत्त्वाचं. कबीर यालाच 'सहजयोग' म्हणतात. हा अहंकार मिटला, तर जीवन प्रतिक्षणी पूज्य भावानं व्यापून जाईल. राहत्या वास्तूत प्रतिदिनी गंगास्नान घडेल. तुम्ही जिथं जिथं विहार कराल, ते ते तीर्थस्थळ घडेल. अर्थात ही प्रचीती येण्यासाठी मूळ अहंकार गेला नाही, तर प्रार्थना, पूजा, तीर्थयात्रा, सगळं व्यर्थ आहे.

कबीराबद्दलचे हे विचार करीत मी माझ्याच तंद्रीत असताना मित्राची बायको तिच्या एका मैत्रिणीला घेऊन आली.
'वपु. ही माझी मैत्रीण पाध्ये... आणि तुला हे कोण ते सांगायला नकोच!'
'यांच्या कॅसेट्स आहेत. पोट दुखेपर्यंत हसतो आम्ही प्रत्येक वेळी!'
'थँक्यू,' काहीतरी म्हणायलाच हवं.. म्हणून माझा उद्गार.
'अहो, खरं तर, मुलांना, म्हणजे सॅम आणि क्युटी यांना मराठीत पण ह्यूमर आहे, हे समजावं, म्हणून तुमच्या कॅसेट्स आणल्या. तरी दोघं ऐकायलाच तयार नाहीत. क्युटीनं तर कपाळाला आठ्या घालत विचारलं,
''ममी, व्हॉट इज धिस पेंड?''
माझा प्रश्नांकित चेहरा पाहून सौ. पाध्ये सोडा फसफसावा, तसं हसत म्हणाल्या,
'तुमची ती कॅसेट, हो, माझ्या बापाची पेंड?'
तेवढ्यात आमच्या मित्राची बायको म्हणाली,
'आज हिच्याकडं सत्यनारायणाची पूजा आहे. तुम्ही एखादी कथा ऐकवाल ना?'
'एखादी नाही, बापाची पेंडच हवी.'
द. मा. मिरासदारांच्या कथेत चक्क मला दत्तक देणाऱ्या पाध्येबाईंना मी विचारलं,
'मला प्रथम सत्यनारायणाचं प्रयोजन सांगा.'
पाध्येबाई म्हणाल्या,
'थोडं तरी महाराष्ट्रातलं कल्चर पुढल्या पिढीला समजायला हवं ना?'
'पूजा कोण सांगणार?'

'मिस्टर पाध्ये मागच्या समरमध्ये इंडियात गेले होते, तेव्हा तिथल्या एका पूजेची त्यांनी ऑडिओ-व्हीडिओ, दोन्ही कॅसेट्स करून आणल्या आहेत.'
'मिस्टर पाध्ये पूजेला बसणार का?'
'का?'
'म्हणजे तुम्ही मस्तपैकी नऊवारीत. पाध्ये सोवळं नेसून, असा एक मस्त फोटो घेईन.'
'ते पूजेला बसणारच. प्रमोशनची खटपट चालू आहे ना? ते मिळालं, की घरही मोठं घ्यायचं आहे.'
सौ. पाध्ये निघून गेल्या. फाटकांच्या घरापेक्षा मोठं घर त्यांना घ्यायचं होतं आणि गाडीही. तसं घडलं, म्हणजे त्यांच्या वर्तुळात त्या क्रमांक एक मिळवणार होत्या. त्यासाठी सत्यनारायण.
त्या सत्यनारायणावर महाराष्ट्राच्या कल्चरचा मेकअप.
मला उगीचच वरती स्वर्गामध्ये शेषशायी विष्णु आणि पाय चेपणारी लक्ष्मी सिमेंटचा ट्रक पाध्यांच्या घरासाठी भरायला लागल्याचं चित्र दिसायला लागलं. वास्तविक अमेरिकेत घरांसाठी सिमेंट अगदी गंध लावण्यापुरतं लागत असेल. पण घर म्हटलं, की मी महाराष्ट्रातला. मंत्र्यांना पैसे चारून सिमेंट मिळवता-मिळवता, कंत्राटदारांच्या अश्रूंनीच इथं मिश्रण तयार होतं; तेवढं पाणी वाचतं, हा फायदा, हेच मला आठवणार. टीव्ही सीरियल पास करून घेण्यापासून कोणताही परवाना मिळवण्यासाठी प्रचंड प्रमाणावर संबंधित व्यक्तींना पैसा चारायचा, कोणत्याही पक्षानं वेगवेगळ्या रंगांचे झेंडे लावून, कुणाचाही जन्मोत्सव, पुण्यतिथी वा जयंती साजरी करण्यासाठी धाक-दपटशा दाखवून वर्गणी गोळा करायची, साहित्य संमेलनाचं अध्यक्षपद येनकेन प्रकारानं मिळवायचं, मंत्र्यांच्या मुलामुलींचे मार्क वाढवून त्यांना डॉक्टरी बहाल करायची, सबंध जगात कॉम्प्यूटर, म्हणजेच ज्ञानविज्ञानाच्या काळात, शैक्षणिक पात्रतेऐवजी अन्य पात्रतेवर नोकऱ्या देण्याची कायद्यानं सक्ती करायची, ही भारताची सध्याची संस्कृती.
ज्ञानविज्ञानाच्या स्पर्धेत इतर राष्ट्रं आकाशाला गवसणी घालत असताना, पुढची पिढी त्या सामर्थ्याला टक्कर देण्यासाठी तयार करण्याऐवजी त्यांचं अज्ञान कायम ठेवून, त्यांच्या अशिक्षित, अर्धशिक्षित मतांवर आपली खुर्ची टिकवायची, हे भारतीय कल्चर. त्यासाठी पूजा. त्यासाठी मिरासदारांची कथा मी सांगायची. त्या सॅमनं किंवा क्युटीनं, समजा, पेंड म्हणजे काय, हे विचारलंच, तर त्याला इंग्रजीत काय म्हणतात, या विचारांनी मला ऊर्ध्व लागलेला.
मुळात सत्यनारायणच का?
सध्याच्या काळात पाणबुड्यांनाही सगळ्या गोष्टी सापडत नाहीत. तिथं साधू

वाण्याची बोट तरंगून वर आली, यावर विश्वास कसा ठेवायचा?
हे उपचार कशासाठी?
'क्रमांक' एक वर राहण्यासाठी. अहंकार-जतनासाठी. कोणतीही किंवा एकतरी प्रार्थना-पूजा तिथपर्यंत पोचेल का?

हातांतलं पुस्तक आणि कबीराची रचना मी कधी वाचायला लागलो, ते मला समजलंच नाही.
मनात भाव निर्माण करणं हे शब्दांचं काम. हे खरं सांगणाऱ्याचं सामर्थ्य. शब्दांवरची हुकमत. पण तरीसुद्धा वाटतं, त्या हाताला भिडायला हवा. वाणी आणि श्रुती यांचा संगम व्हायला हवा. हा एकच हात उभारलेला आहे. एकटा, एकाकी, दुसऱ्या हाताच्या प्रतीक्षेत. तो दुसरा हात वाचकाचा. तो पुढं व्हायला हवा. तो घडला, तर सांगणारा उरत नाही. ऐकणारा उरत नाही. राहतो, तो भाव.
ही किमया प्रत्येक सांगणाऱ्यात आणि ऐकणाऱ्यात व्हावी लागते. तरच भावाचं आकाश खाली उतरतं. मनही त्या आकाशाइतकं विशाल होतं. उरतो, तो नाद. व्यापून राहतो, तो भाव. जाणवतं, ते एकच. कोणता तरी एक हात आपला शोध घेत पुढं झेपावतोय्.
तशा अवस्थेला पोचण्याची क्षमता प्राप्त होईल. पण कबीराला काय म्हणायचं आहे, ते नक्की अस्वस्थ करतं, बेचैन करतं, झोप उडते. कंठ दाटून येतो.

सुरति करो मेरे साईयां हम है भवजल मांही
आपैही बहि जाएंगे, जे नहिं पकरौ बांहि।

बाबा रे, माझा हात तू हातात घेतल्याशिवाय या संसारात मला सावरणारा कोणी नाही.
– आणि त्याच्या आधारासाठी मनापासून टाहो फोडायचा, म्हणजे अहंकारानं भरलेलं मनाचं पात्र रिकामं हवं.

मन परतीत न प्रेम रस, ना कछु तन में ढंग
ना जानौ उस पांव को, क्यों करसी रहसी रंग।।

मी तुझं रूप जाणत नाही. मला प्रेम कसं करायचं, ते समजत नाही. माझ्या अंगी ती कला नाही, तुझं स्वरूपच समजलं नाही, तर शोध तरी कसा घेऊ?
मी कुपुत्र असेन, सुपुत्र असेन,

जे मैं पूत कपूत हों, तऊ पिता को लाज, हे मान्य करायला खूप धाडस हवं. मन निर्भय हवं आणि त्याच्यापुढची भूमिका स्वीकारण्यासाठी तर मन आकाशाइतकं विशालच हवं.
ती भूमिका म्हणजे

मेरा मुझमें कुछ नहीं, जो कछु है सो तोर
तेरा तुझको सोंपते, क्या लागत है मोर।

'माझं माझ्याजवळ काही नाही' हे मान्य करायलाच आपण तयार नाही. आता कबीराचं सांगणं, की ओशोचं सांगणं, ह्याच्याशी, हे कुणाचं? या प्रश्नाशी मला कर्तव्य नाही. 'मी कोणी नाही' हे मान्य करायला आपण तयार नाही, 'मी कुणीतरी आहे. माझा बंगला हा कॉलनीतला सर्वांत मोठा बंगला, डिग्री, गाडी, ऐपत, काही ना काही कारणासाठी, मी कुणी तरी आहे.'
व्रत, वैकल्य, उपासतापास, तीर्थयात्रा, पूजाअर्चा सगळ्या गोष्टी काहीतरी मागण्यासाठी. मागण्या का? अहंकारपूर्तीसाठी. ती पूर्ती झाली नाही, की औदासीन्य.
दोनच अवस्था खऱ्या.
अहंकार, नाहीतर समर्पण.
अहंकार म्हणजे संसार. समर्पण म्हणजे मुक्ती.
अहंकार म्हणजे मी. समर्पण म्हणजे परमात्मा.
आयुष्य म्हणजे चेष्टा नाही. आयुष्य म्हणजे समर्पण, तुम्ही जितका युद्धाचा पवित्रा घ्याल, तेवढी अशांती. जितकं सोपवून देण्याची तयारी कराल, तेवढे तरून जाल. त्या शक्तीच्या हातांत तुम्ही जितक्या गोष्टी सोडून द्याल, तितक्या प्रमाणात त्याचे हात तुम्हांला सावरायला झेपावतील.
आज हे सगळं लिहिताना काय आठवतं?
अचानक माधवराव गडकरींचा फोन येतो.
'डेट्रॉईटला मराठी संमेलन आहे. अध्यक्ष म्हणून जाल का?'
मी अभावितपणे 'हो' म्हणतो.
ब्रेन ट्यूमरची तीन ऑपरेशन्स होऊन वसुंधरा घरात हिंडाफिरायला लागलेली. वाचा गेलेली. दिवस-रात्रीचं भान हरवलेली. मेंदूतलं म्युझिक सेंटर अबाधित. कोणत्याही गाण्याची कॅसेट लावली, की पुढची ओळ म्हणून दाखवायची. गाणं संपलं, की वाणीशी नातं संपलं.
रात्री-अपरात्री ती उठवायची. चादर खराब झालेली नाही ना, हे पाहृयचं. तिला चहा करून द्यायचा. गरम चहा पिता येईल, इतका गार करायचा. तिनं टेपरेकॉर्डरकडं

खूण केली, की कॅसेट लावायची. एक बाजू संपली, की दुसरी. सून-मुलगा कामावर जातात, म्हणून त्यांना न उठवता हा प्रयोग सतत वर्षभर रोज.
फक्त डेट्रॉईटचा कार्यक्रम संपवून चार दिवसांत परतायचा माझा विचार. डॉ. नीता जोशींचा जोरदार आक्षेप.
'मिळतील तेवढे कार्यक्रम घ्या. मी स्वखर्चानं तुमच्याबरोबर येईन.'
नीता जोशींच्या भावानंच, शशिकांत किराण्यांनी पाच कार्यक्रम ठरवले. महिनाभर ह्यूस्टनला त्यांच्या भावाच्या घरी मुक्काम. पुरुषांना माहेर असतं, असा शशिकांत-उज्ज्वलाच्या घरी राह्यलो. डेट्रॉईट, लॉस एंजल्स, सॅन फ्रॅन्सिस्को, न्यूयॉर्क, वॉशिंग्टन, न्यूयॉर्कला पुन्हा, लाँग आयलँड, कॅनडा, पुन्हा न्यूयॉर्क, बोस्टन, ह्यूस्टन, डलास, फ्लोरिडा, पुन्हा ह्यूस्टन अशी कोणतीही संगती नसलेला प्रवास. पंधरा-सोळा कार्यक्रम.
'तुला काय देऊ? ' असं कुणी विचारलं, की सांगत असे,
'मुंबईला कॉल करायची परवानगी द्या, वसुंधरा कशी आहे, ते विचारायचं आहे.'
गावोगावच्या त्या मोठ्या, श्रीमंत मनाच्या माणसांनी तशा सवलती दिल्या. मुंबईचे माझे मित्र रघुनाथ पोळ तर मी अमेरिकेभर कुठं आहे, त्याचा शोध घेऊन वसुंधरेची खुशाली (?) कळवतच होते.
ज्या ज्या गावी कार्यक्रम झाले, त्या त्या गावी, तिथल्या यजमानांनी शेकडो मैलांवरून आमची ने-आण केली.

घर गाठताक्षणी वसुंधरेकडं धावलो. तिनं पाह्यलं, पण स्मृतीची एक लहरही चेहऱ्यावर दिसली नाही. काळ स्थिर झाला होता. याला मुक्तावस्था म्हणतात का?
ती आमच्या विश्वात. पण तिच्या विश्वात ती स्वत:ही नाही.
माझ्या गैरहजेरीत ती गेली नाही. हेच समाधान.
लटकं समाधान.
तिचं शरीर नष्ट झालं नाही, एवढाच त्याचा अर्थ.
ती माझी कोणी नव्हती. मी तिचा कोणी नव्हतो. माझ्या मालकीची एकच गोष्ट होती : माझा तिच्यासाठी होणारा आक्रोश.
मी हे मागितलं होतं का?
पण मी मग अमेरिका तरी कुठं मागितली होती?
मी न मागता त्याचे अनंत हात माझ्या दिशेनं तेव्हा झेपावले होते. मला झेलत होते. कौतुकानं पाठीवर फिरत होते. आलिंगन देत होते. मी त्यासाठी माझे हात पुढं न करताही.
'आपैही बहि जाऐंगे, जे नहिं पकरौ बाहिं' हे कबीराचं वचन सार्थ ठरून, त्यानं अनेक हातांनी मला सावरलं होतं.

तो सावरतो, ते हे असंच.

कबीर काय म्हणतो, ओशो काय सांगतात. हे सगळं दूर ठेवावं. भूतकाळाचा फेरफटका करावा, वर्तमानाचा वेध घेण्यासाठी दहाही दिशांना डोळे मिटून पाहावं. प्रत्येकानं पाहावं. आजवरची आयुष्याची जी वाटचाल झाली, ती किती दिशांनी सावरणारे, गोंजारणारे, डोळे पुसणारे, दिशा दाखवणारे हात पुढं आले. त्यांच्या जिवावर झाली, याचा क्षणभर विचार करावा.

आत्मा, परमात्मा, मोक्ष, मुक्ती, यांचे अर्थ का शोधायला जायचं? परमेश्वर नसेलच, तर तो आहे, की नाही, याची युगानयुग चर्चा तरी कशाला?

धर्म मात्र आहे आणि तो टिकवलाच पाहिजे. त्याशिवाय निधर्मी राज्य चालवता येणार नाही. मशिदीवर मोठाले कर्णे लावले जातात, म्हणून त्याला प्रत्युत्तर म्हणून आपणही दुप्पट आवाज करणारे कर्णे लावले पाहिजेत. त्या आवाजापायी पुढची पिढी हळूहळू बहिरी झाली, तरी चालेल.

अशाच स्वरूपाचं एखादं वेड कबीराच्या काळातल्या समाजानं पांघरलं असेल. म्हणूनच त्या काळात कबीर म्हणतो,

'खडा कबीर बाजारमें, लेकर लुकाठी हात।

'ज्याला माझ्या मागून यायचं असेल, त्यानं आपलं स्वत:चं मस्तक फोडायची तयारी ठेवून यावं. मी भल्या बाजारात हातात काठी घेऊन उभा आहे.'

कबीर या काळात आला, तर कित्येक घरांत बापाच्या नावानं कायम टीका, तक्रारी, शंख चालताना दिसतो, तिथं तिथं जाऊन तो टाळकी सडकील आणि गुर्जिएफ तर घरोघरी,' 'या घरात मुलाला प्रवेश नाही', अशा पाट्या लावील.

जाणीव म्हणजे जग.

आत्ता मात्र वसुंधरेच्या डोळ्यांतले शून्यभाव पन्नास दिवसांच्या कालावधीनंतर पाहिल्यावर कबीराच्या काठीचा फटकारा माझ्याच मर्मस्थानावर झाला होता. पण ती वाचली होती. मी तिला पाहत होतो. ती जगली होती. म्हणजे जाणिवा हरवलेलं शरीर का होईना, समोर होतं.

मी अर्धं जग पाहून आलो होतो, किंवा जितकं पाह्यलं, ते मला तेवढं वाटलं होतं. पण जग या शब्दाची व्याख्या वसुंधरेच्या तटस्थ, परक्या, संवेदनाशून्य नजरेनं सांगितली,

'जाणीव म्हणजे जग.'

फक्त आठ दिवस वसुंधरेला पहिल्यासारखी, पूर्ववत कर, अशी मी कळकळून प्रार्थना केली आणि ओशोंच्या शब्दांनी, कबीराची काठी स्वत:च्या हातात घेऊन माझ्या टाळक्यावर आपटली.

'प्रार्थनेत मागणी आली, की प्रार्थना संपली. ती भिक्षेची याचना झाली.'

हेच सत्य.

आशीर्वाद मागून मिळत नाही. तीन वर्षं, रोज एकांत शोधून वसुंधरा वाचावी, म्हणून अश्रूंचा अभिषेक केला.

पण ती गेली.

ती त्याचीच होती. बत्तीस वर्षांच्या करारानं फिक्स्ड डिपॉझिटसारखी एक पावती त्यानं मला सांभाळायला सांगितली होती.

ती त्यानं नेली.

मी अमेरिका मागितली नव्हती.

ती त्यानं दिली.

वाणी त्याची, प्रतिभा त्याची, लेखणी त्याची. कथन त्याचं आणि ते ऐकण्यासाठी लाखो कान जे पुरवले गेले, तेही त्याचेच.

खरंच, कबीर म्हणतो...

नाही, नाही. कबीर नाही... मला स्वत:लाच आता एकदा प्रचीती आल्यावर आता मीच म्हणतो.

'मेरा मुझमें कुछ नहीं.'

माझं माझ्यापाशी?

सोनं लुटवणारा सोनार

'आई-वडिलांच्या मारहाणीचा रतीब चुकवण्यासाठी मी शाळेत जायला लागलो.' असं कुणी सांगितलं, तर काय वाटेल?
पण असे आई-बाप असतात.
आपला अल्पवयीन मुलगा, बरं-वाईट कळायच्या आतच जर सामाजिक, विधायक कार्य करायला लागला, तर त्या महान कार्याची किंमत न कळणारे आई-बाप एखाद्याला लाभतात.
'वाण्याच्या दुकानातलं काजूचं पोतं फोडून गाढवांना काजू खायला घालणं, याला कुणी गाढवपणा म्हणेल का?'
'जंगलात चरायला सोडलेल्या गाभण शेळ्या पकडायच्या आणि त्यांचं दूध काढून ते कुत्र्यांच्या बेवारशी पिल्लांना पाजायचं' यासारखं कार्य, वाळवंटात तडफडणाऱ्या गाढवाला गंगा पाजणाऱ्या एकनाथांपेक्षा कमी दर्जाचं कार्य होतं का?
पण हे जाणणारे आई-बाप लाभावे लागतात.
आता जन्मापासूनच एखाद्याचा नसतो देवावर विश्वास. तो असतो 'बॉर्न नास्तिक.' पण हेही लोकांना सहजासहजी पटत नाही. 'नामदेवांना बालवयातच परमेश्वर-प्राप्तीचं वेड लागलं' यावर आम्ही विश्वास ठेवतो. पण दीनानाथ जन्मापासून

नास्तिक, हे आम्हांला पटत नाही. केवळ ते सिद्ध करण्यासाठी दीनानाथाला 'दिव्य' करून दाखवावं लागतं. 'दिव्य' करायचं, म्हणजे कल्पकता आली. कष्ट आले. त्यासाठी, रस्त्याच्या बाजूला पडलेला, काळा तुकतुकीत, महादेवाच्या पिंडीसारखा दिसणारा, अवाढव्य दगड ढकलत-ढकलत रस्त्याच्या मध्यभागी आणावा लागत असे. बरं, निव्वळ इतकं करून नास्तिक वृत्ती सिद्ध होते काय? पांडुरंगाला नैवेद्याची वाटी प्रत्यक्ष संपवायला लावल्यामुळं नामदेवाचं श्रेष्ठत्व सिद्ध झालं. त्याप्रमाणे, नास्तिकपणा सिद्ध करण्यासाठी, समजा, दीनानाथनं त्या पिंडीसदृश दिसणाऱ्या दगडावर बसून देहधर्म करण्याचा परिपाठ ठेवला, तर आई-वडिलांनी त्या निष्पाप लेकराला मारावं?

ब्रिटिश सरकारनं शाळेत न जाणाऱ्या मुलांना पकडण्यासाठी पोलिस नेमावेत? पोलिसांचा उपयोग आणखीन कितीतरी चांगल्या कामांसाठी करता येतो. मंत्र्यांच्या दौऱ्यापायी बंदोबस्त ठेवणं, स्मगलर्सना पाठिंबा देणं, फेरीवाल्यांकडून हप्ते गोळा करणं, थोडक्यात म्हणजे, लॉ आणि ऑर्डर व्यतिरिक्त अनेक राष्ट्रीय कामं असतात. हे सगळं सोडून कोण्या एका खानदेशातल्या तळोद्यासारख्या आडगावात केवळ तीन उनाड मुलं शाळेत जात नाहीत, एवढ्यासाठी तीन पोलिसांना यातायात? वारा प्यायलेल्या वासरासारखी दीनानाथ आणि दोस्तमंडळी जंगलभर भटकायची. टोपलीत विकायला ठेवलेली किंवा बापानं घासाघीस करून पिशवीतून आणलेली फळं या 'वानरांनी' खाल्लीच नाहीत. हिशेब न ठेवता, झाडांनी मांडलेल्या होलसेल बाजारात बसून-चढून-पाडून या सेनेनं निसर्गाशी डायरेक्ट ऋणानुबंध मांडलेला. त्यांना शोधून शाळेच्या कोंडवाड्यांकडं पिटाळण्याचं काम पोलिसांकडं.

दीनानाथांच्या खुद्द तीर्थरूपांनाही शिक्षणाचं फारसं कौतुक नव्हतं. शिक्षण मिळवून शेवटी करायचं काय? तर पैसा मिळवायचा. तो तर काय? दीनानाथला या वयात मिळणार आहे. सावकाराकडं कामाला ठेवलं, तर महिना चार रुपये पगाराप्रमाणे, तीनशे रुपयांचं कर्ज पंच्याहत्तर महिन्यांत फिटून जाईल. तीनशे रुपये कर्जावर तीनशे रुपये व्याज भरायचं, म्हणजे मुलानं सातव्या-आठव्या वर्षी कमवायलाच हवं.

पण मोकळ्या हवेत टवटवीतपणे हुंदाडणारा दीनानाथ नोकरीत रमतो काय? मग नोकरीवर म्हणून जायचं, पण विहिरीचं पाणी काढायला सांगितलं, तर बादली विहिरीत पाडायची, कंदिलाच्या काचा साफ करताना फोडून ठेवायच्या किंवा कंदिलात रॉकेलऐवजी पाणी भरायचं अशी बंडाळी, नि:शस्त्र क्रांती करायची; आणि गंमत म्हणजे, तरीही सावकाराला दीनानाथ आवडायचा.

या सगळ्या अराजकावर एकच उपाय होता–

मुकाट्यानं गिरफदार होणं आणि शाळेत जाणं. त्यातही वेगळा प्रकार घडायचा.

पोलिसांनी वर्गाच्या दाराशी रशिया, अमेरिका आणि ब्रिटनच्या या राजदूतांना सोडलं, की रशियन-अमेरिकन राजदूत दुसऱ्या दारानं पुन: जंगलात पळायचे. पण 'चार्लस् शोभराज' ला शिक्षक पकडायचे आणि म्हणायचे,
'दीनानाथ, त्या दोघांना पळू दे. मला त्यांची फिकीर नाही. तू पळू नकोस. तू शिकशील, नाव कमावशील, असं मला वाटतं. तू थांब.'
दीनानाथचा प्रारंभी नाइलाज झाला.
एके दिवशी अचानक शाळेत गेलं, म्हणजे आई वडिलांच्या हातचा मार बसत नाही, याचा शोध लागला आणि कालांतरानं अभ्यासाचीच गोडी लागली.

कोणत्याही मार्गाची मुळात गोडी लागली की गाडी अडत नाही. प्राथमिक शिक्षण नुसतंच पार पडलं असं नाही तर चार रुपये महिना, अशी सरकारी स्कॉलरशिप मिळाली. आता सावकाराच्या चार रुपये पगाराला कोण भीक घालणार?

'धर्म ही अफूची गोळी आहे' असं य. गो. जोशींनी म्हटल्याचं आठवतं. (त्यांनी म्हटलं नसेल, तर मीच म्हणतो) पण धर्मापेक्षाही, शिक्षण म्हणजे अफूची गोळी म्हणावं. शिकण्याची चटक लागली, की संपलं. सारखं काही तरी शोधावंसं वाटतं. मग दिवस कायम छोटा वाटतो. त्याचे तास वाढतात. रात्र लहान होते किंवा रात्र नसावीच, असं वाटायला लागतं. अफूची गोळी धर्माच्या संदर्भात म्हटलं, तर माणूस धर्मांध होतो. शिक्षण तुम्हांला नजर देते. म्हणूनच कोणत्याही धर्मातला माणूस शिक्षणाची गोळी चढवून बसला असेल, तर तो धर्मातीत होतो. कोणत्याही पंथातला संत तेवढ्यासाठीच सत्याची कास धरतो. अहिंसेचा पूजक होतो. सत्तेकडं पाठ फिरवतो. खरं शिक्षण एक प्रकारे तुम्हांला नि:संग बनवितं. अशा विचारवंतांचे विचार याच अफूच्या गोळ्या बनतात.

दीनानाथला शिक्षणातली 'शान' प्रथम समजली. 'नशा' नंतर चढली. ज्यांना 'नशा' अगोदर चढते. त्यांना आयुष्यातली कोणतीच 'शान' समजत नाही. इथं 'शान' अगोदर समजली. म्हणूनच यात्रेसाठी तयारी करणाऱ्या आईच्या आसपास दीनानाथ घोटाळत होते. ती 'यात्रेला चल' म्हणत होती. दीनानाथ सतत नकार देत होता. शेवटी तो आईला म्हणाला,
'आई, तू यात्रेहून परत येशील, तेव्हा मी घरात दिसणार नाही.'
आईच्या हातातून फिरकीचा तांब्या घासता-घासता पडायचाच.
'काय म्हणतोयस् तू?'
'मी घर सोडणार आहे.'

'आणि जाणार कुठं?'

'जिवाचं बरं-वाईट करणार नाही, इतकंच सांगतो. बाकीचं माझं मलाच माहीत नाही.'

आई बघतच राहिली. ही एवढीशी मुलं अकल्पितपणे असं बोलतात, तेव्हा त्यांचं वय आणि त्यांचा अनुभव याची संगती कशी लावायची? हे असं जेव्हा फटकन कुणी बोलतं, तेव्हा नक्की कोण बोलत असेल? एरव्ही मारण्यासाठी वर होणारा हात जेव्हा आज शिथिल पडला, तेव्हाच त्या माउलीनं ओळखलं, की दीनानाथच्या तोंडून हे वाक्य वदवणारा आणि आपल्या हातांतली ताकद हिरावणारा सूत्रधार एकच आहे.

'ठीक आहे.'

'बाबांना सांगू नकोस.'

'नाही सांगणार.'

'माझ्याकडं स्कॉलरशिपचे चार रुपये आहेत. थोडे तुझ्याकडचे देशील?'

बचत केलेले दोन रुपये आईनं दीनानाथच्या हातावर ठेवीत म्हटलं,

'त्या दगडाचं काय करणार आहेस?'

'कोणत्या?'

'मेल्या, एकेकाळी रोज ज्याच्यावर देहधर्म करीत होतास, तो.'

'करतो काहीतरी.'

घडेच्या घडे पाणी ओतून दीनानाथनं तो दगड घासूनपुसून लखलखीत केला. मित्रांनी मदत केली. आता पुढं काय? तो दगड ढकलणं सोपं, उचलणं मुश्कील. पण सगळ्या मित्रांनी जोर केला. गावाच्याच देवळात एके ठिकाणी त्या चकाकणाऱ्या दगडाची स्थापना झाली. दीनानाथच्या मित्रांनीच प्रथम त्यावर फुलं व्हायली. दुसऱ्या दिवसापासून प्रत्येक अभ्यागताची त्या दगडावर फुलं चढू लागली.

देवावरचा विश्वास आणखीन उडाला. त्याच लोकमान्य देवाकडं पाठ फिरवीत दीनानाथनं तळोदा सोडलं.

गावाची वाट मागं पडली.

पायानं वा वाहनांच्या आधारानं कापायची वाट मागं टाकता येते. पण आठवणींची वाट बरोबरच येते. त्याचं काय करायचं? रेल्वेतून प्रवास करताना, शेजारचेच, पण विरुद्ध दिशेनं धावणाऱ्या गाडीसाठी टाकलेले रूळ आपल्याचबरोबर येताहेत, असं वाटतं.

आठवणी अशाच धावतात बरोबर. त्यांच्यापासून लांब जाण्याचा, आपण आपला वेग वाढवला, की त्यांचाही वेग वाढतो.

दीनानाथांचं तेच झालं.

आता आईला लोणच्यांसाठी कैऱ्या कोण देणार? तिनं केव्हातरी, कैऱ्या मिळत नाहीत- म्हटलं. मग काय? मिळत नाहीत, असं कसं?
रशिया, अमेरिकेशी उगीच सलोखा ठेवला काय?- संध्याकाळच्या आत शंभर कैऱ्याचं पोतं दारात हजर. शंभरपर्यंत आकडे येत होते. गणिताचा तत्काळ उपयोग व्यवहारात.

बापानं विचारलं,
'कैऱ्या कुठून आणल्या?'
'मित्रांनी दिल्या.'
गोष्ट खरी होती. झाडावर चढून कैऱ्या काढायच्या, हे काम काय सोपं होतं? झाडाला निसर्गानं दिल्या. बसल्या ठिकाणी. पण मित्रांना घाम गाळावा लागलेला होताच ना?
- पण बाप म्हणाला.
'मी ह्या गावात पस्तीस वर्षं आहे. मला कुणी पाच कैऱ्या दिल्या नाहीत. तू माझ्यासमोर उगवलास आणि तुला शंभर कैऱ्या देणारं कोण भेटलं?'
–त्यानंतर आईचं लोणचं व्हायच्या आत दीनानाथचा 'ठेचा' झाला.
छे. गाव सोडलं. छान झालं.

दीनानाथ धुळ्याला आले. खानावळीत नोकरी धरली. राहण्या-खाण्याचा प्रश्न मिटला. पण शिक्षणाचं काय? त्यानं खानावळवाल्याला सांगितलं.
ह्या मुलानं असलं जिणं जगू नये, असं त्यालाही वाटत होतं. तो म्हणाला, 'तू शाळेत जा, पथारी पसरायला इथं ये.'
पटवर्धन आणि दाते- मुख्याध्यापक आणि त्यांचे सहकारी- त्यांनी शाळेचे दरवाजे उघडले. 'पाच अर्ज करा, रेशनकार्ड दाखवा, बापाचं डोमिसाईल आणा, किमान जेपीला पैसे दाबून त्याचं चिठोरं आणा'- असल्या लोकशाहीतल्या विधायक अटी त्या काळात नव्हत्या. मुख्याध्यापकांची एक मामुली गरज होती. ते म्हणाले, 'बाबा रे, कमीतकमी SCHOOL LEAVING CERTIFICATE आण.'
तेव्हा कळलं, गाव सोडल्याचा दाखला लागत नाही; पण शाळा सोडल्याचा दाखला लागतो.
दीनानाथ म्हणाला,
'मला सरकारी स्कॉलरशिप मिळाली आहे. तुम्हीच माझा दाखला पोस्टानं मागवून का घेत नाही?'
हे वेगळंच त्रैराशिक समोर उभं आहे, हे पटवर्धनांनी जाणलं आणि ते हसून

म्हणाले.
‘ठीक आहे.’
महत्त्वाची पत्रं गहाळ करण्याचा आपल्याला हक्क आहे, हा लोकशाहीतला अधिकार पोस्टखात्याला माहीत नसल्यामुळं दीनानाथचा दाखला पटवर्धनांपर्यंत पोहोचला आणि चिरंजीव दीनानाथ एके दिवशी इंग्रजी पहिलीत ‘ए फॉर ॲपल’ शिकायला पात्र ठरला.
मॅट्रिकचा टिळा सात वर्षांत कपाळाला लागला. जिथं शिक्षण झालं तिथंच, कारकुनाची नोकरी चालून आली. त्याचा लोभ वाटला नाही. महाविद्यालयाची ओढ लागली होती. तिथल्या सहकाऱ्यांनी आणि मुख्याध्यापकांनीही ‘शाळेतच थांब’ म्हटलं. पण ज्या विद्यालयाचं नावच ‘गरुड विद्यालय’ होतं, त्या शाळेत ‘वाघिणीचं दूध’ प्यायलेला दीनानाथ ‘कबुतराचं आयुष्य’ कसं पत्करणार? त्यानं त्या गरुडाच्या बोधचिन्हातले पंख पळवले आणि पुणं गाठलं. ‘संपूर्ण आठ आणे’ एवढ्या दौलतीवर पुण्याच्या प्लॅटफॉर्मवर तीन दिवस काढले आणि एके दिवशी ‘विनातिकीट यात्राकरनेवालोंको-जुर्माना-कैद’ ह्यांसारख्या धमक्यांना भीक न घालता दीनानाथनं सातारा गाठलं.
ही गरुडझेप ओतुरकरांच्या ओळखीवर.
पण ओतुरकर त्यांचं इतिहासलेखनाचं काम करायला पुण्याला गेले.
आता?
प्रश्न पडत होते. सुटत होते.
उनवणे प्राध्यापकांनी विचारलं.
‘तुला त्र्याहत्तर टक्के मार्क आहेत, मग तू आर्ट्सकडे का आलास?’
असल्या प्रश्नांचा विचार आयुष्याला शिवलाच नव्हता. आपल्याबरोबर धावण्याचा भास निर्माण करणारे पण विरुद्ध दिशेला नेणारे रूळ मनात होते. तळोद्याचं, सातपुड्यांचं जंगल बोलावत होतं. जंगली श्वापदाला जाळीतून हुसकण्यासाठी, जंगलाच्या बाहेर काढण्यासाठी हाकारे ‘हाका’ घालतात. पण इथं सातपुड्याचं जंगल, माणसांच्या जंगलातून एका ‘माणसाला’ जंगलात आणण्यासाठी घालीत होतं.
मॅट्रिकचा टिळा लागला होता. आता थोडा कॉलेजचा बुक्का दोन भिवयांच्या मधे लावला, की दीनानाथ सोनार, फॉरेस्ट ऑफिसर होऊन, घोड्याला टाच मारून जंगल तुडवणार. एव्हाना, आपण काही वर्षांपूर्वी प्राणप्रतिष्ठा केलेल्या दगडाला बारा ज्योतिर्लिंगांप्रमाणे माहात्म्य प्राप्त झालं असणार. ते पाहायला नको का?
कॉलेजचा बुक्का, एक वर्षापुरता हवा, म्हटल्यावर धुळ्याचे मास्तर म्हणाले होते, ‘सातारला जा. कर्मवीर भाऊराव पाटलांच्या कॉलेजात, खडी फोडायचं काम केलं,

तर फुकट शिकवतात.' म्हणून आपण इथं आलो. आता हे उनवणे म्हणतात, 'सायन्सला जा.'
'अब क्या करेंगे?- आपली महत्त्वाकांक्षा, खरं तर, किती साधी?- बापासमोर घोड्यावर बसून जायचं. 'नालायक' ह्या शब्दाव्यतिरिक्त आपल्या बापाला संबोधनं माहीत नाहीत. त्याच्यासमोर घोड्यावरून जायचं. पण छे. low aim is crime असं आपल्याला भेटणाऱ्या प्रत्येक माणसाला कसं वाटतं?
उनवणे सांगतच होते.
'तू इंजिनीयर किंवा डॉक्टर हो, पुण्याला जा.'
'कसा जाऊ?'
'मी तुला सात रुपये देतो. तीन रुपये जाण्यासाठी. तीन रुपये येण्यासाठी. एक रुपया वर. त्याशिवाय फर्ग्युसन कॉलेजच्या प्रिन्सिपॉलना, कर्व्यांना एक पत्र देतो. जमलं, तर पाहा. नाहीतर परत ये. सातारा आहेच.'
पायांत चप्पल नाही, शर्ट साधारण बरा, खाली हाफपँट, डोक्याला टोपी आणि हातात ऱ्याहत्तर टक्के दर्शवणारं निकालपत्र. प्रिन्सिपॉल कर्व्यांना आतून प्रेरणा झाली, की हा फर्ग्युसनचाच विद्यार्थी. अशा मुलाला प्रवेश द्यायचा नाही, तर कुणाला?
त्यांनी एका कागदाच्या तुकड्यावर एक आकडा लिहिला आणि सांगितलं,
'माझ्या ऑफिसात जा आणि ओक म्हणून क्लार्क आहेत, त्यांना ही चिठ्ठी द्या.'
ओक नावाच्या त्या गृहस्थानं चिठ्ठी पाहून नकद रुपये साठ त्या हाफपँटवाल्या मुलाच्या हातात ठेवले आणि दीनानाथ सोनार नावाच्या एका मुलाला समजलं. की फर्ग्युसन कॉलेज ह्या नावाजलेल्या कॉलेजचे आता आपण नुसतेच विद्यार्थी नसून, आपण साठ रुपये मिळवणारे स्कॉलर आहोत.
उनवणे सरांनी दिलेल्या सात रुपयांपैकी चार रुपये तर तसेच होते.
काय योग!
तळोदा सोडून धुळं गाठलं, तेव्हाही जवळ चारच रुपये उरले होते.
चार ह्या आकड्याशी आपलं काही नातं आहे का?

'डॉक्टरसाहेब म्हणतात, की डोक्यावरची टोपी काढा आणि मगच आत या.'
ओ. पी. डी. वेटिंग हॉलमध्ये खळबळ उडाली. अगोदर कोल्हापूरसारखं गाव. पैलवानांचा मुलूख. तापमान कायम वरचं आणि त्यात पांढऱ्या टोपीचं राज्य. असं असताना एक कोणीतरी नवशिक्या डॉक्टर टोपीचा अपमान करतो, ह्याचा अर्थ काय?- ह्याच पांढऱ्या टोपीच्या जोरावर, नुकत्याच मिसरूड फुटलेल्या ह्या डॉक्टरला गगनबावड्याचा रस्ता दाखवायला वेळ लागेल का? असा विचार करीत

अशीच एक टोपी उठली. तरा-तरा आत गेली.
‘काय, डाक्तरबाबा, लई रुबाब करतायूसा?’
खणखणीत आवाजात उत्तर आलं,
‘ह्या हॉस्पिटलमध्ये माझा कायदा चालतो. दवापाणी हवं असेल, तर टोपी बाहेर.’
मुकाट्यानं टोपी बाहेर गेली, पेशण्ट आत आला. मग अतिशय मधाळ आवाजात त्या पेशण्टला तपासताना डॉक्टर म्हणाले,
‘त्याचं काय आहे, माणसं चांगली असतात, वर टोपी आली, की घोटाळा होतो. म्हणून माझा माणसांवर राग नाही. टोपीवर आहे.’
करीअरच्या प्रारंभी कोल्हापूरसारख्या गावी, सरकारी नोकरीत असताना हा रुबाब करणं सोपं नव्हतं. पण तसं पाहलं, तर कोणीही कान पकडावा, अशा वयात वावरताना मारवाड्याच्या कंदिलात रॅकेलऐवजी पाणी भरणं हेही धाडस नव्हतं का?
आखाड्यात तयार झालेल्या माणसांचं गाव. पण ह्या माणसानं त्याला का भ्यावं? आरवड्यातली तांबडी माती तुम्हांला मस्तवाल बनवते, तर रानावनांत, निसर्गाच्या सान्निध्यात तुम्ही टक्केटोणपे खायला शिकलात, की अंगात जी रग निर्माण होते, ती तुम्हांला स्वत:लाच मस्तीत ठेवते.
ओपीडी संपवून डॉ. दीनानाथ सोनार, होय, डॉ. दीनानाथ सोनार. प्राथमिक शाळेत ज्या मुलाला शिपाई धरून नेत असत, तो दीनानाथ धुळे, सातारा, पुणे करीत करीत कोल्हापूरला डॉक्टर म्हणून स्थायिक होतो. दैवाचे...
ओह्, नो.
देवावर विश्वास ठेवला नाही, म्हणून तर एवढं यश मिळालं. देवापेक्षा आपला जास्त विश्वास माणसांवर. त्यांतल्यात्यांत कोकणस्थ माणसांवर जास्त विश्वास. काय करणार?- आयुष्यात योगच तसे. तळोदा सोडल्यापासून पाठीशी उभे राहिले, ते कोकणस्थच. धुळ्याचे पटवर्धन आणि दाते, साताराचे उनवणे. अरे हो, त्यांनी प्रवासासाठी दिलेल्या सात रुपयांतले चार रुपये वापरायची वेळ आली नाही. कारण फर्ग्युसन कॉलेजचे प्रिन्सिपॉल कर्वे. म्हणजे कोकणस्थ ब्राह्मणच. त्यांनी ‘साठ’ असा आकडा लिहिला. राहण्याची सोय झाली. कर्व्यांनी फ्रीशिप दिली. शिक्षण फुकट शिवाय साठ रुपये दक्षिणा. औंध संस्थानच्या पंतांची तिथल्या हॉस्टेलवर एक खोली खास औंधच्या विद्यार्थ्यासाठी वर्षभर घेतलेली असायची. पण त्या वर्षी औंधचा एकही विद्यार्थी न आल्यानं ती खोली आपल्याला मिळाली. कर्व्यांचे असिस्टंट पारसनीस. त्यांनी मेसला सूचना देऊन वर्षभर जेवणाची सोय फुकट केली. खिशात होते केवळ चार रुपये. सातारा सोडलं; तेव्हा. पण वर्ष संपता-संपता नावावर सातशेच्या वर शिल्लक.

विद्यार्थि दशा हां हां म्हणता संपली.
प्रथम जालन्याला आपण नोकरी केली, आणि आता कोल्हापूर. इथं तर आपण शहेनशहा आहोत. आपला रुबाब आहे. पैसा आणि बाई, ह्यांचा मोह बाळगला नाही, म्हणजे कुणीही वाकडं करू शकत नाही.
ही गोष्ट खरी होती.
दीनानाथांनी दोन पथ्यं कटाक्षानं संभाळली होती.
'अनकरप्ट' ही त्या काळात शिवी झाली नव्हती. म्हणूनच सोनारांविरुद्ध अनेक तक्रारी 'टोपीवाल्यांनी' करूनही दीनानाथांच्या स्थानाला आणि हुद्दाला धक्का लागला नव्हता. ढाले आणि फणसोपकर ह्या पैलवानांना 'बॉडीगार्ड' म्हणून बरोबर घेऊन दीनानाथ कोल्हापुरात हिंडत असत. ज्या माणसाला विशिष्ट मतं असतात, त्याला विरोधक खूप असतात. जो तत्त्वनिष्ठ आहे, त्याला शत्रू जास्त असतात. पण दीनानाथांनी कशाचीच पर्वा केली नाही.

'मन सुद्ध तुझं
गोष्ट हाये प्रिथिवीमोलाची
तू चाल फुडं, तुला रं, गड्या
भीति कशाची,
परवा बी कुनाची?'

हे 'कुंकू' सिनेमातलं गाणं, हे बोधवाक्य होतं.
हिंमत धरली, की सगळं होतं. परमेश्वर तुमच्यासाठी काहीही करत नाही. माणसं भेटतात, कामं होतात.

आता गजबरांसारख्या म्हाताऱ्यानं बापासारखी माया का करावी? हा प्राणी उन्हातान्हाचा रोज आपल्यासाठी धरून जेवणाचा डबा का आणतो? आपण त्याच्यासाठी काय करतो?
दीनानाथांनी एकदा, 'मी तुमच्यासाठी काय करू?'- असं विचारलंही.
गजबर म्हणाले,
'सांगेन केव्हातरी.'
– आणि एके दिवशी गजबर म्हणाले,
'माझ्याबरोबर चल.'
'कुठं?'
'आज नाथषष्ठी आहे. एका महाराजांकडं जायचंय.'
'मी महाराज वगैरे काही मानत नाही. ही ऐतखाऊ माणसं. लोकांच्या भोळेपणाचा फायदा घेऊन ही माणसं लोकांना आणखीन उल्लू बनवतात.'

'माझ्यासाठी चल.'
दीनानाथांना जावंच लागलं. गजबरांनी महाराजांना 'नमस्कार कर' म्हणून सांगितलं. दिनानाथ म्हणाले
'मी पाया वगैरे पडणार नाही.'
'माझ्यासाठी.'
इथं अपील नव्हतं. नमस्कार झाला, तो गजबरांचं मीठ खाल्लंय्, म्हणून- भक्तिभावानं नव्हे.
महाराजांनी विचारलं,
'हा कोण?'
'मी ह्याला माझा मुलगा मानलाय्.'
महाराज म्हणाले,
'तुमचा हा मुलगा चार ऑगस्टला चालला परदेशात.'
सोनार मनात म्हणाले,
'हे महाराज म्हणजे 'चालू रक्कम' आहे. फॉरिनचं आकर्षण लहान मुलांना असतं म्हणून ठोकून देताहेत परदेशाच्या गप्पा.'
तेवढ्यात महाराज म्हणाले,
'हा मुलगा आमच्याकडं येणार नाही. आम्हालांच त्याच्याकडं जायला हवं.'
गजबर महाराजांकडं पाहत राह्यले आणि दीनानाथही.
महाराजांच्या ह्या बोलण्याचा उलगडा काही दिवसांनी आपोआप झाला.
महाराज खरोखरच दीनानाथ सोनारांच्या ऑफिसमधे आले.
'डॉक्टरसाहेब, आम्ही आलोत.'
'काय करू? बोला.'
'आमचं फिश्चुलाचं ऑपरेशन करायचंय्, आणि तुम्हीच ते करायचं आहे.'
'माफ करा. तुम्ही हे ऑपरेशन एखाद्या एम्. एस्. एफ्. आर्. सी. एस्. कडून करून घ्या. 'मी नवशिका आहे. मी ऑपरेशन्स वाईट करतो.'
'डॉक्टर, तुम्ही मग शिकणार कधी?'
आपल्या नेहमीच्याच मस्तीत सोनार म्हणाले,
'त्याच्याशी तुम्हांला काय करायचंय्? आम्हांला जेव्हा येईल ऑपरेशन करता तेव्हा येईल. तुमच्या शरीरावर आम्ही प्रयोग करणार नाही. तुमचं काही कमी–जास्त झालं, तर तुमचे भक्त आम्हांला जिवंत ठेवणार नाहीत. प्रयोग करायचा असतो, तेव्हा खेड्यातली पुष्कळं शरीरं मिळतात. 'रॉ मटीरियल' भरपूर आहे.'
तडातड बोलणाऱ्या सोनारांचा आवाज महाराजांच्या पुढच्याच विधानानं खाली आला. महाराज म्हणाले,

'आमचं शरीर आम्ही तुम्हांला प्रयोग करण्यासाठी दिलं. शिकायचं आहे, तर त्या शिक्षणात आमचंही शरीर असू दे.'
डॉ. दीनानाथ सोनारांना ऑपरेशन करावं लागलं. त्यांनी ते केलं. त्याबद्दल त्यांना काही वाटलं नाही. पण महाराजांच्या,
'आमच्या शरीरावर प्रयोग करून तुम्ही थोडं शिकावं. ही आमची इच्छा असेल, तर?'
ह्या विधानावर सडेतोड उत्तर देता आलं नाही, ह्याची चुटपुट ऑपरेशनची खूण मागे राहावी, तशी राह्यली. ही खूण का राह्यली?
कारण संपूर्ण कायापालट करणारा तो क्षण होता. मनात नसताना एक वाक्य तेव्हा सोनारांच्या तोंडून वदवलं गेलं. ते महाराजांकडं पाहत म्हणाले,
'तुमच्या शरीरावर आम्ही प्रयोग करावा, ही जर तुमची इच्छा असेल, तर तुम्ही निभावून न्या, तुम्ही आमच्याकडून करवून घ्या.'
महाराज पटकन म्हणाले,
'आता कसं शहाण्यासारखं बोललात? ऑपरेशन तुम्ही करणारच नाही आहात, आम्ही तुमच्याकडून करवून घेणार आहोत.'
त्या क्षणी सोनारांना स्वतःच्या नगण्यतेची जाणीव झाली. सगळ्या जिण्या-जगण्याचा अर्थबोध एका क्षणी व्हावा-तसा तो क्षण. पण तरीही स्वभावातली खुमखुमी एकाएकी कशी जाणार? तुटल्यावरही काही काळ नाचणाऱ्या पालीच्या शेपटीसारखं झालं होतं.
केव्हातरी सोनारांनी विचारलं,
'पुढच्या शिक्षणाचं काय?'
'तू चार ऑगस्टला बोटीनं लंडनला जाणार आणि एफ्. आर्. सी. एस्. होणार.'
पालीचं शेपूट मनाशी म्हणालं,
'तुमचे तीनही अंदाज खोटे पाडून दाखवतो. मी पंधरा ऑगस्टला जाईन. विमानानं जाईन आणि सर्जन न होता फिजीशियन होईन.'

महाराज बरे होऊन गेले आणि सोनारांचा दिनक्रम पूर्ववत सुरू झाला. परदेश वगैरे विसरायचं. जवळ पैसा नाही आणि नोकरीतून सुटका नाही. आपल्याला कोण पाठवणार?
पण, त्याच वेळी बाळासाहेब देसाईंच्या वरदहस्तामुळे, सोनारांचा हक्क असूनही, एका दुसऱ्याच डॉक्टरची परदेशवारीसाठी वर्णी लागली आणि पुनः एकदा सातपुड्याच्या जंगलाचं वारं प्यायलेला दीनानाथ जागा झाला.
डॉ. सोनार मुंबईला आले. यशवंतराव चव्हाणांना भेटले. चव्हाण म्हणाले, 'देसाईंच्या बाबतीत मी काहीच करू शकणार नाही. पण तुझी वेगळी व्यवस्था करू शकेन.'

चव्हाणांनी आर्. पी. ओ. ला फोन केला आणि सोनारांना एका दिवसात पासपोर्ट मिळाला.

आता महाराजांची जिरवायची. एअर इंडिया 'ट्रॅव्हल टुडे, पे लेटर' अशी योजना जाहीर झाली होती. पैशांची तर बोंबच होती. महाराज 'बोटीनं जाशील' म्हणाले होते, त्यांना विमानानं जाऊन दाखवायचं, असं म्हणत सोनार एअर इंडियाच्या ऑफिसात गेले. कॉम्प्यूटरवरच्या एका व्यक्तीनं त्यांना नावानिशी हाक मारली. मुंबईसारख्या अनोळखी, भव्य शहरात आपल्याला कुणी ओळखतं? व्हॉट अ सरप्राईज?

तो गृहस्थ आदरानं म्हणाला,

'डॉक्टर, मला पन्हाळ्याला ॲक्सिडेंट झाला होता. हाडं तुटली होती. तुम्ही ऑपरेशन केलंत. स्टील रॉड बसवलात. इथं आल्यावर मी डॉ. ढोलकियांना भेटलो. ढोलकिया म्हणजे ऑर्थोपेडिक सर्जन्समध्ये ॲथारिटी. ते म्हणाले, ज्यानं कुणी हे काम केलंय्, त्यानं परफेक्ट काम केलंय्. बरं, तुम्ही इकडं कसे?''

डॉक्टरांनी प्रयोजन सांगितलं.

'सर, ज्याअर्थी तुम्ही, 'ट्रॅव्हल टुडे अँड पे लेटर' या योजनेत भाग घेताय्, त्या अर्थी तुमच्याकडं पैसे नाहीत. मग असं का करीत नाही? मी तुम्हांला फुकट पाठवण्याची व्यवस्था करतो. चालेल?'

'अरे बाबा, फुकट जायला मिळणार असेल, तर मी बैलगाडीनं जायला तयार आहे. इथं कुठं लंडनमध्ये आपली तारीख खोळंबली आहे?'

त्याचा निरोप घेऊन सोनार कोल्हापूरला परतले आणि थोड्याच दिवसांत त्या कोण्या एके काळच्या पेशंटचं सोनारांना पत्र मिळालं.

'प्रिय डॉ. सोनार,

तुम्ही माझ्यावर शस्त्रक्रिया केलीत. डॉ. ढोलकियांसारख्या सर्जननं त्या कामाची प्रशंसा केली. मला पुनर्जीवन लाभलं. मी मात्र तुमच्यासाठी काही केलं नाही. पण आता त्या ऋणातून मुक्त होण्याचा क्षण मला लाभला आहे. एका फ्रेंच बोटीवर मी तुमच्यासाठी एक केबिन बुक केली आहे. लंडनच्या किनाऱ्यापर्यंत तुम्हांला एक पै खर्च करावी लागणार नाही. एकच करा, तीन ऑगस्टपर्यंत मुंबईला या. चार ऑगस्टला बोट मुंबई सोडेल.'

सोनार त्या पत्राकडं बघत राहिले. ते विमानानं जाणार नव्हते आणि तारीखही पंधरा ऑगस्ट नव्हती. चार ऑगस्ट आणि प्रवास बोटीनं.

आता पोस्ट-ग्रॅज्युएशनचं काय?

डॉ. दीनानाथ सोनार या नावापुढे पाटीवर 'सर्जन' लिहायचं, की 'फिजीशियन?'

पुन: महाराजांचीच वाणी खरी ठरली. दीड महिन्याची प्रतीक्षा पोस्ट मिळण्यासाठी. तीही लंडनसारख्या महागड्या परदेशात. नाइलाजानं अर्ज करावा लागला, तो हाऊस सर्जनच्या पोस्टसाठी आणि डॉ. सोनार या नावापुढं सर्जनच लिहावं लागलं. परतीच्या प्रवासात दीनानाथ पत्नीला म्हणाले,

''मुंबईत आपलं कुणीही नाही. तेव्हा विमानतळावर कुणीतरी हारतुरे घेऊन येईल, घरी गेल्यावर कुणी मीठमिरच्या ओवाळून टाकील, अशी परिस्थिती नाही. तेव्हा सगळा भारत देश आपलाच आहे. तेव्हा भारताचा नकाशा उघडायचा, डोळे मिटायचे आणि नकाशावर बोटं ठेवायचं. ज्या गावावर ते पडेल, तिथं प्रॅक्टिस सुरू करायची. चालेल?'

पत्नी काहीच बोलली नाही.

दीनानाथांनी खरंच तसं केलं. 'सागर' या गावावर त्यांचं बोट पडलं होतं. ते समाधानानं म्हणाले,

'चला, मुंबईला जाऊ. सरदारगृहात उतरू. आणि दोन दिवसानंतर सागरला जाऊ.'

दोन दिवसांनी सोनार सागरला निघाले, पण सरदारगृहाचा जिना उतरणं शक्य होणार नाही, इतकी माणसं तिथं रांगेत उभी. चौकशी केल्यावर कळलं, तर धुंडिराजशास्त्री विनोद तिथं उतरलेले. ही गर्दी त्यांच्यासाठी.

सोनार मनाशी म्हणाले,

'मोठी असामी आहे. जाता-जाता घेऊ दर्शन. त्यांच्यासमोर हात पसरायचा नाही आणि मागायचं तर काहीच नाही.'

त्यांनी सेक्रेटरीकडं शब्द टाकला. रांगेत थांबायला न लावता सेक्रेटरी सोनारांना तडक विनोदांकडं घेऊन गेला.

त्यांना नमस्कार करून उठणार, तोच विनोदांनी त्यांचा हात पकडीत सेक्रेटरीला सांगितलं,

'बाकीच्यांना जायला सांगा. आज मला फक्त सोनारांशी बोलायचं आहे.'

'माझी आत्ता गाडी आहे. मी सागरला निघालोय्.'

''तुमची गाडी जाऊ दे. तुम्हांला तिकडं जायची गरज नाही. तुम्हांला इथंच बॉंबे हॉस्पिटलमध्ये नोकरी मिळून जाईल.'

अर्थातच दीनानाथांची गाडी चुकली.

दुसऱ्या दिवशी त्यांनी सहज आपल्या तासकर नावाच्या मित्राला फोन केला. प्राथमिक गप्पाटप्पा झाल्या. 'तू लेका मला विसरलास' वगैरे प्रेमाचे आरोप-प्रत्यारोप झाले.

–आणि मग तासकरनं विचारलं,

'आता पुढं प्लॅन काय?'
'अरे बाबा, मी चाललो होतो सागरला. पण सध्या इथं असेच एक चालू महाराज आले आहेत. त्यांच्या म्हणण्याप्रमाणं मला बॉम्बे हॉस्पिटलमध्ये नोकरी मिळणार आहे.'
'सहज मिळेल. तू मला भेट.'
दुसऱ्याच दिवशी दीनानाथ तासकरांकडं गेला. ते दोघं देशपांडे नावाच्या एका गृहस्थांकडं गेले. त्यांनी शब्द दिला आणि डॉ. दीनानाथ सोनार, एफ्.आर्.सी.एस्. घनश्यामदास बिर्ला यांच्यासमोर मुलाखतीसाठी हजर झाले.

'तुमची पगाराची अपेक्षा सांगा.' अवांतर प्रश्नोत्तरांनंतर, घन:श्यामदास बिर्लांनी मुख्य विषयाला हात घातला.
सोनार पटकन म्हणाले,
'मी पगार मागितलेलाच नाही. पैशाचं मग बघू. अगोदर बॉम्बे हॉस्पिटलमध्ये माझ्या लायक काम आहे, की नाही, ते मला बघू दे. मी तुमच्या कितपत उपयोगी पडतोय् ते तुम्ही बघा. पगाराची काय घाई?'
सोनारांनी इतकं सांगितल्याबरोबर बिर्लाशेट म्हणाले,
'बाबू, इथं काम भरपूर आहे.'
'शेटजी, एवढं मोठं हॉस्पिटल आहे, तेव्हा काम असणारच. पण मी म्हटलं, माझ्या लायकीचं काम आहे का, ते मी पाहीन. वॉर्डबॉयलादेखील भरपूर काम असतं. पण त्यासाठी एस्.आर्.सी.एस्. लागत नाही. तेव्हा मला अगोदर काम करू दे.'
'बाबू, पोटापाण्याचं काय?'
'त्याची तुम्ही चिंताच करू नका. मी कामाचं अगोदर बोलतोय्. पगाराचं बोलतच नाही. मी पाच हजार मागितले, तर तुम्ही एका फटक्यात द्याल. तुम्ही पैसेवाले आहात. पण दोन महिन्यांनी तुम्हांला वाटलं, की हा डॉक्टर सोनार दोन कवड्या द्याव्यात, इतक्याही लायकीचा नाही, तर? माझं काम बघा आणि तुम्हीच माझी किंमत ठरवा. काम आवडलं, तर तुम्ही योग्य पगार द्याल, असा माझा तुमच्यावर विश्वास आहे. मला त्याची चिंताच नाही.'
मारवाडी माणसं पारख करण्यात तरबेज. त्यांनी लगेच सेक्रेटरीला सांगितलं,
'हा माणूस आपला. याला, काहीही झालं, तरी गमवायचं नाही.'

त्यानंतर दोन-चार दिवसांतच डॉ. दीनानाथ सोनार हातात स्कालपेल घेऊन बॉम्बे हॉस्पिटलला ऑपरेशन थिएटरमध्ये उभे होते.

त्यापूर्वी स्क्रबमध्ये हात धुतला. समोरच्या आरशातल्या स्वत:च्या प्रतिबिंबाकडं पाहत ते आयुष्याचा खेळ आठवीत होते.

हरीकाकामहाराजांचे शब्द खरे ठरले. पंधरा ऑगस्टऐवजी चार ऑगस्टलाच निघावं लागलं. आपण त्यांचे शब्द खोटे पाडण्यासाठी विमानानं जाणार होतो. पण नाही. बोटीनं गेलो; आणि फिजीशियन व्हायचं म्हणता-म्हणता हातात शस्त्र धरलं. सागरला प्रस्थान ठेवायला निघालो. तिथं राहुटी उभी करायची-म्हटलं, तर आणखीन एक महाराज हात धरून ठेवतात. ज्या हॉस्पिटलमध्ये पोस्ट मिळण्यासाठी जबर पुण्याई वा वशिला लागतो, तिथं योगायोगानं नोकरी मिळते. योगायोगांवर आपला विश्वास नाही. देव आपण मानीत नव्हतो. पण हरीकाका म्हणाले होते,
'आम्हीच तुमच्याकडून करवून घेणार आहोत.'
तसं नक्की आहे.
कुणी तरी करवून घेणारा आहे.
तो कुठं आहे?
कसा असेल?
–आणि इथून पुढे तो माझ्याकडून काय करवून घेणार आहे?

मारवाडी माणसं चलाख असतात. समोरच्या माणसाचं बलस्थान ते ज्याप्रमाणे ओळखतात, त्याचप्रमाणे त्या माणसाची मजबुरी पण. ही दोन टोकं त्यांनी एकदा घट्ट पकडली, की समोरच्या माणसाला सगळा खेळ त्या दोन टोकांना जोडणाऱ्या रेषेवरच मांडावा लागतो. पैसा हा मारवाडी लोकांचं शस्त्र आणि मोहिनीअस्त्रसुद्धा. सोनारांनी 'श्री' जिंकलेली. हा माणूस बेदम काम करतो, निर्लेप आहे आणि पैसे वगैरे खाणं याच्या पल्याड आहे, हे त्या नवकोटनारायणानं जाणलं. पैसा हे प्रारंभी शस्त्र म्हणून मानायचं, वापरायचं, ते माणसं पारखण्यासाठी आणि त्या शस्त्राचा समोरच्या माणसावर काहीच परिणाम होणार नाही, हे लक्षात आलं की त्या माणसाचाच शस्त्र म्हणून उपयोग करायचा.
त्याप्रमाणे डॉ. सोनार बिर्लाशेटजींच्या हातातलं शस्त्र झाले. खेळणं होणं वेगळं आणि शस्त्र होणं वेगळं. पहिल्यात मानहानी, तर दुसऱ्यात तो मानबिंदू.
बिर्लाशेटजींनी बॉम्बे हॉस्पिटलमधून सोनारांना उचललं. नागद्याला एक छोटंसं पण अद्ययावत् सोयींनी उपलब्ध असं स्वतंत्र इस्पितळ बांधलं आणि डॉ. सोनार तिथले सर्वेसर्वा झाले.
गेली चौदा वर्षं सोनार नागद्याला आहेत. मुंबईला जाऊन येऊन असतात. बिर्लाशेटजींच्या गळ्यातले ते ताईत होते आणि आता नागद्याच्या जनतेचे ते स्वत: देव झाले

आहेत.
देव. याबाबत आता काय बोलायचं?
मी काहीच बोलू शकत नाही. आता डॉ. सोनारच त्याबद्दल बोलतात. कधी एकनाथांबद्दल. कधी रामदासांबद्दल. भगवद्गीतेपासून रजनीशांपर्यंत, सगळ्यांच्या तत्त्वज्ञानाचं सार जिभेच्या टोकावर आहे.
मी त्यांना विचारलं,
'परमेश्वर प्रत्यक्ष बघायला मिळेल का?'
ते पटकन् म्हणाले,
'परमेश्वर वस्तुत्वानं अनुभवायचा नसतो, अस्तित्वानं जाणायचा असतो.'

सोनारांचं नागद्यातलं वैभव मी पाह्यलेलं आहे. एखाद्या मठीत, साधकानं राहावं तसे ते राहतात. दिवसभर रुग्णांची सेवा चालू असते. तिथल्या आयुष्यक्रमाबद्दल, खरं तर, तपशिलानं माहिती मिळवायची आहे.
मुंबईला आले, की आमची भेट होते; पण त्या भेटीत कोणता विषय निघेल, सांगता येत नाही.
मागच्या मुक्कामात हरिपाठाचा विषय निघाला आणि दोन तास त्याच्यावरच निरूपण झालं.
पुढच्या भेटीत उरलेल्या जीवनक्रमाबद्दल विचारलं पाहिजे.

डॉ. सोनारांचं वैशिष्ट्य कशात आहे? मी आकर्षित का झालो? त्यांच्या उनाडकीवर. बेछूट वाटणाऱ्या तारुण्यातील स्पष्टवक्तेपणावर? एफ्.आर्.सी.एस्. आहेत, म्हणून? नाही.
लहानपणी उनाड समजलेली गेलेली अनेक मुलं पुढं चमकली आहेत. मला त्यांच्या बालवयात कपट दिसत नाही. त्या खोडकरपणात एक माणुसकीचा खळाळ आहे. स्वत:ला जे जे योग्य वाटलं ते ते करण्याची हिंमत आहे. त्या त्या वयात प्रतिकार करण्याची जी जी साधनं होती, त्यांचा त्यांनी उपयोग केला. शिक्षणाची ओढ निर्माण झाल्यावर चार रुपयांच्या भांडवलावर अंधारात उडी घेण्याचं धाडस मराठी चौथी पास झालेला कोणता विद्यार्थी करील? शारीरिक हालअपेष्टांची ज्या वयात दहशत वाटते, तेव्हा चार आण्यांच्या चुरमुऱ्यांवर दिवस लोटण्याचं सामर्थ्य दीनानाथला कुणी दिलं?
कृष्णही खोडसाळ होता. कपटी नव्हता.
देव मानत नाही म्हटल्यावर त्याची विटंबना करण्याचं जे शेवटचं टोक आहे, तिथं दीनानाथ थांबले. उद्या मुसलमानी मोहल्ल्यात देवांची ही विटंबना करणं सोपं आहे.

देव मानणाऱ्यांच्या पहाऱ्यात हा येडचापपणा करणं यात जास्त...

आता हे धैर्य म्हणायचं, बालबुद्धी, की विकृती? या अशाच नाठाळ विद्यार्थ्याला साधक का भेटले? भक्तिमार्गाचा काटेरी मार्ग सोपा का झाला? मला वाटतं, परमेश्वराला जे जे लागतं ते ते निर्भेळ असावं लागतं,पुण्याची गोष्टच सोडा, पण आम्ही पापही बेधडक करीत नाही. मद्यपान वाईट, असं एकदा मानलं, की आम्ही तो रस्ता बंद करायला हवा. पण आम्ही काय करतो? देवघरात उदबत्ती लावून 'क्षमस्व' म्हणतो आणि बैठकीत येऊन 'चिअर्स' म्हणतो. 'परस्त्री'ची अभिलाषा बाळगताना समोर विवेकानंदांचा फोटो लावतो.

या सोनारांचं सोनं बावनकशी आहे. थोडं-फार अहंकाराचं तांबं 'हरीकाकामहाराजांनी' दूर केलं; आणि बिर्लाशेटजींनी नंतर दागिना घडवायचा असेल, तर 'तांब' कसं आवश्यक आहे, हेही सांगितलं.

म्हणूनच डॉ. सोनार हा सोनं लुटवणारा कारागीर झाला. पैसा हा ज्यांनी ज्यांनी 'बाय् प्रॉडक्ट' मानला, त्या सगळ्यांनी न संपणारी, चोरीला न जाणारी, आयकरात सूट न मागणारी श्रीमंती मिळविली. डॉ. सोनारांना शेकहॅन्ड केला, ते मस्तपणे हसले, की हे जाणवतं.

मखमल अंगावर मोरपीस फिरवते.

डॉ. सोनारांचा भक्तिमार्ग आणि त्यांचं प्रवचन हीच जादू करतं. पण नुसती मखमल टिकत नाही. मागं अस्तर लागतंच. डॉ. सोनारांच्या भक्तिमार्गाच्या मखमलीला ज्ञानाचं अस्तर आहे. कष्टांची शिवण आहे. एका हातात उदबत्ती असली, तर दुसऱ्या हातात स्कालपेल आहे. हरीकाकामहाराजांचा भक्तिरस, बिर्लाशेटजींच्या सहवासानं, सतत कष्ट करायचा वसा घेतल्यामुळं इथं घामाच्या रूपानं वाहतो.

विवेक, वैराग्यानं रसिक-जिंदादिल माणसांची वस्त्रं पांघरावीत, तसे डॉ. सोनार. आता कधी भेटतात, बघायचं.

खूप बोलायचं राह्यलं आहे.

एम्.डी.

एम्.डीं.ना हार्ट-अॅटॅक आला. आजूबाजूच्या लोकांनी धावपळ केली. केवळ हार्ट-अॅटॅकचीच काळजी नव्हती. त्या बरोबर वय वर्ष पंच्याहत्तर, याची टांगती तलवार होती. एम्.डीं.ना मॉनिटरवर ठेवलं. त्यांच्या हृदयाच्या कंपनलहरी मॉनिटरवर सरकू लागल्या.

एम्.डी. थोडे सावरले आणि बायकोला म्हणाले,

'ताईसाहेब, आम्हांला कशाचंच भान नव्हतं. तुम्ही तर भानावर होतात ना? घाबरला असाल, हे मान्य करतो. पण कमीत कमी हे महागडं नर्सिंग होम आपल्याला परवडणार नाही, हे तुमच्या लक्षात कसं आलं नाही?'

ताई म्हणाल्या,

'तुम्ही आता कसलाच विचार करू नका.'

'ताईसाहेब, विचार म्हणजे खोलीत लावलेला दिवा नव्हे. बटण बंद केलं की काम झालं... आणि त्याशिवाय बटण जरी बंद केलं, तरीही बटणापर्यंत वीज थांबलेलीच असते. विचार म्हणजे वीज. ती ज्याप्रमाणे आयुष्य प्रकाशमान करते, त्याप्रमाणे धक्केही देते. मला आलेला अटॅक हा तुम्हांला शॉक, तर हॉस्पिटलचं बिल हा आम्हांला बसणारा शॉक.'

'शांत झोपा' इतकं सांगून ताईंनी गॅलरीत जाऊन अश्रूंना वाट करून दिली. मधे एकच दिवस गेला.
दुसऱ्या दिवशी संध्याकाळी एम्.डीं.च्या उशाखाली एक लिफाफा होता. त्यात नगद एक लाख रुपये होते. आज एम्.डी. आणि ताई, दोघांच्याही डोळ्यांत पाणी होतं. हा वर्षाव कुणाकडून झाला? एम्.डीं.च्या चहात्यांकडून. एक लाखाच्या कितीतरी पटीनं, काही तासांच्या आत रकमा जमा होतात स्मगलर्सकडं किंवा राज्यकर्त्यांकडे. एम्.डी. साधे शिक्षक. कोण्या एके काळी एका शाळेचे मुख्याध्यापक. मुख्याध्यापक म्हटल्यावर दोन नंबरच्या पैशाचा प्रश्नच नाही. या क्षणी हातांत कोणतीही सत्ता नाही. आपणहून उशीखाली पैसे जमा करून ठेवणाऱ्या माणसांनी परतफेडीचा विचारही केलेला नाही. यालाच 'अनंत हस्ते कमलावराने' असं म्हणायचं का?

मी एम्.डीं.ना भेटायला गेलो. आता ते सेटल झाले होते. घडलेला चमत्कार त्यांनी मला सांगितला. मला तो ऐकूच आला नाही. तृप्त चेहऱ्यानं पलंगावर, तीन चार उश्यांचा आधार घेऊन पडलेल्या एका मानवी चमत्काराकडंच मी पाहत होतो.
चराचरातील असंख्य व्यक्तींपैकी एक 'एम्.डी.' नावाबरोबर त्यांचा स्वभाव आला. शैली-वृत्ती सगळ्यांचा मिलाफ आला. शरीरयष्टी आली. लकबी आल्या. बोलण्याचा ढंग आला. विचारधारा आली. शिस्त, गैरशिस्त, कडक, सौम्य, तिरसट, अहंकारी, नाकासमोर जाणारा... हे सगळं आलं. त्यानुसार राहणी, पेहराव, इतकंच काय, हस्ताक्षरापर्यंत सगळं आलं.
–आणि हे सगळं रसायन एकदाच घडतं. अगदी व्यवहारातलं उदाहरण घेतलं, तर एक फुगा एकदाच तयार होतो. त्याचं फुगणं हा त्याचा विकास. चैतन्याची फुंकर ज्या पातळीवरची, तेवढाच त्या व्यक्तीचा प्रभाव. चैतन्यात ग्रेड्स नसतात. हिरवळ आणि महाकाय वटवृक्ष, दोन्हींत एकच चैतन्य. तरीही व्यक्ती व्यक्तीत फरक असतोच. एक नवं मूल जन्माला येणं, या चैतन्यापुढं आपण नतमस्तक आहोतच. पण तरीही, व्यक्तिमत्त्वाचा वेगळा आविष्कार नजरेआड कसा करता येईल?
माणूस अवाक कुठं होतो? क्वचित आत्मपरीक्षण कधी करतो? आपल्याला न जमलेली गोष्ट दुसऱ्यानं केली की, आपण स्तंभित होतो. कितीही नाकारलं, तरी प्रत्येकजण दुसऱ्या माणसाचं मूल्यमापन करताना, त्याला देवासमान किंवा क:पदार्थ मानताना, तुलनेसाठी तराजू वापरतो, तो स्वत:चाच.
वयाच्या पंच्याहत्तराव्या वर्षी, स्वत:त बदल घडवून आणणं, हे सर्वथा अशक्य. लहान कुंडीतल्या रोपाला काठ्या-दोऱ्या वापरून आधार देता येतो. वटवृक्षाच्या बाबतीत तसा प्रयत्न केला, तर तो तुकडा तोडून देईल. वाकायची सवय सुटून कितीतरी वर्षं झालेली.

पण एम्.डीं.नी तो बदल लीलया मान्य केला. हे कधी जमतं?

शिस्त आणि निग्रह असा गंगायमुनेचा संगम रक्तात होतो, तेव्हा सरस्वती आपोआप प्रकट होते. खरं तर शिस्त, आणि निग्रह हे दोन्ही न वाकणारे शब्द. खरं तर, शब्द नव्हेतच. या वृत्तीच. पण गंगायमुनेपेक्षा सरस्वती श्रेष्ठ. सरस्वती तुम्हांला नेहमीच वर्तमानकाळात ठेवते. भूतकाळ निसटून गेलेला असतो. भविष्याची ग्वाही नसते. म्हणूनच काय सरस्वतीच्या सहवासात राहणारी माणसं फक्त वर्तमान जाणतात.

मन पागल असतं, एखाद्या खेळण्याप्रमाणे ते कायम भूतकाळात म्हणजे आठवणींत रमतं. मन स्वप्नाळू असतं. ते भविष्यकाळाची चित्रं पाहत राहतं. सरस्वतीची राजधानी म्हणजे बुद्धी. ती तुम्हांला वर्तमानात ठेवते. म्हणूनच शिस्त आणि निग्रह सरस्वतीचं सेवक होतात. रक्तात मुरलेल्या सवयींची सत्ता झुगारून देतात. अंगात वर्षानुवर्ष जागा बळकावून राहिलेल्या सवयींना नोटीस देतात, आणि जीवनरथाला नवा राजपथ आखून देतात. हे झालं सात्त्विक वृत्तीच्या माणसाबाबत. सरस्वतीचं नातं तामसी लोकांच्या बुद्धीशी जडलं, म्हणजे त्यांच्या बाबतीत निग्रह 'दुराग्रहाच्या' रूपानं वावरतो. वर्तमानाशी तादात्म्य जोडणं यालाच जे. कृष्णमूती awarenessanes म्हणतात.

एम्.डी.ना डिस्चार्ज देताना डॉक्टरांनी सांगितलं,

'रोज किमान तीनचार किलोमीटर तरी चालण्याचा व्यायाम करायला हवा.'

त्यानंतर काही दिवसांनी एम्.डी. भेटले. मी त्यांच्या घरी गेलो, तेव्हा एम्.डी. घरकामात दंग होते. घराचा केर काढत होते. त्यानंतर त्यांनी स्वैपाकघराचा ओटा पुसला. धुतलेली भांडी फडक्यानं कोरडी करून जागच्या-जागी ठेवली. त्याच कपड्याला हात पुसत पुसत ते समोर येऊन बसले.

'इतक्या लवकर उठलात?'

'मी सकाळी उठून चार किलोमीटर फिरूनही आलो. त्यानंतर माझी ही नेहमीची कामं आत्ता संपवली. गेल्या दोन महिन्यांत तीन किलो वजन वाढलं. आता बोला.''

मी गप्प. काय बोलणार?

मी त्यांच्याकडं बघत राहिलो. एखाद्या महान वृक्षाकडं पाहावं तसं.

झाड म्हटलं की, माणसांचं लक्ष फळाकडं असतं. वेली आणि छोटी झुडुपं यांच्या बाबतीत लक्ष फुलांकडं असतं. फुलं आणि फळं म्हणजे झाडांच्या विकासाच शेवटचा टप्पा. या पलीकडे झाडांजवळ देण्यासारखं, सांगण्यासारखं काही उरत नाही. फुललेल्या झाडांकडं पाहिल्यावर किंवा फळांनी लगडलेल्या झाडाकडं पाहिल्यावर, त्याचं त्याचं चैतन्यरूप कुठं आहे याचा विचार आपल्या मनात येत नाही. ते चैतन्य असतं झाडांच्या मुळांमध्ये. जमिनीमध्ये ती मुळं स्वत:ला अंधारात

गाडून घेतात, खोलवर जातात. लांबवर पसरतात. जमिनीकडून जीवनरस घेतात, तो तसाच्या तसा फुलाफळांपर्यंत पोचवतात. चैतन्याचं स्थिर स्वरूप पाह्यचं असेल, तर लाखो झाडं पाहावीत. एक झाड दुसऱ्यासारखं दिसणार नाही. चैतन्याच्या विविध रूपांचा अंतिम साक्षात्कार म्हणजे वृक्षराजी. स्वत:ची जागा न सोडता ती जगाला किती देतात, याला गणना नाही.

'अनंत हस्ते कमलावराने। देता किती घेशील दो कराने' म्हणजे नेमकं काय? पृथ्वीतलावरची संख्येत न मांडता येणारी असंख्य झाडं हेच परमेश्वराचे हात. पण हे झालं स्थिर रूप. सर्वत्र संचार करणारं चैतन्याचं दुसरं रूप पाह्यचं असेल, तर माणसांकडं पाहावं. आकाशात विहार करणारं चैतन्य म्हणजे पक्षी. म्हणूनच प्रत्येक जिता, जागता माणूस सगळ्या निसर्गाशी जोडला गेला आहे. त्यांतला एखादाच माणूस वेगळा का होतो?

एम्.डी. हाही एक वृक्षच.

अंजायनाचा त्रास सुरू झाल्यापासून अनेक डॉक्टरांनी आणि मित्रांनी, मला चालण्याचा व्यायाम कर, म्हणून सांगितलं आहे. त्यामुळं हार्टची ताकद हळूहळू वाढते. हे बौद्धिक पातळीवर पटलेलं असूनसुद्धा, मी अर्धा किलोमीटरसुद्धा चालत नाही. माझ्यापेक्षा बारा-तेरा वर्षांनी ज्येष्ठ असलेल्या एम्.डीं.नी डॉक्टरांचा सल्ला शिरोधार्य मानून तो कृतीमध्ये उतरविला. स्वत:चं घर स्वयंपाकघराच्या ओट्यापासून, रोज भांडी स्वत: घासून, घर आरशासारखं लख्खं ठेवलं आहे. हे तर एम्.डी. कितीतरी वर्षं करीत आहेत. या समोर बसलेल्या वटवृक्षाची मुळं किती खोलवर, किती लांबवर, आणि जीवनरस शोषण्यासाठी कुठं कुठं पोचली असतील याचा विचार करीत मी त्यांच्याकडं पाहत राहिलो. आता माझं लक्ष समोरच्या वृक्षापेक्षासुद्धा, माथ्यापासून पायाकडं वळलं. मनातल्या मनात मी नतमस्तक झालो होतो, पण आता लक्ष पायांपेक्षाही जमिनीमध्ये गेलेल्या मुळांकडे जाऊ लागलं. एकएक मुळी पकडायची आणि तिचं शेवटचं टोक कुठपर्यंत गेलंय् हे पाह्यचं, अशा भावनेनं मी पाहत राहिलो.

एम्.डीं.नी शिपायातर्फे सगळ्या शिक्षकांना ऑफिसमध्ये बोलावलं. परिस्थिती नाजूक होती. कुशलतेनं हाताळायला हवी होती. अशाच एका, अति खोलवर गेलेल्या मुळानं योग्य क्षणी जाणीव दिली. एम्.डी. आपल्या आईला आक्का म्हणत असत, आक्काकडून झालेला पहिलावहिला संस्कार एम्.डीं.ना आठवला. 'संस्काराची बीजं' हा शब्द उच्चारला, म्हणजे आपण खोल मनोभूमी डोळ्यांसमोर आणतो. ही मनोभूमी नेमकी कुठं असते? ज्ञानेश्वरीतल्या संकल्पनेप्रमाणे वृक्षाच्या शाखा जमिनीकडं आणि मुळं आकाशाकडं असतात. मेंदूतल्या असंख्य पेशी हीच ती मुळं. त्यांपैकी कोणत्या तरी पेशीनं, आक्कानं लहानपणी केलेल्या एका

संस्काराचं स्मरण करून दिलं. आक्का म्हणायची,
'माधवा, या समाजात वावरायचं, म्हणजे तारेवरची कसरत आहे आणि याच समाजाकडून काही काम करून घ्यायचं असेल तर, एक तत्त्व लक्षात ठेव. डोक्यावर बर्फ हवा आणि जिभेवर मध.'
एम्.डीं.च्या डोळ्यांसमोर या क्षणी डी.एस्. हायस्कूलचं पहिलंवहिलं स्वरूप उभं राहिलं. शाळा अगदी लहान होती. लहान म्हणजे वर्षाच्या प्रारंभी एकच विद्यार्थी, नंतर सहा, आणि वर्ष संपेपर्यंत पटावरची संख्या होती सोळा. शाळेला स्वत:ची इमारत नव्हती. देशपांडे नावाचे एक गृहस्थ, ते एम., एस्.सी. ए.आय्.एस्.सी. होते. याच डिग्रीला नंतर पीएच.डी.चा दर्जा मिळाला. या देशपांड्यांना मोत्यांची उत्कृष्ट पारख होती. स्पीकर मावळणकर यांच्या परिचयातले हे गृहस्थ. त्यांनी देशपांड्यांना बोलावून घेतलं. पण मोत्यांची पारख वगैरे व्यवसायात हा प्राणी रमला नाही. या माणसाचं एक तत्त्व होतं. ते तत्व हाच एम्.डी.चा एक संस्कार झाला. देशपांडे म्हणत,
'आपण कुणाचेही नोकर व्हायचं नाही. पण हाताखाली नोकर ठेवायचे. आपण जेवण देणारे व्हायचं. दुसऱ्यासमोर थाळी पसरणारं व्हायचं नाही.'
एवढ्यासाठी या माणसानं स्वत:ची रॉ मटीरियलची धारावीमध्ये छोटी फॅक्टरी काढली. त्यासाठी लागणारी कोळशाची पोती ते स्वत: शीव स्टेशनपासून धारावीच्या काळ्या किल्ल्यापर्यंत पाठीवरून वाहून आणत असत. शीव विभागात शाळा नाही, म्हणून त्यांनी स्वत: स्वत:च्याच घरात शाळा सुरू केली. आपल्या घरातलं सामान त्यांनी शाळेसाठी वापरलं. पण शाळेच्या सामानाचा घरासाठी उपयोग केला नाही. देशपांड्यांची पत्नी सगळ्या शाळेची माता झाली. जोगळेकर नावाच्या गृहस्थांकडून शाळेसाठी फक्त दोन खोल्या घेण्यात आल्या आणि तिथं ही सोळा मुलांची शाळा झोकात सुरू झाली. शाळेत काही ना काही संस्कार होतात. किंबहुना शिक्षणाबरोबरच शाळेनं संस्कार करावेत, ही अपेक्षा असते. त्या काळात शिक्षणाबरोबरच संस्कार नकळतपणे कसे होत गेले, हे त्या पिढीला कळलंसुद्धा नाही. हे सगळं १९३९ सालातलं. संस्कारावरूनच शिक्षण नक्की झालं आहे, याचं प्रत्यंतर येणारा तो काळ. आज फक्त शिक्षण मिळतं. तेही पाट्या टाकल्याप्रमाणे. आपण शाळेत जाऊन 'पाट्या' टाकतो, असं सांगताना आजच्या शिक्षकांनाही काही वाटत नाही. संस्कार म्हणजे काय, याचीच नवीन व्याख्या करायचा काळ आला आहे.
त्या काळात एका प्रसंगानं एम्.डी. अंतर्बाह्य हेलावून गेले होते. एम्.डीं.चं ड्राइंग चांगलं होतं, त्याचबरोबर अमरावतीचा फिजिकल ट्रेनिंगचा कोर्सही झाला होता. कष्टाच्या प्रमाणात आपल्याला प्राप्ती होते का, हा हिशेब करणारा तो काळ नव्हता. किंबहुना उदरनिर्वाहापुरता पैसा मिळाला, म्हणजे उरलेला समाजकार्याकरिता, हाच

विचारवंतावर झालेला संस्कार होता. खुद्द देशपांडेसुद्धा स्वत: कोळशाची पोती पाठीवर वाहूनसुद्धा उरलेला पैसा नुसताच शाळेसाठी खर्च करत नसून, त्यातूनही जे वाचेल, त्याचा दानधर्मासाठीच विनियोग करीत. कर्तव्य, निष्ठा हे शब्द आपण केवळ वापरतो. पण मेंदू बधिर होईल, असा प्रसंग एम.डी.ना प्रत्यक्ष पाह्यला मिळाला.

नेहमीप्रमाणे शाळेचे वर्ग चालू होते. एम्.डीं.चा तास संपला होता, अधूनमधून देशपांडेही वर्ग घेत असत. एम्.डीं.कडे ड्रॉईंग आणि फिजिकल ट्रेनिंग, शाळेचं उरलेलं काम या व्यतिरिक्त जास्त काम नव्हतं. एस्.टी.सी.चा शिक्षणक्रम पूर्ण झाला नव्हता. पुष्कळशी जबाबदारी देशपांड्यांवरच होती. तास संपल्याचा टोल पडला. एम्.डी. देशपांड्यांकडं गेले. समोरचं दृश्य पाहून त्यांच्या डोळ्यांसमोर काजवे चमकले. देशपांड्यांच्या मांडीवर त्यांचा दीड-दोन वर्षांचा मुलगा, आणि देशपांड्यांचा मुलगा हे जग सोडून गेला होता. त्यांनी एम्.डीं.कडं पाहिलं. शांतपणे डोळे पुसले. मुलाचं प्रेत शेजारच्या चटईवर ठेवलं. कपडे सारखे करत ते उठले आणि एम.डीं.ना म्हणाले,

'चला, वर्गावर जाऊ.'

नेहमीचे तास देशपांड्यांनी नेहमीच्याच शांत चित्तानं, धीरगंभीर आवाजात घेतले. शाळा संपल्याची घंटा झाली. त्यानंतर त्यांनी मुलाचे अंत्यसंस्कार पार पाडले. स्मशानभूमीत पोटच्या मुलाचं दफन झालं, आणि देशपांडे कोसळले. त्यांच्या खांद्यावर हात ठेवीत एम.डी. म्हणाले,

'स्वत:चा मुलगा गेला, हे समजूनसुद्धा, 'केसरी'चा राहिलेला अग्रलेख शांतपणे संपवून टिळक घरी गेले. हे साऱ्या महाराष्ट्राला माहीत आहे. तुमच्यासारखे टिळक किती आहेत, हे महाराष्ट्राला जरी समजलं नाही, तरी आज मी प्रत्यक्ष त्यांचं दर्शन घेतोय्.'

हुंदक्यांना आवर घालत देशपांडे म्हणाले,

'टिळक घडवण्याचं काम शिक्षकांचं आहे.'

एम्.डी. भानावर आले.

शाळेतला शिक्षक-वर्ग समोर उभा होता. एम.डीं.नी शिपायातर्फे सगळ्यांसाठी खुर्च्या मागवल्या. तरीही काही शिक्षक संकोचापोटी उभेच होते.

'बसा.'

तरी शिक्षक उभेच होते.

'आपण सगळे सहकारी आहोत. आता या माझ्या ऑफिसात ज्येष्ठ आणि कनिष्ठ असं कोणीही नाही. ही संस्था आपल्या सगळ्यांची आहे. आणि त्यातही माझ्यापेक्षा तुमची जास्त आहे. भीडभाड न ठेवता मोकळेपणानं बोला.'

कुणी तरी एकानं प्रारंभ केला.

'तुम्ही वर्गावर्गांतून मायक्रोफोन बसवलेत, हे प्रशस्त वाटत नाही.''
'तुम्हांला स्वत:ला, की सगळ्यांना?'
एम.डीं.नी हा प्रश्न इतक्या सौम्य आवाजात विचारला की, त्याबरोबर बऱ्याच जणांनी मोकळा श्वास घेतला. ज्येष्ठ-कनिष्ठ भाव पुसला गेला. वादविवाद करण्याच्या तयारीनं आलेल्या काही शिक्षकांची हवाच गेली. तरीही दोन-तीन आखडलेले चेहरे होतेच. त्यांच्यापैकी एकजण म्हणाला,
'आम्हांला कुणालाच हे पसंत नाही.'
'हरकत नाही. प्रत्येकाला आपली स्वत:ची मतं हवीतच. तुम्ही तुमचे विचार मोकळेपणानं सांगा, आणि तसं करताना सहकाराची भावना विसरू नका.'
'आमच्या स्वातंत्र्यावर हा घाला आहे.'
'स्वातंत्र्याची व्याख्या स्पष्ट कराल का?'
''आम्हांला शिकवताना मोकळेपणा वाटणार नाही.'
दुसरा एकजण म्हणाला,
'हे असे मायक्रोफोन बसवणं म्हणजे आमच्यावर अविश्वास प्रकट करण्यासारखं आहे.'
एम.डीं.नी शांतपणे विचारले,
'तुमच्यापैकी प्रत्येकाचं हेच मत आहे हे मी समजू का?'
सगळे गप्प.
'तुम्ही तुमची मतं आणखी मोकळेपणानं मांडलीत, तर ते संस्थेच्या दृष्टीनं फायद्याचं होईल. आपल्या सर्वांच्यामध्ये जेवढा मोकळा संवाद होईल, तेवढं आपलं काम सोप होईल. डी.एस्. हायस्कूलच्या कोणत्याही शिक्षकाला तिऱ्हाईत माणसानं काहीही विचारलं, तरीही संस्थेच्या संदर्भात प्रत्येकाचं मत एकच असणं हे धोरण आपल्यात हवं. वैयक्तिक मतं वेगळी असू शकतात, क्वचित मतभेदही असू शकतो. पण संस्था चालवायची, असं एकदा मान्य केलं, म्हणजे सगळ्यांचा सूर एकच हवा. आपण सर्वांनी मिळून तो ठरवू या. यात आपण यशस्वी ठरलो, तर आपला काम करायचा हुरूप वाढेल, आणि शाळेबद्दल जनमत चांगलं होईल. वर्गावर्गांतून मायक्रोफोन बसवण्याचा माझा हेतू ऐकून घ्यायला तुम्हांला आवडेल का?'
एवढ्या आर्जवी स्वरात एम्.डीं.नी विचारल्यावर सगळे शिक्षक विरघळलेच. प्रत्येकाच्या चेहऱ्यावर संमतीच दिसली.
'ऐका, तुम्ही प्रत्येकजण आपापल्या वर्गात वर्गशिक्षक आहात. तुमच्यावर सुद्धा कुणीतरी हुकुमत गाजवणारा आहे, हे विद्यार्थ्यांना समजता कामा नये. शाळेची पाहाणी करण्याकरीता मी जेव्हा फेरी घेईन, तेव्हा माझा मान राखण्यासाठी तुम्ही

उठून उभे राहाल. आपल्या वर्गशिक्षकांनाही, कुणासमोर उभं राहावं लागतं. हे तुमच्या विद्यार्थ्यांना समजणं योग्य नाही. आपले वर्गशिक्षक हेच एकमेवाद्वितीय आहेत. अशी जरब विद्यार्थ्यांच्यामध्ये निर्माण होणं आवश्यक आहे. म्हणूनच, तुमच्या स्वातंत्र्यावर हा घाला नसून, हे तुम्हांला दिलेलं पूर्ण स्वातंत्र्य आहे. पण त्याच वेळेला तुम्हांला शिकवताना काही अडचणी येत नाहीत ना, वर्गातली मुलं तुम्हांला छळत नाहीत ना, हे मला समजणं आवश्यक आहे. इतर शाळांपेक्षा आपली शाळा वेगळी आहे. इथं धारावीची मुलं जास्त आहेत, मागासलेली आहेत, काहीशी गुंड प्रवृत्तीची आहेत. प्रत्यक्ष वर्गात तुमचाही मान राखला जाईल आणि मलाही सगळ्या वर्गांतून काय घडतंय् हे समजेल. एवढ्यासाठी ही योजना. तुम्ही त्याला संशयाचं रूप देऊ नका. मी तुम्हांला माझ्या हाता-खालचं न मानता माझे सहकारी मानतो. संशयाने माणूस माणसापासून दूर जातो. विश्वासानं जवळ येतो. आणि विश्वास संपादन करण्याचं माध्यम एकच आहे, ते म्हणजे संवाद. तुम्ही माझी दहशत बाळगू नका, आणि विद्यार्थ्यांना तुमच्याबद्दल तसं वाटू देऊ नका. धाक हवा, पण दहशत नको.''

सगळे शिक्षक समाधानानं निघून गेले.

'डोक्यावर बर्फ आणि जिभेवर मध' हे लहानपणीच ठसवणाऱ्या आक्काला एम्.डीं.नी मनातल्या मनात नमस्कार केला.

शाळेतला शिपाई दोन विद्यार्थ्यांच्या माना पकडून एम्.डीं.समोर येऊन उभा राहिला.

''काय शंकर, काय प्रकार आहे?''

दोन मुलांपैकी एकाकडं बोट करत शंकर म्हणाला,

'यानं साहेब चोरी केली.'

त्याचं वाक्य पूर्ण व्हायच्या आत आरोपी ठरलेल्या मुलानं स्वत:च्या गळ्याला चिमटा घेत म्हटलं.

'नाही, सर. मी चोरी केली नाही. झोपडीत राहतो. याचा अर्थ मी चोर नाही.'

एम्.डी.नी शिपायाला बाहेर जायला सांगितल, आणि दोघांकडं पाहत ते म्हणाले,

'तुमची नावं सांगा.'

'माझं नाव गुरव.'

दुसरा म्हणाला. 'मी पाटील.'

'तुझं पेन गुरवनंच चोरलं ह्याबद्दल तुझी खात्री आहे?'

त्यानं मान हलवली.

'तू असं कशावरून म्हणतोस?'

'ह्यानं दोन-तीन वेळा माझं पेन बघायला मागितलं. एक-दोन वेळेला लिहायलापण

घेतलं. नक्की ह्यानंच घेतलंय्. मला सापडत नाहीये आणि तो कबूल करत नाहीये.'

दोन मिनिट विचार करून एम्.डी. म्हणाले,

'आता तुम्ही दोघही वर्गावर जा. संध्याकाळी शाळा सुटल्यावर मला भेटायला या.'

ती दोघं निघून गेली.

एम्.डी. नी वर्गशिक्षकांना बोलावून घेतलं.

'बसा. गुरव आणि पाटील, दोन्ही विद्यार्थ्यांना तुम्ही ओळखता का?'

'ओळखतो, रोजच पाहतो त्यांना.''

'गुरव राहतो कुठे?'

'इथंच धारावीत.'

'आणि पाटील?'

'चुनाभट्टीला राहत असावा.'

'तो चुनाभट्टीहून येतो कसा?'

'कधी कधी मी त्याला गाडीतून येताना पाहिलंय्. तुम्ही फाऊंटनपेनच्या संदर्भात विचारताय् का?'

'हो'

'पाटीलकडं दर दहा-बारा दिवसांनं नवं पेन दिसतं.''

'ठीक आहे, तुम्ही जाऊ शकता.'

शाळा सुटल्यानंतर एम्.डी.नी फक्त गुरवलाच ऑफिसमध्ये बोलावलं.

गुरव समोर येऊन उभा राहिला.

'ये, घाबरू नकोस. मी तुला काहीही करत नाही.'

एम्.डी.कडं सरळ पाहत गुरव म्हणाला,

'मी चोरी केलेली नाही. मी कशाला घाबरू?'

गुरवच्या निर्मळ आणि स्वच्छ डोळ्यांकडं पाहत असतानाच एम्.डी. भूतकाळात गेले.

डोळ्यांसमोर औंध संस्थान आलं. ज्याप्रमाणे औंध संस्थानाचे महाराज डोळ्यांसमोर आले. त्याप्रमाणे हाडाची काडं झालेली आक्कासुद्धा. एखादी व्यक्ती चोवीस तासांत जास्तीत जास्त किती कष्ट करू शकते, ह्याचं मूर्तिमंत उदाहरण म्हणजे आक्का. राजवाड्यावर स्वयंपाकघरात पडेल ते काम करायचंच, पण मुख्य काम भाकऱ्या बडवणं हे. तीन-तीन चार-चार पायलींच्या भाकऱ्या सकाळ-संध्याकाळ कराव्या लागत असत. त्या भाकऱ्यांची चवड उभी केली, की त्यांच्यामागे आक्का दिसेनाशीच व्हायची. दोन वेळचं जेवण आणि पगार महिना पाच रुपये. राजवाड्यावर जेवण्यापेक्षा, नेमून दिलेला शिधा घरी नेण्याची आक्कानं परवानगी मागितली.

आपल्याबरोबर आपल्या मुलांची जेवणाची एक वेळची तरी सोय त्यातून व्हावी, हा हेतू. थकून भागून घरी आलेल्या आक्काच्या अंगात भूक लागलेली असूनसुद्धा जेवायचं त्राण नसायचं. राजवाड्यावरच्या मुलांबरोबर संध्याकाळी खेळणं ही नित्याची बाब होती. तेरा-चौदा वर्षांचं वय. सगळीच परिचयाची. पण बड्या घरची. एके दिवशी ध्यानीमनी नसताना वाड्यावरच्या चार-पाच मुलांनी एम्.डी.नी आवळे चोरले- असा आरोप केला. इतर मुलांनी सूरात सूर मिसळून एम. डी. ना धारेवर धरलं.

'मी गरीब आहे पण लाचार नाही' असं खणखणीत उत्तर देऊन त्या क्षणापासून एम्.डी. नी त्या मुलांशी खेळणं बंद केलं.

दुसऱ्या दिवशी त्याच सगळ्या मुलांनी एम्.डीं.ना घेराव घालून खेळात भाग घेण्यासाठी मनधरणी सुरू केली. 'आम्ही गमतीने म्हणालो, तुझी चेष्टा केली, एवढं काय मनावर घेतो.' असे नाना प्रकारचे युक्तिवाद सुरू झाले. लाठी, बोथाटी, दांडपट्ट्यानं डोक्यावरचं लिंबू कापणं, सायकलच्या रिमला रॉकेलमध्ये भिजवलेली फडकी बांधून, ती पेटवल्यावर तीतून उडी घेणं, नेमबाजी, भालाफेक अशा कितीतरी खेळांत ते वाकबगार होते. दहा-बारा मुलांचा घोळका एकत्र झालेला, आणि त्यांच्यासमोर एकटे एम्.डी. त्याही परिस्थिती मध्ये एम्.डी.ना समोर नेहमीचे सवंगडी दिसत नव्हते. त्यांच्या डोळ्यांसमोर होती आक्का.

वाड्यावर रोज भरपूर दूधदुभतं वापरलं जात असे. दूध तापवून झाल्यावर, त्याची खरवड घरी न्यायची राजवाड्यातर्फे परवानगी होती. ती खरवड घरी आणण्याकरिता आक्कानं वाड्यावरच्या एकाही भांड्याचा कधीही वापर केला नाही. नऊवारी साडीमध्ये ओच्यामधून लहानसहान वस्तू पळवणं काहीच अवघड नाही, वाड्यावरच्या रक्षकांना शंकेला जागा राहू नये, म्हणून आक्का साडीही वेगळ्या पद्धतीनं नेसत असे. कासोटा घातला नाही, की ओचा घेण्याचीही आवश्यकता नाही. इतकंच नव्हे, तर दुधाची खरवड घरी आणण्यासाठी ती रोज नारळाच्या करवंट्या वापरत असे. लबाड माणसांकडं ज्याप्रमाणे काणाडोळा करण्याचा रिवाज पडतो. त्याचप्रमाणे पहारेकरीही सच्च्या दिलाचा असेल, तर प्रामाणिक माणसंही त्याच्या नजरेतून सुटत नाहीत. म्हणूनच वाड्यावर स्वयंपाकासाठी जितक्या बायका होत्या, त्यांच्यात आक्काचं स्थान वेगळं होतं. राणीसाहेब आक्काला बगूताई ह्या नावानं ओळखत असत. पाकशास्त्राप्रमाणेच आक्कांचा उत्तम सुईण म्हणून पण लौकिक होता.

भाकऱ्यांच्या गराड्यात नेहमीप्रमाणे दंग असलेल्या आक्कांना, राणीसाहेबांकडून अशाच एका अडलेल्या, जातीनं महार असलेल्या बाईची सुटका करण्यासाठी बोलावणं आलं. प्रत्येक सरकारी अर्जावर जात लिहिण्याची, आजच्यासारखी ढोंगी प्रथा त्या काळात नव्हती. जातीपातीला महत्त्व होतं, ते सरळ सरळ. आज केवळ

नाम के वास्ते निधर्मी राज्याचा डांगोरा पिटला जातो. पण अडलेली बाई ही अडलेली बाई, त्या क्षणी जातीचा विधिनिषेध नव्हता. 'हातांतलं काम टाकून येऊ कशी?' असा बगूताईंनी राणीसाहेबांना निरोप पाठवला. बंदा रुपया कोणता? हे जाणण्याची पारख राणीसाहेबांकडे होती. त्या स्वत: मुदपाक खान्यात आल्या आणि बगूताईंना म्हणाल्या,

'तुझं काम कुणीही करील. तू पळ. तिची सुटका कर.' केवळ संकटंच दबा धरून बसतात आणि एकाच वेळी हल्ला करतात, असं नाही. संस्कारांचही तसंच असतं. खेळण्या-बागडण्यात पुन्हा सामील करून घेण्यासाठी समोर जी मुलं उभी होती. त्यांच्याकडं पाहताना आपल्या आक्काचं वेगळेपण एम्.डी.ना जाणवलं.

'इथून पुढं मला तुमच्यात कधीही खेळायला बोलावू नका.'

खुद्द महाराजांच्या नातवानं गळ घातली. पण एम्.डी.चा निर्धार कायम राहिला. आपल्यापेक्षा श्रीमंत असलेल्या मुलांबरोबर कधीही खेळायचं नाही, आणि त्यांच्यात कधीही सामील व्हायचं नाही, हे त्याच क्षणी मनात पक्कं झालं.

निर्भीड मन निष्कपटी असतं आणि नजर स्वच्छ असते.

समोर बसलेल्या गुरवच्या डोळ्यांत तोच भाव दिसला.

दुसऱ्या दिवशी एम्.डी.नी वर्गशिक्षकांना बोलावून घेतलं. ते त्यांना म्हणाले,

'विद्यार्थ्यांच्या लक्षात येणार नाही, अशा धोरणानं त्यांच्या बसण्याच्या जागा बदला. ह्या जागा बदलताना, साधारणपणे त्यांची आर्थिक परिस्थिती लक्षात घेऊन हे काम करा. आणि अशाच तऱ्हेच्या सूचना इतर वर्गशिक्षकांना द्या. बाकावरच्या जोड्या मुद्दाम फोडल्या आहेत, असं दर्शवू नका.'

वर्गशिक्षक म्हणाले,

'असं केलं तर, विद्यार्थ्यांमधील विषमता वाढणार नाही का?'

एम्.डी. म्हणाले,

'बाल्य निष्पाप, निरागस असतं, पण प्रत्येक मूल वेगळं असतं.'

त्याप्रमाणे योजना करण्यात आली.

आणि आश्चर्य म्हणजे, त्यानंतर चार दिवसांनी पाटीलचं फाऊंटन पेन पटांगणात सापडलं.

पाटीलनं हे आपणाहून कुणालाच सांगितलं नाही.

प्रत्येक मूल वेगळं असतं हेच खरं.

पोलिस कॅम्पमध्ये राजीनामा देऊन एम्.डी. खोलीवर परत आले. औंध संस्थानचे रावबहादूर पटवर्धन एम्.डी.ना ओळखत होते. लाठीचे हात, बोथाटी, दांडपट्टा, नेमबाजी आणि विद्यार्थी आणि विद्यार्थिनी ह्यांच्याकडून कवायत करून घेणं,

ह्यातली एम्.डी.ची कुशलता पटवर्धनांनी पारखली होती. त्याहीपेक्षा एम्.डीं.च्या एका गुणावर ते मनापासून खूष होते. संस्थानिक म्हटले म्हणजे ते 'लहरी' शब्दाचं आणखी एक रूप. मर्जी बसली ,म्हणजे किती? ह्याला मोजमाप नाही. आणि ती खफा झाली, म्हणजे का? ह्याला उत्तर नाही. बगूताईंनी आणि एम्.डीं.नी जीवाचं रान केलं तरी सुद्धा एका क्षणात ते शून्यवत ठरलं. पोलिस किंवा लष्कर ह्यात भरती व्हावं हे एम्.डीं.चं एक स्वप्न होतं. फार कशाल, आपण वैमानिक सुद्धा व्हावं, एवढं त्यांच्या मनाचं आकाश विशाल होतं.

पोलिसात भरती होण्यासाठी पटवर्धनांनी शिफारस पत्र लिहून दिलं. नायगावला जाऊन एम्.डीं.नी ते पत्र सादर केलं. प्रवेश त्याच क्षणी मिळाला. दुसऱ्या दिवसापासून परेड सुरू झाली. दोन वेळेला शाळांचे तास आणि वेळापत्रकाप्रमाणे परेड, ह्याची विभागणी झाली. कष्टांना न घाबरणारा देह दोन्ही टोकं जोडण्यासाठी झटू लागला. परेड हा प्रकार मुळातच त्यांना नवा नाही. पण परेड प्रमुख-ज्यांना मास्तर म्हणतात– त्यांचा एक हुकूम ऐकून एम्.डी. गडबडले. मास्तरांनी हुकूम दिला.

''चांज द स्टेप्स.''

कवायत संपल्यानंतर एम्.डी. मास्तरांसमोर उभे राहिले आणि नम्रपणे म्हणाले, 'सर, चांज द स्टेप्स असं म्हणायचं नाही. हा चुकीचा उच्चार आहे. चेंज द स्टेप्स असं म्हणा.'

गुर्मीत प्रश्न आला.

''मला शिकवणारा तू कोण?''

एवढ्यावर भागतं, तर ठीक. पण मास्तरांनी आईमाई उद्धारून शब्दांमध्ये मांडता येणार नाही, इतकी अवहेलना केली.

'तुम्ही मला एकवेळ छडीनं फोडून काढलं, तरी चालेल, माझ्या आईबद्दल बोललेलं मला खपणार नाही.''

सुज्ञ माणसं समोरच्या व्यक्तीच्या मनांतला आशय ओळखतात. स्वत:ला सावरतात, पण युनिफॉर्मची मस्ती वेगळीच असते. कोणताही युनिफॉर्म अंगावर चढवला, म्हणजे आतला माणूस नष्ट होतो, उरते फक्त गुर्मी. ह्याच अर्थानं आर्मी आणि गुर्मी ह्यांत किती साम्य आहे ते कळतं. समोरच्या माणसाला जे शब्द खटकतात, त्याच शब्दांत त्याची संभावना करायची एवढंच युनिफॉर्ममधल्या माणसाला माहिती असतं. आई वरून बोललेलं खपत नाही. हे एम्.डीं.नीच त्याला सांगितलं. त्यामुळं कोणत्या शब्दांत अपमान करायचा ह्याची आखणीही त्या युनिफॉर्मनं तयार केली. नको नको त्या शब्दांत एम्.डी.च्या आईवर यथेच्छ तोंडसुख घेतलं. तिथल्या तिथं राजीनामा देऊन एम्.डी. खोलीवर परतले. भरती झाल्यावर अवघ्या चोवीस

तासांच्या आत.

एम्.डी.च्या पाठोपाठ त्यांचा मित्र त्यांच्या खोलीत आला.

'एम्.डी. अरे, पोलिस खात्यात हे नेहमीच चालतं. त्या माणसाची पातळी तेवढीच असते, हे एक आणि एम्.डी. एक लक्षात ठेव, ज्याच्या जवळ देण्यासारखं जे असतं, तेच तो दुसऱ्याला देऊ शकतो.'

'आपल्याला स्वीकारणं आणि नाकारणं हा चॉईस असतो, वाट्टेल ते होवो, माझ्या आयुष्यात मी कुठलाही अपमान सहन करीन, माझी चूक नसतानाही कुणाचे पाय धरायची वेळ आली, तर तेही करीन. आई म्हणजे माझं सर्वस्व आहे.'

'प्रत्येक मुलाची तशीच भावना असते.'

'मान्य. पण, पराडकर, त्यातही एक फरक आहे. अगदी बालवयापासून ज्या मुलाचं लक्ष आईकडं काटेकोरपणानं असतं. त्याच्या भावना फार तीव्र असतात. आपल्या मुलासाठी प्रत्येक आई खस्ता काढतेच. तसं करताना अनेकांना इतरांची मदत होते. माझी आई बाजी प्रभू देशपांड्यांप्रमाणे आयुष्यभर एकटी खिंड लढवत राहिली. वडील कॉलऱ्यानं गेले. मरण ह्या शब्दाचा अर्थही मला तेव्हा माहीत नव्हता. माझ्या वयानुसार मला चिंता एकच, 'आता अभ्यासासाठी वह्या, पुस्तकं कोण आणणार?' एवढी पोरकट समस्या माझ्यासमोर होती. वडील म्हणजे सगळ्या परिवाराचं छत्र, हे समजण्याचं ते वय नव्हतं, इथून आमच्या आक्काची परवड सुरू झाली. माणसारखा तालुका. त्यातलं कुकुडवाड खेडं. अरे, पराडकर, नदीवर धुणं धुवायला जायची सुद्धा चोरी.'

'का?'

'बाज्या आणि बैज्या नावाचे दरोडेखोर तिथं राजरोस अंघोळीला यायचे, त्यांना पाहून आमची आक्का धुणं टाकून पळत सुटली. आणि आश्चर्य म्हणजे, दोघं रामोशी समोर येऊन उभे राहिले आक्काला हात जोडत ते म्हणाले, 'ताई, आम्ही दरवडे घालतो. आमचा तो धंदा आहे. पण आम्ही तुमच्या केसाला धक्का लावणार नाही. आम्हाला घाबरून जाऊ नका.'

अक्कानं थरथरत्या हातांनी काम संपवलं. मध्ये आठच दिवस गेले. आणि तेच रामोशी अपरात्री घरात घुसले. आक्काची वाचाच बसली, पण पुन्हा हात जोडीत ते म्हणाले, 'ताई, दरोडा घालून आलो, पण तुमच्याकडे जेवायला आलो. खूप भूक लागलीय्. भाकरी वाढा.'

'अवघ्या पाच रुपये मासिक पगारात श्रीमंताच्या घरी, सकाळ-संध्याकाळ तीन तीन पायलींच्या भाकऱ्या बडवणाऱ्या आईला हे काम म्हणजे काहीच नाही. पण, पराडकर, कल्पना कर. राजवाड्यावरचं वातावरण डोळ्यांसमोर आण, आणि घरात दरोडेखोर जेवायला मागत आहेत, हे दृश्य समोर आण.'

'ग्रेट आहे.'

''ग्रेट आहे, ते याच्या पुढेच. माझ्या वडिलांना गावी जायचं होतं, त्यावेळेस सगळा प्रवास पायीच असायचा, वडील रात्रीतून निघाले. वाटेत रामोश्यांनी गाठलं.'

'आम्ही तुमच्या घरचं मीठ खाल्लंय्, रात्रीचे एकट्यानं प्रवास करू नका.'

'असं म्हणत त्या दोन रामोश्यांनी वडिलांना शेवटपर्यंत सोबत केली. 'मिठाला जागणं' म्हणजे काय? हे मला माझ्या वयाच्या कितव्या वर्षी समजलं, ह्याची कल्पना कर.'

पराडकर सुन्न होऊन ऐकत होता.

आणखी एक संस्कार– संस्कार म्हणण्यापेक्षा एक हृदयद्रावक प्रसंग मी आजही विसरू शकत नाही. वडील अचानक गेले. मरणाची भीषणता त्या वयात जाणवली नाही. पण आपल्या जित्या–जागत्या आईचं केशवपन करत असताना तिनं फोडलेला टाहो आजही कानांत घुमतो. आपल्या हक्काचं आपल्यापासून कुणी काहीतरी हिरावून घेत आहे, ह्यामागच्या यातना काय असतात? हे तेव्हा समजलं. हिरावून घेणारी मग ती व्यक्ती असो, रूढी असो. नियती असो, माणसाला वाकावं लागतंच. तेव्हापासून आईला कुणीही नावं ठेवली की, तो आक्रोश मनात घुमायला लागतो. माझ्या जगात आई ह्या शब्दाला परमेश्वरापेक्षा वरचं स्थान आहे. आजही स्वत:च्या आईचा तिच्याच जिवावर जगून तिचा उपमर्द करणारी मुलं पाहिली, म्हणजे त्यांना कळवळून सांगावंसं वाटतं, आई शब्द तयार तरी कसा झाला, याचा विचार करा. पराडकर, आई ह्या शब्दाची माझी धारणा अशी आहे, ह्या शब्दातला आ म्हणजे आकाश आणि ई म्हणजे ईश्वर.'

एम्.डी. मला प्रथम कधी भेटले, तो दिवस आठवणं अशक्य आहे.

आपल्याला कोणी ना कोणी सतत भेटतच असतं. पण जी व्यक्ती आपल्यावर वेगळा ठसा उमटवते, स्वत:च्या आणि त्यांच्या जीवनमूल्यांची तुलना करायला लावते, त्या व्यक्तीची पहिली भेट कधी झाली, त्या तारखेबद्दल नंतर तपशील हवाहवासा वाटतो. त्या व्यक्तीचे गुण आचरणामध्ये आणणं शक्य नसतं. कारण तोपर्यंत आपलाही एक छोटासा वृक्ष झालेला असतो. अंगातल्या धमन्यांना स्वत:चं कायमचं वळण लागलेलं असतं. समोरच्या माणसाची कोणती तत्त्वं आपल्याला झेपणार नाहीत, ह्याचा त्याच क्षणी अंदाज येतो. त्यांपैकी काही उपक्रम आपण प्रारंभ करून सोडून दिलेले असतात. म्हणूनच आपण अर्ध्यावर सोडलेल्या चांगल्या गोष्टी, समोरच्या व्यक्तीनं आजतागायत पालन केलेल्या आहेत, हे जाणवलं, म्हणजे उरते फक्त हळहळ. समोरची व्यक्ती आदर्शवत ठरते. पायांशी झुकणं एवढंच हातात राहतं. खरंतर, ह्या तऱ्हेने झुकणं ही शुद्ध पळवाट आहे. मोठेपणा मान्य केला, म्हणजे स्वत:च्या आचरणात बदल केला नाही, तरी चालतो, त्याचा

दाखला आहे. ह्याच कारणाकरता आपल्या देशांत पुतळ्यांची संख्या जास्त आहे. एम्.डीं.नी मला संस्कार म्हणजे काय, हे प्रत्यक्षात दाखवलं. मुळात काही ना काही संस्कार जपणं हेच सतीचं वाण आहे. त्यानंतर तो संस्कार अनेकांच्या रक्तात रुजवणं हे तर तपच आहे. डी. एस्. हायस्कूल मी त्याच कुतूहलापोटी पाहायला गेलो. प्राथमिक गप्पागोष्टी झाल्यानंतर चहापाणी झालं. बोलता-बोलता एम्.डीं.नी त्यांच्या टेबलाला लागूनच एक कंट्रोल बोर्ड होता. त्याचं एक कोणतं तरी बटण दाबलं. त्यांच्याच ऑफिसात बसवलेल्या स्पीकरवरून एका शिक्षकांचा आवाज ऐकू आला. ते वर्गाला सांगत होते. 'wheat' म्हणजे ज्वारी.'

आम्ही दोघांनी एकमेकांकडं चमकून पाहिलं, आणि तेवढ्यात मधल्या सुटीची घंटा वाजली. एम्.डी.कडं पहात मी म्हणालो,

'अजब आहे. तुम्ही आता यावर काय करणार?'

एम्.डी. नी बेल वाजवली, आणि शिपायाला सांगितलं,

'घोडके सरांना बोलावून आण.'

घोडके सर आले. एम्.डीं.नी त्यांना सन्मानानं खुर्चीवर बसायला सांगितलं. त्यांच्यासाठी चहा मागवला. शेजारज्या शेल्फातलं एक पुस्तक हातात घेत, ते पुस्तक चाळल्यासारखं करीत ते घोडके सरांना म्हणाले,

'मि. घोडके, एक काम करता का?'

घोडके सर पटकन उठले.

'समोरच्या शेल्फातली मला जरा डिक्शनरी द्या.'

घोडके सरांनी डिक्शनरी देता-देता, सहजतेनं विचारलं,

'तुम्ही सर, अस्खलित इंग्रजी बोलणार, तुम्हांला डिक्शनरी हवी, ह्याचं नवल आहे.'

तितक्याच मोकळेपणी हसतं एम्.डी. म्हणाले,

'अहो, कधी कधी अगदी साधे शब्द गोंधळ उडवतात.'

घोडके म्हणाले,

'सर, मनात काही आणू नका, शब्द साधा असेल, तर मीही कदचित अर्थ सांगू शकेन.'

एम्.डी. म्हणाले,

''तुम्ही वर्गाला इंग्लिशच शिकवता, तेव्हा तुमच्याकडूनही माझं काम होईल. फक्त मलाच अडलेला शब्द सांगताना लाज वाटते.'

'का?'

'कारण तो शब्दच फार साधा आहे.'

घोडकेसर जरा हसत हसत म्हणाले.

'जो शब्द अडतो तो साधा नसतो.'
एम्.डी. म्हणाले,
'आता wheat शब्द मनात गोंधळ निर्माण करतोय्, असं जर मी म्हणालो, तर तुम्ही मला म्हणाल, उद्या तुम्ही माझ्या वर्गात येऊन बसा.'
घोडके पटकन आत्मविश्वासानं म्हणाले,
'त्याचा अर्थ आत्ता तुम्हांला मी सांगतो- wheat म्हणजे ज्वारी.'
चेहऱ्यावर गोंधळल्यासारखा भाव दर्शवीत एम्.डी. म्हणाले,
'तरी सुद्धा डिक्शनरी आणा बुवा.'
अपेक्षेप्रमाणे डिक्शनरीत wheat म्हणजे गहू हा अर्थ सापडला. मुद्दाम मोठ्यांदा हसत एम्.डी. घोडक्यांना म्हणाले,
'घोडके, आता कुणी कुणाच्या वर्गात बसायचं, हे सांगा. इथं व्हीट म्हणजे गहू असं दिलंय्.'
घोडक्यांचा चेहरा उतरला.
तेही त्यांना भासवून न देता एम्.डी. म्हणाले,
'तुम्ही जर गफलतीनं हाच अर्थ विद्यार्थ्यांना सांगितला असेल तर तेवढा जरा बदलून घ्या.'
घोडके गेले.
एम्.डी. एवढ्यावर थांबले नाहीत. त्यांनी त्याच वर्गातील दोन-तीन विद्यार्थ्यांना वह्या घेऊन बोलावलं. मुलांनी चुकीचा अर्थ लिहून घेतलाय्, त्याची खात्री करून घेतली आणि मुलांना जायला सांगितलं.
मग मी एम्.डीं.ना विचारलं.
'मुलांच्या वहीत तुम्ही स्वत: चुकीची दुरुस्ती का केली नाहीत?'
एम्.डी. म्हणाले,
'घोडके मास्तरांची अस्मिता सांभाळायची, म्हणून. त्यांनी स्वत: उद्या स्वत:च्या तोंडाने ती चूक मान्य करावी. त्यामुळं दोन हेतू साध्य होतील. माणसांच्या हातून चूक होऊ शकते, हे घोडके सरांना कळेल आणि माझ्याकडून त्यांची विद्यार्थ्यांसमोर अवहेलना झाली नाही, ह्याची त्यांना जाणीव होईल.'
म्युनिसिपालिटीत माझं आयुष्य गेलेलं. एखाद्या ऑफिसरनं चांगलं काम केलं तर त्याचं श्रेय सगळ्या खात्याला मिळतं. पण एखाद्याच्या हातून जर चूक झाली, तर डिसिप्लिनरी ॲक्शन फक्त त्याच माणसाचा गळा पकडत येते. अशा यंत्रणेत जे खरे जबाबदार असतात. ते नेहमीच सुटतात. माझ्या मनावर हा ठसा कायमचा उमटला असल्यामुळं मी एम्.डीं.ना विचारलं,
'तुम्ही आता घोडक्यावर काही ॲक्शन घेणार का?'

एम्.डी. म्हणाले,
'ॲक्शन ह्या शब्दाची माझी धारणा वेगळी आहे. अशा माणसाची बदली करायची आणि त्याच्या तावडीतून आपण मोकळं व्हायचं. ती जबाबदारी दुसऱ्यावर सोपवायची आणि इथं केलेल्या चुका दुसरीकडं रिपीट करायची संधी द्यायची, हे मला पटत नाही. अशा माणसाची बदली करण्याऐवजी त्यांच्यातच बदल घडवून आणायचा याला मी ॲक्शन मानतो. कारण ह्या धोरणामुळं नंतर कुणाचचं नुकसान होत नाही.'
अशी जगावेगळी व्यक्ती भेटली, दुसऱ्याच्या व्यक्तिमत्त्वाचा विकास करताना दिसली, की वाटायला लागतं, ही व्यक्ती प्रथम कधी भेटली, ही तारीख लक्षात राहणं आवश्यक होतं.
एम्.डी. कडं आलेले एक गृहस्थ पायांमध्ये चपला सरकवता-सरकवता म्हणाले,
'हरामखोर, साल्यांना बडवून काढलं पाहिजे.'
एम्.डी. म्हणाले,
'तुम्ही प्रत्यक्ष तसं करा, पण तुमच्या तोंडामध्ये हे साल्या आणि हरामखोर शब्द आहेत. ते काढून टाका.'
ते गृहस्थ म्हणाले,
'जिभेवर मुरलेले हे शब्द आता ह्या वयात ते जाणार कसे?'
एम्.डी. म्हणाले,
'प्रयत्न आणि सातत्य ह्या दोन गोष्टी जवळ असल्या, तर आयुष्यात अशक्य काही नाही.'
ते गृहस्थ निघून गेले.
मी एम्.डीं.ना विचारलं,
''रागावलात?''
'शिवी ऐकली, रे, ऐकली की, माझ्या मस्तकात कळ जाते, खरोखरच ह्या गृहस्थांनी आपल्या पुतण्याचं वय न बघता, तो वयानं कितीही वाढलेला असला, तरीही त्याला, ते म्हणतात, त्याप्रमाणे फोडून काढावं, अपशब्द टाळावे.'
मी म्हणालो,
'साल्या काय किंवा हरामखोर काय, त्याचप्रमाणे च्यायला सारखा शब्द आता ऐकून ऐकून ह्या शिव्याच वाटत नाहीत.'
एम्.डी. उपहासानं म्हणाले,
'समाज पुष्कळच पुढं गेलाय्, मान्य. मी समाजाबरोबर बदलू शकत नाही, असं हवं तर म्हणा. अपशब्द तो अपशब्दच. माझ्या लहानपणी माझ्या तोंडामध्ये ह्यासारखे शब्द नव्हते, असं नाही. मी ते घालवले.'
'कसे?'

'औंधच्या महाराजांनी मला स्काऊट लीडर केलं होतं. त्या वेळेला तोंडानं काही अपशब्द गेले. तेव्हा कुणी काही बोललं नाही. पण नंतर कानांवर आलं, 'हा ब्राह्मणाचा मुलगा ना? मग ह्याच्या तोंडी हे असे शब्द?' कुठंतरी खोलवर मनापर्यंत ही टीका पोचली. स्वत:शी विचार केला. आपल्या संदर्भात आपल्या कानांवर समाजाकडून काहीही वावगं येता कामा नये, अशी मनाशी खूणगाठ बांधली.

'हे तुमचं तुम्हांलाच वाटलं? कसं काय?'

'कसं काय, हे मी तुम्हांला सांगू शकणार नाही. वाटणं ह्यालाच खर महत्त्व आहे. स्वत:चं वागणं कसंही असलं तरीही, दुसऱ्याला उपदेशाचे डोस पाजत माणसं हिंडत असतात. ज्याच्याशी जिवाभावाची मैत्री आहे, असं आपण म्हणतो, त्याची पाठ वळल्याबरोबर त्याची लगेच नालस्ती करणाऱ्यांनी समाज भरलेला आहे. अशी माणसंही इतरांना कसं वागावं, हे शिकवायला कमी करत नाहीत. म्हणूनच स्वत:मध्ये सुधारणा घडवून आणायाची असेल तर, आतूनच तो सूर उमटला पाहिजे. आपण फुलपाखरू व्हायचं, हे सुरवंटाने ठरवलं, म्हणजे तो आपणहून स्वत:भोवती कोष निर्माण करतो. स्वत:ला कैदेत बद्ध करतो. फुलपाखरू होण्यापूर्वी ही त्यानं घेतलेली छोटी समाधीच समजायची. मग त्याचं आपोआप फुलपाखरू होतं. प्रगतीचा रस्ता कोणत्याही दिशेनं जाणारा असो त्याचं प्रस्थान मनातच हवं. उपदेश लादला जातो. तर निश्चय स्वीकारलेला असतो. मी तोंडातले अपशब्द घालवले आणि तेही मित्रांच्याच मदतीन.'

'माझ्या अवतीभवती सतत असलेल्या मित्रांना मी सांगून टाकलं, माझ्या तोंडात कोणताही अपशब्द आला, म्हणजे मागचापुढचा विचार न करता मला एक सणसणीत थप्पड मारायची.'

मित्र म्हणाले,

'तुझ्यावर हात उगारणं आम्हांला जड जाईल.'

'मग एक हलकीशी चापट मारत जा.'

'मित्रांनी माझं ऐकलं. मग सतत हाच उपक्रम सुरू झाला. मी काय बोलतो, ह्याकडं माझ्यापेक्षा त्यांचं लक्ष जास्त राहू लागलं. चापट्यावर चापट्या बसू लागल्या. एक महिन्याच्या आत, माझ्या तोंडातले एकूण एक अपशब्द नाहीसे झाले. त्यानंतर आजतागायत कितीही राग आला, तरीसुद्धा गेल्या पस्तीस वर्षांत तोंडावाटे एकही शिवी किंवा अपशब्द आलेला नाही.'

हे सगळ ऐकूनही मी भारावून म्हणालो,

'आयला, ग्रेट आहे.'

केव्हातरी अशीच लहर आली. रिकामा वेळ होता. एम्.डीं.ना भेटायला गेलो. पुन्हा एकदा विषय निघाला, तो संस्कार, चालीरीती ह्यासारखा. एम्.डी. म्हणाले,

'तुम्हांला संस्कार म्हणजे काय, दाखवू? चला, माझ्याबरोबर.' असं म्हणत ते उठले. आम्ही दोघं ऑफिसच्या बाहेर आलो. लांब कॉरीडॉरमधून चालत राहिलो. कॉरीडॉर संपत आला. एक दोन खोल्याच उरल्या, त्या पैकी एका खोलीच्या दरवाजावर 'टॉयलेट' अशी पाटी होती. संस्कार म्हणजे काय, हे न सांगता समजलं. टॉयलेटच्या जवळ येऊनसुद्धा दुर्गंधी नाही. आज कोणत्याही एस्. टी. स्टँडवर जा, किंवा रेल्वे स्टेशनवर किंवा कोणत्याही सार्वजनिक ठिकाणी जा. पाचशे फुटांवरून टॉयलेट कुठं असेल, ह्याचा वास लागतो. दरवाजा उघडाच होता. एम्.डी.बरोबर मी मुलांसाठी बांधलेल्या मुतारीत गेलो. चारही भींतीकडं बोट फिरवीत एम्.डी. म्हणाले,

'मुलांची संस्कृती बघायची असेल, तर ती मुतारीत कळते. लहान मुलांचाच मोठेपणी समाज तयार होतो, त्यामुळं कुठल्याही सार्वजनिक मुतारीत समाजाची बौद्धिक पातळी कळते. ह्या टॉयलेटमध्ये बीभत्स चित्रं तर विसराच, एक इंच लांबीची पेन्सिलची रेघ जरी दिसली, तरी मी पन्नास रुपये द्यायला तयार आहे.''

आम्ही पुन्हा ऑफिसात आलो.

'तुमची शाळा ह्या इमारतीत कधी आली?'

'एकोणीसशे अठ्ठ्याण्णव साली. इमारतीसाठी निधी उभा करण्याकरिता ह्या विभागातील निवडक दोनशे पालकांची यादी तयार केली. प्रत्येकाकडून फक्त शंभर रुपये घेतले. वीस हजार रुपये उभे राहिले. सरकारी मदत मिळण्याकरिता काय काय केलं, हे सांगायचं ठरवलं, तर त्याचा इतिहास होईल, मला स्वत:ला शाळेच्या इमारतीपेक्षा बाहेरच्या कंपाऊडवॉलचा जास्त अभिमान वाटतो.'

'नवल आहे.'

'ह्याचं कारण आहे, ही भिंत माझ्या विद्यार्थ्यांनी बांधलेली आहे.'

'विद्यार्थ्यांनी? कशी काय?'

'एक वर्षी समाजकार्याचा एक भाग म्हणून, गोरेगावच्या आरे कॉलनीचा एक रस्ता बांधायचं काम आमच्या कँपकडं आलं. शिक्षकांना आणि मुलांना घेऊन मी गोरेगावला गेलो. मी टीमचा प्रमुख होतो, ह्या स्वरूपाची सगळी कामं औंधच्या कँपमध्ये लहानपणीच केली असल्यामुळं मला काहीच अवघड नव्हतं. आरे कॉलनीमधला रस्ता करण्यापूर्वी तिथं मोठमोठे बोल्डर्स होते. ते प्रथम हलवणं आवश्यक होते. बरोबरीच्या शिक्षकांनी ते काम करायला नकार दिला. मी त्यांना सांगितलं, तुम्ही सगळेजण मेसचा ताबा घ्या. चहापाणी, जेवणीखाणी ही जबाबदारी तुमची, मी माझ्या विद्यार्थ्यांकडून हे काम करून घेईन.'

'आमच्या मुलांना मारायचं आहे का?'

'ती जबाबदारी माझी. तुम्ही चिंता करू नका.'

मी मग सगळ्या मुलांना एकत्र केलं. त्यांना म्हणालो,

'आपण सायन्सचा अभ्यास केलेला आहे. ज्या वेळेला पुलीज् म्हणजे कप्प्यांचा शोध लागला, तेव्हा आर्किमिडीज म्हणाला होता, "मला जर पृथ्वीच्या बाहेर उभं राहायला जागा मिळाली, तर मी ही संपूर्ण पृथ्वी उचलून दाखवीनं. त्याचप्रमाणे तुम्हांला पहारी वापरून त्याचा लिव्हरसारखा उपयोग कसा करता येतो, हे मी दाखवलं आहे. आपण कामाला लागू. मी स्वत: तुमच्या बरोबर आहे.'

थोडा वेळ थांबून एम्.डी. म्हणाले.

'वपु,' हे तुम्ही करा, 'ह्या वाक्यापेक्षा 'चला आपण करू या' ह्या शब्दांत वेगळी ताकद आहे. घरोघरी पालकांनी आपल्या मुलांना ऑर्डर्स सोडण्यापेक्षा, चला, आपण सगळे मिळून घर आवरू,' असं म्हटलं, तर मुलं आपणहून म्हणतात, तुम्ही फक्त एके ठिकाणी बसा. आणि आम्हांला सांगा. नुसती शब्दांतच किती ताकद असते, हे अशा वेळेला समजतं. स्वत:ला मिळणाऱ्या विश्रांतीपेक्षा सुद्धा घर आवरण्याचे संस्कार मुलांवर आपोआप होतात. कोणती वस्तू कुठं ठेवायची, ह्याची जाता-जाताना त्यांना माहिती मिळते. त्यांची सौंदर्यदृष्टी वाढते. कालांतराने मुलंच आपल्याला कुठं काय ठेवलेलं चांगलं दिसेल, हे सांगायला लागतात. फक्त पाहुणे यायचे असले म्हणजे घर आवरायचं ह्या संकल्पनेपेक्षा योग्य ठिकाणी योग्य वस्तू ठेवणं हे आपल्याच सोयीसाठी आहे, हे नकळतपणे मुलांच्या मनावर ठसतं, घरोघरी मुलांच्या नावानं फक्त शंख केला जातो. पण संघभावना निर्माण करण्याचा प्रयत्न कुठंही दिसत नाही. स्वत:चीच मुलं असतानासुद्धा असं घडतं, इथं दुसऱ्या मुलांकडून काम करून घ्यायचं होतं. पण केवळ 'मी तुमच्याबरोबर आहे.' ह्या एका वाक्यानंच मी आणि विद्यार्थी ह्यांच्यांतला अदृश्य बोल्डर नाहीसा झाला. हेच बोल्डर पहिल्यांदा पाडावे लागतात. पण अनेक माणसांना हे बोल्डर्स दिसतच नाहीत, आणि ज्यांना दिसतात, त्यांना ते दूर करावेसे वाटत नाहीत. युक्तीपेक्षा सक्तीच्या जोरावर काम करून घेणं हाच हल्लीचा खाक्या झाला आहे. थोडक्यात सांगतो, शिक्षकांच्या मदतीशिवाय विद्यार्थ्यांच्या मदतीनं आरे कॉलनीतला रस्ता पूर्ण झाला. पुढच्या कँपच्या वेळेला मनात विचार आला, आपण दुसऱ्या कुणाची तरी कामं समाजसेवा म्हणून करायची, मग ह्या शक्तीचा उपयोग स्वत:साठी का करायचा नाही?'

मी विचारलं,

'तुमच्या मनात तेव्हा नेमकी कोणती कल्पना होती?'

'शाळेसाठी भिंत बांधणं हीच. इमारत तयार होतीच, पण समोरच सिंधी कॉलनी,

काही अंतरावर धारावी. शाळेतसुद्धा बहुसंख्य विद्यार्थी धारावीचेच. सिंधी कॉलनीमधील समाजकंटक शाळेच्या संडास-बाथरूममध्ये हातभट्टीचं सामान आणून ठेवायचे. त्यासाठी कंपाऊंड वॉल आवश्यक होती. मग विचार केला, यंदाचा कँप शाळेतच करायचा. मॅनेजमेंटच्या लोकांना पटवलं. त्यांना सांगितलं,'

'तुम्ही फक्त साधनसामग्री द्या. लेबरची जबाबदारी माझ्यावर सोपवा. त्यांनी मान्य केलं. मग गेलो रुईया कॉलेजला. तिथं माने यांना भेटलो. ते थर्ड बॉम्बे बटालियनचे कॅप्टन होते. माझ्या नावाची चिठ्ठी आत पाठवली. त्यांनी आत बोलावून घेतलं. मी त्यांना नमस्कार करीत म्हणालो,'

'मी एम्.डी. कुलकर्णी डी. एस्. हायस्कूलमधून आलो.'

'या, या. एम्.डी. कुलकर्णी म्हटल्यानंतर बाकी काहीच सांगायला नको. काहीतरी योजना घेऊन आला असाल.'

'यंदा शाळेतच कॅम्प घ्यावा, असं म्हणतोय.'

'तुम्हांला जमेल?'

'त्याची शंभर टक्के हमी देतो.'

'दुसरीकडं जावंसं वाटत नाही का?'

''सर, आमच्या विद्यार्थ्यांनी श्रमदान करायचं, ते इतरांसाठी. आमच्या स्वत:च्याच संस्थेला मदत कोण करणार? शाळेला भिंत नाही. कॉमन टॉयलेटमध्ये हातभट्टीचं सामान ठेवलं जातं. हे थांबवायचं, म्हणजे भिंत हवी. मुलांनाही आपल्या संस्थेसाठी आपण काही करत आहोत, याचा हुरूप वाटेल. कॅम्पची शिस्त जशी आहेस तशी सांभाळण्याची जबाबदारी माझी. तुम्ही फक्त तुमची मिलिटरी मधली माणसं द्या, रायफल्स द्या. तुमच्या माणसांचही मार्गदर्शन आम्हाला लाभेल.'

मान्यांनी काही वेळ विचार केला आणि संमती दिली. शाळेत परतलो तो अमाप उत्साहानं.

'नव्या उमेदीनं कामाला लागलो. वाळू, विटा, सिमेंट, फावडी, घमेली वगैरे सामग्री जमवली. एस्. एस्. सी. च्या दोन तुकड्या होत्या, कामाची विभागणी करून दिली. दोन्ही तुकड्यांमध्ये पन्नास, पन्नास मुलं होती. दहा दहा मुलांचा संच तयार केला. कुणालाही सलग आठ तास काम पडू नये, म्हणून हे संच तयार केले. मार्गदर्शनासाठी फक्त एक गवंडी नेमला. ही दहा मुलं त्यांच्या सूचनेप्रमाणे काम करू लागली. वाळूची घमेली वाहणं, सिमेंट कालवणं, पाया खोदणं, विटा भिजवणं अशी यंत्रासारखी कामं होऊ लागली. मिलिटरीतर्फे माने यांच्या सौजन्यामुळं गार्ड्स मिळाले होते. त्यांच्या देखरेखीखाली, सैन्यातल्या शिस्तीप्रमाणे खंड न पडता काम सुरू हातं. दहाजणांची एक तुकडी थकली, म्हणजे ताज्या दमाची दुसरी दहा मुलं कामाला लागत. पहिली तुकडी विश्रांतीसाठी सावलीत बसे. स्वयंसेवकांची एक तुकडी,

काम करता-करता कुणाला पाणी वगैरे लागलं. तर ते देण्यासाठी सज्ज ठेवी. कामात खंड पडू नये, ह्या दृष्टीकोनातून मीच तयार केली होती. इमारतीच्या मागील बाजूला काही खडकाळ भाग होता. तो फोडण्यासाठी दुसऱ्या तुकडीची नियुक्ती केली. माझ्या स्वत:च्या संकल्पनेप्रमाणे आमच्या विद्यार्थ्यांनी केवळ एका गवंड्याच्या मार्गदर्शनाखाली पाच फूट उंच आणि सव्वा दोनशे फूट लांब अशी कंपाऊंड वॉल नाताळच्या सुटीत दहा दिवसांत पूर्ण केली. प्लॅस्टरसकट. त्या वेळचे महापौर मिरजकर, ह्या कामाच्या उद्‌घाटनासाठी आले होते. काम संपल्यावर ते पुन्हा आले. त्यांना हा चमत्कार वाटला. तो चमत्कार होताच आणि हा चमत्कार, योजनाबद्ध आखणी, शिस्त, सातत्य आणि प्रेमळ वागणूक ह्या आधारावरच झाला. औंध संस्थानच्या महाराजांच्या नजरेखाली मी जेवढी वर्षं काढली, त्याचे हे संस्कार इथं उपयोगी पडले.

'ह्या कामात फक्त एका बाबतीत मला हात टेकावे लागले. खडक फोडण्याचं काम विद्यार्थ्यांकडून होणं अशक्य होतं. छिन्नी मागून छिन्नी तुटत गेली, पण खडकाला पाझर फुटला नाही. एन्. सी. सी. चे कमांडर, म्हणजे एरिया कमांडर कर्नल ब्रिट्टो होते. त्यांना आमंत्रण करायला गेलो, परत येईपर्यंत मला दुपारचे अडीच वाजले. तो पर्यंत शिक्षकांनी आणि मुलांनी रस्त्यावरून जाणाऱ्या एका वडाऱ्याला बोलावलं, त्याला काही पैसे देऊ केले. खडक फोडताना त्या वडाऱ्याची छिन्नीच नव्हे, तर हातोडाही तुटला. मला अर्थातच झालेला व्यवहार पटला नाही. मी त्या सगळ्यांना समजावलं, 'पैसे देऊन काम करून घ्यायचं आणि श्रमदान केलं, म्हणून सांगायचं, हे योग्य तत्त्व नव्हे. आपण प्रामाणिकपणे कष्ट करत आलो, परमेश्वर आपल्याला नक्की मदत करील.'

'आणि आश्चर्य म्हणजे माझा हा आशावाद खोटा ठरला नाही. आमच्याही नकळत आमचा हा सगळा खटाटोप देशपांडे नावाचे गृहस्थ रोज पाहत होते. शिवडी इंजी. वर्क्सचे मालक. ते अचानक माझ्या ऑफिसमध्ये आले. शेकहँड करण्याकरता हात पुढे करत ते म्हणाले,

'अभिनंदन.'

'कशाबद्दल?'

'शाळेच्या भिंतीचं काम मी गेले दोन दिवस पाहत आहे. तुमच्या योजनाबद्धतेला, आणि विद्यार्थ्यांच्या सहकार्याला माझा सलाम. मी देशपांडे. शाळेच्या मागे जो बोल्डर आहे, तो असा सहजी फुटणारा नव्हे, तुम्ही त्याच्या का मागं आहात?'

'माझी योजना अशी आहे की, तो खडक फोडला, तर मुलांसाठी खेळायला पटांगण होईल, आणि त्या खडकातलेच दगड वापरून मला शाळेसाठी छोटं स्टेज बांधता येईल.'

'तो खडक फोडण्यासाठी न्यूमॅटिक ड्रिल वापरावं लागेल. ते काम सोपं नाही. ते तुम्ही माझ्यावर सोपवा. तुमचे सगळ्यांचे कष्ट आणि निष्ठा पाहिल्यावर हे काम मी तुम्हांला विनामूल्य करून देणार आहे.'

'दिलेला शब्द देशपांड्यांनी खरोखरच पाळला, आणि देव पाठीशी उभा राहतो हे माझे शब्द खरे ठरले.'

एम्.डी.ची सगळी हकीकत ऐकून मी सुन्न झालो होतो. इमारतीपेक्षा त्यांचं भिंतीवर प्रेम जास्त का होतं, ह्याचा उलगडा झाला. खरं तर, त्यांना कुंपणाची ती भिंत दिसतच नसे. दहा दहा मुलांच्या तुकड्या केलेल्या विद्यार्थ्यांचे चेहरेच सतत दिसत असत. एम्.डी.सारखा माणूस माणसा-माणसांत, नातेवाइकांत, निर्माण झालेल्या भिंती पाडणारा माणूस, मग इथंच भिंत उभी करण्याकरिता त्यांनी जिवाची लावतोड का केली? तर समाजामध्ये दारूचं विष भिनवणाऱ्या कंटकांना तोडण्यासाठी.

मुंबईतील अनेक शाळांपैकी एका शाळेचे मुख्याध्यापक. तेही धारावीसारख्या बदनाम झालेल्या वसाहतीजवळ असलेल्या शाळेचे मुख्याध्यापक. एक माणूस समाजकंटकांना रोखण्यासाठी चीनच्या भिंतीप्रमाणे बळकट भिंत बांधू शकतो.

भारताच्या राज्यकर्त्यांना स्वातंत्र्य मिळाल्यापासून, समाजकंटकांपासून सामान्य माणसाला वाचवता आलेलं नाही.

डी. एस्. हायस्कूल समोरून जाताना आज मलाही त्या कुंपणाच्या भिंतीवर, वेगवेगळ्या राजकीय पक्षांनी 'आम्हीच देशाला कसे सावरणार आहोत!' हे सांगणारी पोस्टर्स लावलेली असली, तरीही मला तिथं अज्ञात विद्यार्थ्यांचे चेहरे दिसतात. काळ मात्र इतका बदलला आहे की, आज डी. एस्. हायस्कूलचा पत्ता सांगायचं ठरवलं, तर 'गुरूकृपा' हॉटेलच्या समोर असाच सांगावा लागतो.

अमर चित्रपट

'मॅन ईज ॲन आयलॅन्ड' अशा प्रकारचं एक विधान कानांवरून गेल्याचं आठवतं आणि समज आल्यापासून प्रत्येक विचारवंत गर्दीतसुद्धा एकटाच असतो, हे जाणवतं. अशाच एका जुन्या चित्रपटाची आठवण झाली, म्हणजे मी एका अज्ञाताबरोबर जातो. माझ्या सोबत असतात नीरा, काकी, चित्रा, आक्का, मामी, काकासाहेब, पंडित आणि मामा. माझ्या अवतीभवती ही एवढी मंडळी असतात आणि तरीही त्यांच्यापैकी प्रत्येक जण एकएकटा पडलेला मला दिसतो. एखाद्या जंगलातही झाडं, सूर्याचा किरणही जमिनीपर्यंत पोचणार नाही, इतक्या जवळ जवळ असली, तरीही ती एकएकटी असतात. एखादंच त्यांतलं झाड एकाएकी जळू लागलं, किंवा जीर्ण होऊन कोसळू लागलं तर आजूबाजूची झाडं त्याच्यासाठी काहीही करू शकत नाहीत. तसंच ह्या बरोबरच्या माणसांचं होतं. प्रत्येकाकडं पाहिलं, म्हणजे प्रत्येकाचं वागणं योग्य वाटतं आणि ते तसंच असतं. 'एव्हरीबडी इज परफेक्ट इन हिज रिस्पेक्टिव्ह पोझिशन' हे वचन इथं क्षणोक्षणी जाणवतं.
आयुष्यातील सर्वांत मोठी शोकांतिका कोणती?
एका खोल दरीच्या दिशेनं प्रत्येकाची अटळ वाटचाल चालताना दिसते. त्यांच्या त्यांच्या वैयक्तिक आयुष्याचं हेच होणार आहे. हे आयुष्याचे त्या सगळ्या त्यांच्या

जीवनपटाकडं निव्वळ साक्षी भावानं पहाता न येणं ही सर्वात मोठी शोकांतिका. नियती आणि माणूस ह्यांत नेहमी नियतीच जिंकणार असते, हेच सत्य पचवणं असह्य व्हावं, ही शोकांतिका. अशा प्रसंगी कोणतीही व्यक्ती खलनायक नसते. म्हणूनच एकाही व्यक्तीची समजूत घालता येत नाही आणि स्वत:चीही समजूत पटत नाही. म्हणूनच की काय, ह्या अज्ञात बेटावरच्या ह्या कहाणीला 'न पटणारी गोष्ट' हे नाव पत्करावं लागलं.

ह्या बेटावर मी जेव्हा प्रथम गेलो, तेव्हा माझं वय सहा किंवा सात वर्षांचं असावं. त्या शोकांतिकेचे वेगवेगळे पदर समजण्याचं ते वय नव्हतं, तरीही तो थरारून टाकणारा अनुभव वारंवार घ्यावासा वाटत होता. आज छपन्न वर्षांनंतरसुद्धा, कोणत्याही संदर्भात ही 'न पटणारी गोष्ट' आहे, असं कुणी म्हटलं, म्हणजे अजून मी त्या बेटावर जातो. आज त्या बेटावरची माणसं– म्हणजे नीरा, काकी, काकासाहेब, चित्रा, पंडित, मामा ही मंडळी हयात नाहीत. इतरांचं माहीत नाही. पण एकदा मी त्या बेटावर गेलो, म्हणजे हे सगळे मला तिथं भेटतात. आजही संपूर्ण शरीराकडून एक तऱ्हेची कंपनं संचार करतात. मन घायाळ आणि कासावीस होतं. कुणासाठी अश्रू गाळावेत असा प्रश्न पडतो. त्या अज्ञात बेटाचं नाव आहे 'कुंकू.'

ह्या चित्रपटातला ताजेपणा आजही विचार करायला लावतो. माझ्या मनातील ह्या संवेदना कितीजणांपर्यंत पोहोचतील, ह्याबद्दल मनात वादळ आहे. माणूस एकटा असतो, तो असा. सहसंवेदना निर्माण करण्यासाठी दुसरी व्यक्ती न सापडणं हाच नरक.

जरठबाला विवाह ही समस्या आता उरलेली नाही. ह्या उलट, काही काही कुटुंबांतून पत्नीच पतीपेक्षा मोठी असते. तरीसुद्धा हा चित्रपट मला खुणावतो, सुखावतो आणि तितकाच जखमी करतो. ह्याचं एकमेव कारण माणसांच्या मूळ वृत्तींना हात घालण्याचं जबरदस्त सामर्थ्य.

ह्या चित्रपटाची आठवण झाली, म्हणजे प्रश्न पडतो, कुणाकुणाला नमस्कार करू? केशवराव दाते, शांता आपटे, विमलाबाई वसिष्ठ, राजा नेने, छोटू, की व्ही. शांताराम? डावं-उजवं ठरवणं हे अशक्यच नव्हे, तर तो गुन्हा ठरणार आहे. आणि तरीसुद्धा पहिला नमस्कार शांतारामबापूंनाच करावासा वाटतो. खरं म्हणाल, तर ह्या निर्मितीच्या वेळी, वेगवेगळ्या सहकाऱ्यांच्या रूपानं अज्ञात शक्तीच प्रकट झालेली आहे. तरीसुद्धा व्ही. शांताराम श्रेष्ठ. अमूर्ताला मूर्त स्वरूपात प्रकट करणं हा दैवी शक्तीचा आविष्कार आहे. जरठबाला ही त्या काळात एक थैमान घालणारी प्रथा होती. 'कुंकू' हा चित्रपट ह्याच विषयावर आहे, ह्याची जाणीव पहिल्याच सीनमध्ये होते.

कोकणातलं एक कुठलं तरी गाव. दारिद्र्याच्या देणगीला मुलांची पलटण. घरातल्या

घरात एक नाटक करायचं, हा मुलांचा बिनभांडवली करमणुकीचा खेळ. सौभद्र, मानापमान ह्यांसारखी नाटकं शांतारामबापूंना आठवू नयेत का? पण चड्डीची बटणंही लावता न येणाऱ्या त्या कच्च्याबच्च्यांनी 'शारदा' हे नाटक निवडलं. नाटककार देवल यांनी जरठबाला ह्या विषयावर अजरामर नाटक लिहिलं. 'कोकण निवासी नाक मंडळी' ह्या पाटीनंच चित्रपटाचा प्रारंभ होतो. नाटक मंडळी म्हणायच्या ऐवजी नाकमंडळी असा बोर्ड लिहून मधला 'ट' लिहायचा राहून गेला आहे, ह्या वरूनच मुलांचं वय किती असेल, हे जाता- जाता दाखवून दिलं आहे. हाच तो शांताराम 'टच्.' संपूर्ण चित्रपटभर एक गोष्ट जाणवत राहते, ती ही, की, ह. ना. आपटे ह्यांची कथा शांतारामबापूंच्या रक्तात भिनली होती. आपटे ह्यांनी सोडलेला श्वास हा शांतारामबापूंचा उच्छ्वास झाला होता.

असाच एक सात-आठ वर्षांचा मुलगा खोट्या दाढीमिशा लावून म्हातारा झालेला आहे. एक चिमुरडी शारदा झाली आहे. हे नाटक असूनसुद्धा ही चिमुरडी 'मी नाटकात सुद्धा म्हाताऱ्याशी लग्न करणार नाही' असं म्हणून बंड करते, रडते, धिंगाणा घालते. ह्या एका प्रसंगातूनच कथानकाच्या भवितव्याचा आलेख आणि दुर्दैवाच्या दरीकडे होणारी वाटचाल उलगडत जाते.

लहानपणी प्रत्येकजणच एक खेळ खेळतो, चटक्याच्या बिया जमिनीवरून घासून चटके देण्याचा खेळ कुणाला माहीत नाही? संपूर्ण चित्रपट पाहिल्यानंतर काळजाला बसणारा हा चटका, चटक्यांची बी घासून त्याचा चटका शांताराम पहिल्या काही क्षणांतच प्रेक्षकांना देतात. मी तिथंच नतमस्तक झालो. त्या नाटकातील ती एवढीशी चिमुरडी 'मी म्हाताऱ्याशी लगन करणार नाही.' असं म्हणून नाटकाचा प्रयोग थांबवू शकली. तिनं टाळलेली ही भूमिका नीरेच्या ललाटी लिहिलेली होती. दारिद्र्यानं गांजलेला तिचा मामा पैशाच्या मोबदल्यात आपल्या तरुण भाचीचं लग्न, मरणाच्या सावलीत वावरणाऱ्या काकांशी ठरवतो. तरुण दाखवण्याचं नाटक यशस्वी करून मामा बाजी जिंकतात आणि अंतरपाट दूर होताच वृद्ध काका नीरेला प्रथम दिसतात. चवताळलेली नीरा आपल्या खोलीत स्वतःच्या आई-वडिलांच्या तसबिरीसमोर कोसळते. नीरा फोटोसमोर कोसळलेली आहे, मागच्या बाजूला एक उघडा दरवाजा आहे. नीरेच्या मनोव्यथा शब्दांतून प्रकट न करता शांतारामांनी दारापलीकडून फक्त एक गाय इकडून तिकडे जाताना दाखवली आहे.

तरुण भाचीची विक्री करून 'खण् खण् खणखणीत रुपये घेणारा मामा, एका लंगोटी नेसून वावरणाऱ्या मुलाला दिसतो.' कसे फसवले तूस? एका तरुणास दाखविले. म्हाताऱ्याशी लावले' असं म्हणत बग्या, 'मामांना एवढे रुपये मिळाले' ही बातमीही सांगतो. ही एवढीशी ठिणगी म्हणजे, एका ज्वालामुखीला पाचारण होतं, हे बग्याला कसं समजणार?

ग्रूप फोटोला न जाऊन नीरा आपल्या बंडखोर वृत्तीची पहिली झलक दाखवले, काका, मामा, आणि काकी ह्यांना जाब विचारते,
'मला लाज धरायला सांगता? कुणाची धरू? पैशाच्या लोभानं मला म्हाताऱ्याच्या गळ्यात बांधताना ह्या कसायानं धरली होती का लाज?'
असा प्रश्न मामांना विचारून, लग्न होऊन काही तासच लोटलेल्या प्रत्यक्ष नवऱ्याला तिचा सवाल आहे,
'आपल्या वयाचा विचार न करता, नात शोभणाऱ्या माझ्यासारख्या मुलीशी लग्न लावताना ह्यांनी धरली होती का लाज? तुम्ही थोरा मोठ्यांनी आपली लाज सोडलीत आणि मला लाज धरायला सांगता?'
हा परामर्श घेण्यासाठी शुद्ध सात्त्विक स्वभाव असावा लागतो. खेडेगावातला निरागसपणा, जगातल्या चांगुलपणावरची श्रद्धा आणि अत्यंत पारदर्शक मन असा त्रिवेणी संगम घडावा लागतो. नीरेच्या भूमिकेसाठी शांता आपटेचा जन्म झाल्यासारखा वाटतो. निर्मळ मनच निर्भीड असतं, आणि म्हणूनच अन्यायाचा परामर्श घेण्यासाठी त्याला कोर्टासारख्या तारखा घ्याव्या लागत नाहीत. अशा व्यक्तीचं तामसी रूप हे सात्त्विकपणाची दुसरी बाजू असते. म्हणूनच प्रतारणा आणि अन्याय करणाऱ्या माणसांचा निभाव अशा माणसांच्यासमोर लागत नाही.
ही कहाणी आजही टवटवीत वाटते. शिळेपणाची बुरशी त्या कथेवर कधीही चढणार नाही. याचं कारण ही कहाणी चिरंतन, अविनाशी तत्त्वाची धुक्यात न हरवणारी पाउलवाट आहे. काय सांगायचं आहे, त्याबद्दल लेखक आणि दिग्दर्शक एका शाश्वत परंपरेवर उभे आहेत. शाश्वत गोष्टी मुळातच सुंदर असतात. त्याला जर प्रतिभेची आभूषणे लाभली, तर शिलंगणाचं सोनं फिकं पडतं.
ह्या चित्रपटांत क्षणोक्षणी ही एका निरागस परिवाराची शोकांतिका आहे, ह्याचं क्षणभरही विस्मरण होत नाही आणि ते तसं होऊ नये, म्हणून दिग्दर्शनाची कमाल मर्यादा ठिकठिकाणी दिसते. पाच ते दहा सेकंदांत शांताराम त्याचं दु:ख तुमच्यापर्यंत पोहोचवितात. लग्न मनाविरुद्ध जरी झालेलं असलं, तरीही पत्नीला कुंकू लावावंच लागतं. आत्ताच्या काळाप्रमाणे तो टिकल्यांचा जमाना नव्हता. कपाळावर लावलेल्या मेणावर तर्जनीनं गोल कुंकू लावणं हा कौशल्याचा भाग समजला जात असे. त्या कुंकवाच्या टिकलीचा आकार असा केवढा असतो? पावलीच्या नाण्याहूनही लहान, पण इतक्या मर्यादित जागेत कुंकू लावताना नीरेला तेवढ्या जागेत क्षणभर चिता दिसते. ह्या एका प्रसंगातून चित्रपट संपेपर्यंत ठिकठिकाणी प्रेक्षकांना दिग्दर्शकानं वाटायला लावलं आहे, 'अरे, हे व्हायला नको, पण छे, हे असंच होणार आहे.' छातीवर हात ठेवूनच संपूर्ण चित्रपट, त्याची कथा आणि शेवट माहीत असूनही मी आज बघतो.

नीरेला घेऊन काकासाहेब आपल्या स्वत:च्या घरी येतात. स्वत:च्या बंगल्याचं फाटक उघडताना आपल्याला नुसता आवाज ऐकू येतो. 'सम्हालो' काका थबकतात. ही सूचना आपल्याला आहे का? असा एक भाव त्यांच्या चेहऱ्यावर विजेसारखा चमकून जातो. पण पुन्हा ते फाजील आत्मविश्वासानं स्वत:ला सावरतात. आपल्यालाही प्रश्न पडतो, की हे कोण बोललं असेल?

कधी कधी अत्यंत नगण्य माणसांच्यातर्फे प्रारब्ध इशारा देतं. काका वळून बघतात आणि त्यांना आणि प्रेक्षकांना एकाच वेळी, रस्त्यावरची गाढवं हाकलत नेणारा एक वडार दिसतो.

प्रसंग साधा आहे, पण या प्रसंगातूनही व्ही. शांताराम ह्यांनी जाता-जाता सुचवलं की, एका तरुण धगधगत्या ज्वालेला काकासारखा गाढव माणूस आपल्या घरात आणतोय् आणि माझ्यासारख्याला प्रश्न पडतो की, नीरा ह्या घराला ऊब देणार, की मशाल पेटवणार?

तिच्या कणखर व्यक्तिमत्त्वाची साक्ष लवकरच पडद्यावर दिसते. शृंगार रसाने न्हाऊन गेलेले काका नीरेच्या खोलीकडे 'नाही मी बोलत नाथा' हे गाणं गुणगुणत, कलप लावलेल्या मिशांना पीळ देत जाताना दिसतात. केशवराव दाते ह्यांचा तो रंगेल गुलहौशी चेहरा आजही डोळ्यांसमोर येतो. नीरा दरवाजा उघडत नाही, काका विनवण्या करतात, शेवटी ते चिडून म्हणतात, 'ठीक, अशीच कोंडून ठेवतो तुला, मर आत कुत्र्यासारखी.' नीरा अगोदर घाबरते. दिवाणखान्यातला दिवा वाऱ्याने मोठा होतो, त्याचा प्रकाश नीरेच्या तोंडावर पडतो. तो प्रकाश म्हणजे एक विचार असतो. जळजळीत आवाजात ती म्हणते,

"फारच छान! इथं जळता दिवा आहे. त्यात भरपूर तेलही आहे, आग भडकायला वेळ नाही लागायची.'

काका बाहेरूनच माफी मागतात. नीरा सांगते, "पुन्हा कडी घालू नका. खाली जा आणि तुमच्या त्या काकीला चांगली खेटरा.'' काका सगळं मान्य करतात. परतीच्या पराभूत वाटेवर त्यांच्या पायांतलं त्राण गेलेलं आहे. व्ही. शांताराम ह्यांचा कॅमेरा आता लडखडत चालणाऱ्या काकांच्या पायांवर येतो. पडद्यावर फक्त जिन्याचा कठडा आणि लडखडणारे पाय एवढंच दिसतं. 'नाही मी बोलत नाथा.' असं म्हणताना जो कॅमेरा काकांच्या चेहऱ्यावर होता, तोच कॅमेरा त्यांच्या पायांवर झेपावतो. जणू काही काकांच्या अंगातलं त्राण गेल्यावर कॅमेऱ्याचीही शक्ती जाते. आणि तो खाली कोसळतो. पण ह्या कोसळण्यात तो कॅमेरा दिग्दर्शनातल्या आकाशाला स्पर्श करतो. जमिनीपासून आकाशापर्यंतचा हा दिगंताचा प्रवास पूर्ण करण्याचं सामर्थ्य केशवराव दाते ह्यांच्या थकलेल्या पावलांनी प्रकट होते. म्हणूनच नमस्कारासाठी माझे कायम जोडलेले हात क्षणात शांतारामांकडून केशवराव दात्यांकडं

आणि तिथून शांता आपटेकडं आणि शांता आपटेकडून वसिष्ठांकडं वळतात. खरं तरं 'प्रभात'चं जे बोधचिन्ह आहे, त्यातले भूप रागाचे हे पाच सूर पडद्यावर प्रकट होतात. चित्रपट संपेपर्यंत ही तुतारी दिसत राहते. आजही हा चित्रपट बघत असताना आपणच तो पांढरा पडदा व्हावं आणि प्रोजेक्टर मधून परावर्तित होणारे ह्या चित्रपटाचे किरण आपल्या शरीरानं शोषून घ्यावेत, असं मला वाटतं. काकांना संसारसुख मिळावं, म्हणून तळमळणाऱ्या काकींचा प्रेमळपणा आणि त्याचसाठी केवळ नीरेनं केलेला बेरका डावपेच, आपलाही संसार पुन्हा बहरेल, ह्या अपेक्षेनं. काकासाहेब माडीवर आपल्या ऑफिसमध्ये येतात. जुन्या काळातलं ते प्रशस्त घर असल्यामुळं काकासाहेबांचं ऑफिस आणि बैठकीची खोली एकच होती. भिंतीवरचं टोले देणारं षट्कोनी घड्याळ बंद पडलेलं होतं. किल्ली न दिल्याबद्दल काका म्हादबाला झापतात. म्हादबा सांगतो,

''किल्ली कालच दिली व्हती धनीसाब, आता ते झाल्या माझ्यावानी म्हातारं, त्येला किती बी किल्ली द्या, किती बी आवसान आनू द्या, त्ये मधनं मधनं असं बंद पडायचं.'

यावर काकासाहेब अतिशय चिडतात. म्हादबा स्वत:च्या वार्धक्याचा उल्लेख करतो. काकांच्या करत नाही, हीच त्यातली खुबी आहे आणि इथूनच पुढं टोले देणारं घड्याळ आणि काकासाहेबांचं 'हार्ट' एकाच काळाच्या किल्लीनं बांधलं जातं. घड्याळ बंद पडलं, म्हणजे आपलं हार्टच थांबलं आहे, असं वाटून कितीतरी वेळा काकांचा हात आपल्या छातीकडं जातो. एकदा तर घड्याळ बंद पडलंय् म्हणून काका घाबरून छातीवर हात ठेवतात आणि छाती धडधडतेय् हे समजल्यावर घड्याळाकडं तुच्छतेनं पाहतात आणि नजरेनं सुचवतात 'भीती काय ती तुला आहे, मला नाही.' ह्या प्रसंगी केशवराव दाते यांच्या नजरेतून वाणी उमटल्याचा भास होतो. भिंतीवरचं घड्याळ त्यांना कालांतरानं सग्यासोयऱ्यासारखं वाटायला लागतं. ह्या नात्याचा उच्च बिंदू म्हणजे आत्महत्येपूर्वी काकांनी जे निवेदन लिहून ठेवलं, ते कागद उडून जाऊ नयेत, म्हणून पेपरवेटच्या ऐवजी केलेला घड्याळाच्या लंबकाचा उपयोग.

आपल्या दोघांच्यासाठी आता काळ थांबलेला आहे, हेच काकांना सुचवायचं आहे. पूर्वीसारखी लाकडाची षट्कोनी घड्याळं आता उरली नाहीत. त्याऐवजी क्वार्ट्झची एकाहून एक शोभिवंत घड्याळं आता आलेली आहेत. त्यांपैकी काही घड्याळांना डेकोरेशन म्हणून झोपाळ्यासारखा हलणारा लंबक असतो. तरीही त्याच्याजवळ घड्याळाला संजीवनी देण्याची ताकद नसते. पण माझ्यापुरतं लंबकाचं घड्याळ, 'कुंकू' मधले काका आणि त्यांच्या अनुषंगानं केशवराव दात्यांची स्मृतीसंकेत पक्का झालाय.

ही झाली माझी वैयक्तिक भावना. इतरांना त्याचं मोल समजणार नाही. त्याच्याबद्दल मला खेद नाही. पण हृदयाच्या ठोक्यांचं नातं काळाच्या ठोक्याशी बांधलेलं असतं हे कुणीच नाकारणार नाही.

ह्या चित्रपटातील नीरा, काका, काकी, पंडित, चित्रा, दारिद्र्यानं गांजलेला मामा इतक्या वाटांपैकी कोणत्याही वाटेनं प्रवास केला, तरी आपण शेवटी कुणाचाही राग न येता 'स्वाभाविक आहे' याच मुक्कामाला पोहोचतो. आजच्या चित्रपटांपैकी एकाही चित्रपटाची तुलना 'कुंकू' सिनेमाशी होणार नाही. ज्याप्रमाणे स्वतःच्या आयुष्यात आपली रोज वाढ होत असते, त्याप्रमाणे 'कुंकू' चित्रपटातील प्रत्येक व्यक्तीची वाढ होताना दिसते. वार्धक्यातही लग्न करायची इच्छा असलेले काका, जीवनाचं जळजळीत दर्शन घडल्यावर नीरेच्या पतीऐवजी तिचे पिता होतात. तिची सत्त्वशील वृत्ती पाहून तिच्या पायी अशीच वैचारिक वाढ, पंडिताचा अपवाद वगळल्यास प्रत्येक व्यक्तीची होताना दिसते. आजच्या चित्रपटातला नायक हा एक तर इन्स्पेक्टर असतो, नाहीतर स्मगलर. शेवटपर्यंत तो एकाच पातळीवर वावरताना दिसतो. त्याच्यात बदल झालाच, तर तो अत्यंत कृत्रिम कथानक, भडक चित्रण आणि मुख्य आत्मा हरवलेली कथा ह्या तीन गोष्टींमुळं आहे त्याच स्तरावर राहतो. वार्धक्यात जीवनामध्ये विरून जाणाऱ्या पत्नीपेक्षाही 'कम्पॅनियनची' जास्त गरज असते. शारीरिक सुखाची अपेक्षा नसतेच, असं नाही. पण त्यापेक्षाही प्रत्येक स्तरावर, भावनेच्या प्रत्येक लहरीसाठी जी व्यक्ती तुमचा सातत्याने विचार करील, अशी साथ हवी असते. उतारवयाकडं झुकलेल्या इतर पुरुषांप्रमाणे आपला संसारही पुन्हा फुलू शकेल, ही काकांची अपेक्षा अवास्तव कशी मानता येईल? पण एका प्रखर वळणावर पत्नीच्या सत्त्वशील वृत्तीचं दर्शन घडल्यावर, काका स्वतःच्या गरजेपेक्षा पत्नीच्या उपेक्षेचा विचार करण्याच्या पातळीवर पोचतात. त्यांच्या मनाचा हा जो बदल आहे, त्याचं यथार्थ प्रकटीकरण 'कंपॅशन' या एकच शब्दानं करता येईल. ह्याच अवस्थेत माणूस षड्रिपूंनी वेढलेल्या माणसाच्या पातळीवरून, एक वरची देवत्वाची पायरी गाठतो. ह्याच भूमिकेतून ते आपल्या पत्नीचं कुंकू आपल्या हातानं पुसतात. नवऱ्यामध्ये झालेलं रुपांतर पाहून वाघिणीसारखी खवळून उठणारी नीरा त्याच क्षणी बदलते. परिवर्तन ही एकाच क्षणात घडणारी घटना आहे. अनेकांनी सन्मार्गाच्या आणि उपदेशाच्या घागरी डोक्यावर पालथ्या केल्या, तरी माणसं बदलत नाहीत. जाणिवेचा हुंकार हे अंतर्मनातील परिवर्तन आहे. तिथं एकदा वीज चमकली की, बाहेरचे दिवे काजव्यासारखे वाटू लागतात. ह्या चित्रपटात ही वीज एकाच वेळी काका आणि नीरा ह्यांच्या मनांत न विझणाऱ्या प्रकाशाची दीपमाळ लावते. सीतेच्या पातिव्रत्याचा धर्म नीरेच्या बंडखोर मनाची जागा घेतं आणि नवऱ्यानं पुसलेलं कुंकू पुन्हा त्यांच्याकडूनच लावून घेईन, असं म्हणून

करंड्यासकट ती काकांसमोर उभी राहते. मनातली शृंगार-वासना नष्ट होऊन काकांच्या ठिकाणी तिला पतीऐवजी वात्सल्यरूपानं गहिवरलेला पिता दिसतो. तिला पित्याच्याच नात्यानं कुंकू लावताना काका म्हणतात,

'कशाला विचार करतेस त्या धर्माचा आणि त्या जगाचा? ज्या जगाला एका जख्खड म्हाताऱ्यानं लग्न केलेलं पटतं, त्या जगाला त्या म्हाताऱ्यानं आपल्या पवित्र, शुद्ध आणि तरुण बायकोला आपली मुलगी म्हटलेलं जर पटलं नाही, तर काय पर्वा जगाची? रूढीत रुतलेल्या या धर्माची, समाजाची आणि जगाची मला पर्वा नाही.'

हवालदिल होऊन नीरा म्हणते, "तुमच्यासारखा अनुभवी नि विचारी माणूस...'

'तो सुद्धा चुकतो. बाळ, मी अनुभवी म्हातारा असलो, तरी मनुष्य होतो, माझ्या म्हाताऱ्या जिवालाही वाटलं, की मलाही आपलं प्रेमाचं, हक्काचं कुणीतरी असावं. पण माझ्या स्वार्थाचा विचार करताना मी तुझा गळा कापत होतो, हे माझ्या लक्षात आलं.'

आत्महत्या करताना ते स्वतःच्या पत्नीला लिहितात,

बाळ नीरूताई,

माझ्या मृत्यूशिवाय तुझी सुटका होणं शक्य नाही, हे जाणून मी आत्महत्या करीत आहे.

माझ्या मरणामुळं तू विधवा होशील आणि तुला पुनर्विवाह करता येईल. तुझ्यासारख्या सद्गुणी मुलीला भरपूर संसारसौख्य मिळावं, अशी माझी इच्छा आहे. तू पुनर्विवाह करीपर्यंत माझ्या आत्म्यास शांती आणि मुक्ती मिळणार नाही.

तुझा पिता,

काकासाहेब

आजकालचे चित्रपट चित्रपटगृहातच संपतात. 'कुंकू'सारखा चित्रपट संपल्यानंतर आपल्या मनात नव्यानं सुरू होतो. निदान माझ्यातरी. नीरेला तिच्यापेक्षा मोठ्या वयाची मुलगी आहे. चित्रा त्या काळात सार्वजनिक कार्यकर्त्री म्हणून समाजात प्रतिष्ठेनं वावरत होती. ह्या मुलीसमोर, दुसरं लग्न केल्यावर उभं राहण्याची काकांची हिम्मत नाही. चित्रा या भूमिकेसाठी शकुंतला परांजपे ह्यांची योजना करण्यात आली होती.

शकुंतलाबाईंना रूपही नाही आणि अभिनयही नाही; पण सार्वजनिक कार्यकर्त्री म्हणून त्यांना वेगळं व्यक्तिमत्त्व होतं. त्या नीरेला म्हणतात,

'तुझ्या असल्या भाग्यानं तुझंच दुःख वाढत नाही का?'

नीरा बाणेदारपणे सांगते,

'माझी ही तपश्चर्या आणि भाग्याचं वागणं जगाला कळेल. त्यामुळं म्हातारपणी

बाशिंग बांधणाऱ्या नरपशूंना दहशत बसेल. नीरेसारखी राक्षसीण आपल्या वाट्याला येईल का? ह्या भीतीनं ते जागच्या जागी गारठतील. त्यामुळं एखाद्या कुमारिकेचा गळा जरी वाचला, तरी माझ्या तपश्चर्येचं सार्थक होईल.'

ह्यावर चित्रा म्हणते,

'एक दिवस तुला नक्की प्रकाश दिसेल.'

हा प्रसंग बघत असताना, उपरती होऊन काका आत्महत्या करतील आणि नीरेचा मार्ग मोकळा होईल, ह्याची आपण कल्पनाही करू शकत नाही. काका आत्महत्या करतात. चित्रा भेटायला येते, तेव्हा नीरा म्हणते,

'तुम्ही मला प्रकाशाची वाट बघायला सांगितली होती पण केवढा हा प्रकाश?'

'कुंकू' चित्रपट इथंच संपतो आणि तिथूनच माझ्या मनात सुरू होतो. आयुष्यभर माणूस दुसऱ्याला समजून घेण्याचा प्रयत्न करतो आणि दुसऱ्यानंही आपल्याला समजून घ्यावं, अशी अपेक्षा करीत करीत आयुष्य संपवतो. काका आणि नीरा ह्यांच्यांतील परिवर्तन पाहून आपला जीव गलबलतो. दोघांबद्दल अनुकंपेनं मन पिळवटून निघतं, आता हा संसार बहरेल, असं वाटत असतानाच आकाशात विजेचा लोळ येतो आणि त्या प्रखर प्रकाशामुळं जसा नीरेसमोर अंधार पसरतो, तसाच तो माझ्याही पुढं पसरतो. तो अंधार मला त्या अज्ञात बेटावर पुन्हा घेऊन जातो. काका, नीरा, काकी ही सगळी माणसं मला आजही भेटतात. त्या सगळ्यांना मी ओरडून सांगतो,

'तुम्ही सगळे खूप खूप चांगले आहात, आणि तरीही एकएकटे पडला आहात. मी तुम्हांला आजही आरपार पाहू शकतो. पण तुम्हांला ते कळणार नाही. मलाही तुम्ही तुमच्याप्रमाणेच ह्या बेटावर एकटा आणि पोरका करून सोडलं आहे.'

वाईट एकाच गोष्टीचं वाटतं. सुमारे पन्नास वर्षांपूर्वी तुमची मनं आणि विचार एवढे प्रगत होते, समाजातील रूढी फेकून देण्याचं सामर्थ्य तुमच्यांत होतं. वैमनस्य आणि कटुता ह्यांतून तुमचा संसार सुरू झाला आणि परस्परांच्या भावना जाणून घेणाऱ्या अत्यंत दुर्लभ टप्प्यापाशी येऊन थांबला. आणि आज प्रेम आणि आकर्षण ह्यांतून सगळ्या संसाराचा प्रारंभ होतो, समर्पणाचं स्टेशन कधीच मागं पडतं आणि स्पर्धा आणि अहंकार ह्या कुरुक्षेत्रावर पती-पत्नी उभे राहतात. हल्लीच्या मुली कुंकूही लावत नाहीत. वेगवेगळ्या रंगाच्या टिकल्या (ज्या कपाळावर टिकत नाहीत) लावूनही त्यांना संसारात रंग भरता येत नाहीत. म्हणूनच कितीही मनस्ताप झाला, तरीही 'कुंकू' चित्रपटाची आठवण झाली, म्हणजे त्या अज्ञात बेटाची ओढ लागते.

❖ ❖ ❖

सपकाळांची सून सिंधू

आज करायची आहे, ती पोस्टमनची भूमिका. एका गावाहून आलेलं पत्र तुमच्या हातात द्यायचं. स्वत:चा मजकूर त्या पत्रात टाकायचा नाही, लिहिलेला मजकूर खोडायचा नाही. पत्रातला मजकूर वाचल्यावर राग, लोभ, आनंद, आश्चर्य, इत्यादी जे भाव निर्माण होतील, त्याला माझा इलाज नाही, कारण मी फक्त 'भारवाही' चं काम केलं आहे, करणार आहे.

एरव्हीसुद्धा आम्ही लेखक वेगळं काही करतो का? आशानिराशा, साफल्य-वैफल्य, आपेक्षा-उपेक्षा, सुखदु:ख ह्या सर्व संवेदनांचा अनुभव सामान्य माणसांपेक्षा काही वेगळ्या पातळीवरूनच घेतो का? इतरांचं माहीत नाही. मी मात्र सगळ्या व्यथांचे, सुखाचे अनुभव सामान्य माणसांच्या पातळीवरूनच घेतो.

सामान्य म्हणजे काय?

तर 'देहभाव' धारण करणाऱ्याच्या पातळीवरून. क्वचित कधीकधी सामान्याहून सामान्य झालो आहे. मग लेखक म्हणून काही वेगळेपण असतं का?- कोणतीही कलाकृती, किंवा कला आणि जीवन ह्यांचं एकमेकांतलं नातं काय असावं, हा प्रश्न सोडवणं माझ्या कुवतीबाहेरचा आहे. तरीही त्याबद्दल थोडंसं सांगता येईल. वियोगाचं दु:ख सहनशक्तीच्या पलीकडचं असतं. वाट पाहण्याच्या यातना तर

जीवघेण्या असतात. पण ह्या दोन्ही विषयांवर केलेलं काव्य वा एखादं गाणं माणूस जाता-येता गुणगुणतो. रडणाऱ्या मुलाचा रंगीत फोटो आपण तेवढ्याच कौतुकानं लावतो. म्हणजेच चित्रण कोणत्याही भावनेचं, वृत्तीचं असलं, तरी त्या कलात्मक निर्मितीचं नातं सातत्यानं माणुसकीशी असतं. काळजाचा ठाव न घेऊ शकणाऱ्या निर्मितीला, कलाकृती म्हणता येणार नाही.

ती केवळ आकृती. डोळ्यांसमोरून नाहीशी झाल्याक्षणी जिचं मनावरचं चित्रही पुसलं जातं, ती आकृती. मागं रेंगाळते, ती कलाकृती.

चालत्या-बोलत्या माणसांबद्दल देखील हाच न्याय लावता येईल का? एखादी व्यक्ती मनात रेंगाळत राहते, ती का? केवळ देखणी असते, म्हणून? तसं असेल, तर देखणे पुरुष आणि रुपवती बायकांना तोटा नाही. त्या सगळ्या व्यक्ती मनात राहतात का?

कायम विचारांची भूक असलेली माणसं विचारवंतांच्याच शोधात असतात. शारीरिक सौंदर्य हे फक्त प्रारंभापुरतं निमित्तच ठरतं. प्रवासभर सोबत होते, ती विचारांचीच. प्रगल्भ विचार आणि दिलदार मन लाभलेली कोणतीही व्यक्ती, आकृती उरत नाही. ती स्वत:च कलाकृती बनते. म्हणूनच तिची दु:खं आणि संघर्षानं भरलेली जीवनगाथाही कलाकृती ठरते.

अशाच एका व्यक्तीचं हे दर्शन.

पोर्ट्रेटवरचा ब्राउनपेपर काढण्याचं काम माझं.

टिळक स्मारक नाट्यगृह, पुणे. माझा कथाकथनाचा बाराशे साठावा कार्यक्रम. रात्रीचे नऊवीस झालेले. टिळक स्मारकाच्या प्रवेशद्वारी केवळ कलावंतांचंच नव्हे, तर कलावंताला दैवत मानणाऱ्या रसिकांचंही फुलांनी स्वागत होतं. फ्लोरिस्टच्या दुकानातली फुलांची रंगीबेरंगी सुगंधी सजावट बघत मी टिळक-स्मारकाच्या प्रांगणात आलो. काही परिचित चेहऱ्यांनी अडवलं. चार-दोनच वाक्यांची देवाण-घेवाण होईहोईतो एक अनाहूत व्यक्ती समोर येत म्हणाली,

'नमश्कार.'

अंगावर जाडभरडं लुगडं, डोक्यावरून पदर, चेहरा गावरान, अस्सल मराठा. मराठमोळा असावी, हा एक आपला अंदाज.

'मी मुद्दाम कार्यक्रमाला आली. अमरावतीला असते.'

काही ना काही दखल घ्यायची, म्हणून विचारलं,

'अमरावती का? अरे वा! (त्यात 'वा' काय?) नाव?'

तिनं नाव सांगितलं. पेहेरावावरून केलेला जातीचा अंदाज बरोबर ठरला.

'मध्यांतरात भेटा.'

मध्यांतरात श्री. गजाननराव वाटवे, पुण्याचे असि. कलेक्टर, कमलाकर तोरणे, आशा

काळे, इ. दहा-पंधरा स्नेह्यांचा, परिचितांचा वेढा पडला. तो वेढा पार करून ती हिरकणीसारखी पुढं आली, चहापानात सामील झाली. दहा मिनिटांच्या मध्यांतरात तिनं बहिणाबाईपासून सुरेश भटांपर्यंत कवितेच्या एकेक दोन-दोन ओळी ऐकवल्या. 'चंद्रावरचे दोन गुलाब' वाटव्यांनाच नजर केले. माझं नेहमीचं दहा मिनिटांचं मध्यांतर पंधरा मिनिटांच्या वर झालं. तिच्या दीर्घ मुलाखतीसाठी मीच तिची अपॉइण्टमेण्ट घेतली.

मुलाखतीच्या अगोदर अर्धाच तास मी हॉटेलवरून निघतो. दत्तवाडी-पानमळ्यात जातो. बँक ऑफ इण्डिया कॉलनीमध्ये एक घर कोणत्याही कलावंताच्या स्वागतासाठी सिद्ध असतं. शंकर वैद्यांसारख्या रसील्या कवीपासून थेट गजलसम्राट सुरेश भटांची निर्मिती ह्या वास्तूनं ऐकलेली आहे. 'नवोदित' आणि 'प्रथितयश' ह्यासारखे तराजू इथं नाहीत, म्हणूनच कुणासाठी कुठली पुडी सोडायची, असलेही हिशेब इथं नाहीत. आचार्य रजनीशही वंदनीय आहेत आणि गौरी देशपांडेही. ग्रंथ हे ह्या वास्तूचं भूषण आहे. वाचन ही उपासना. वेगवेगळ्या लेखनावर चर्चा ही आरती. सगळेच देव सारखे; पण तरीही त्यांतलं दैवत एखादंच असतं. त्याप्रमाणे इथं ज्ञानोब्बाराय व्ही. आय्. पी. अगदी अलीकडच्या लेखकांत कुरुंदकर म्हटलं, की इथल्या वास्तूचं क्षेत्रफळ काही चौरस फुटांनी वाढतं.

बाहेरच्या खोलीतला दिवाण जिन्यातल्या लँडिंगवर येतो. आणि इतर खुर्च्या वगैरे मिललँडिंग अडवतात. एरव्ही मध्ये येणाऱ्या आणखीन काही वस्तू शेजारी-पाजारी जातात.

वास्तू खरंच मोठी होते.

वेलदोडे घातलेल्या उकळत्या कॉफीच्या वासानं स्वागत होतं. जिन्यासमोर ठेवलेल्या दिवाणाखाली, जिंदादिल श्रोत्यांच्या पादत्राणांची गर्दी दिसते. सगळी कामं संपवून वास्तूची मालकीण, अभ्यागतांसाठी स्वत: मोगऱ्याचे गजरे गुंफत असते. मोगऱ्याच्या फुलांना हसतमुख मालकिणीचा हस्तस्पर्श झाल्यानं, पाणी मारण्याची गरज वाटत नाही. त्यांना टवटवीत कसं राहायचं, ते समजतं.

ठरल्याप्रमाणे ती आली. 'एफ् वन्' बँक ऑफ इंडिया ह्या फ्लॅटनं श्रवणभक्तीचा करंट अकाउण्ट उघडला. मी तिला म्हणालो,

'मोकळेपणी गप्पागोष्टी करू या. तुमची आम्हांला सगळी माहिती सांगा.'

ती काहीशा संभ्रमावस्थेत म्हणाली,

'साहेब, हे क्षेत्र मला फार उंच वाटतं. कधीतरी हे आपल्या अंगावर कोसळेल का, आपण गुदमरून जाऊ का आणि जर आपला जीव गेला, तर आपण कुठं जाऊ? कुठंतरी तळागाळात, कोणत्यातरी नळकांड्यातून कुठं तरी निघू, आपण, आपण तरी राहू का? शहरामध्ये येताना हे दडपण माझ्यावर असतं.'

'पण मुळातच असं दडपण का?'
'दुधानं तोंड पोळलं, की ताक बी फुकून प्यावं लागतं, बगा! आमचे अकोल्याचे एक कवी हायेत, श्रीकृष्ण राऊत. त्यांनी एके ठिकाणी लिहिलंय्.'
'माझी भकास शिल्पे शोधीत काल होता
कोण्यातरी व्यथेचा ऐनेमहाल होता
ठेवून काळजाला शिंक्यावरी धरियाण
सांत्वनास आला माझ्या रुमाल होता
स्वस्तात फार ज्यांनी विकले मला अवेळी
गव्हाळ कातडीचा, कोण दलाल होता
सौभाग्य रेखणारे कुंकूच भासले जे
कोण्यातरी मढ्याचा तोही गुलाल होता
मैफलीची दाद ऐकून ती पुढे म्हणाली,
'तर साहेब, मानसाचे घाव कधी कधी बोलायला लागतात.'
'तुम्ही जन्मापासूनची माहिती सांगा की.'
'माझा जन्म झाला टिपरी-मेघे, वर्धा जिल्हा. विनोबा भाव्यांचं पवनार आणि महात्मा गांधींचं सेवाग्राम त्याच्या मधे माझं माहेर. मी चार वर्ग शिकले. चौथी पास आमच्याच गावी. आमची परंपरा म्हंजे अगदी खालची. अशिक्षित असलेली. गाईम्हशीचं संगोपन करणारी. आम्ही महाराष्ट्रीयन गवळी आहोत. म्हणजे मराठा. वडील अशिक्षित. वडील अशिक्षित म्हणून आईही अशिक्षितच. परंपराच तशी. आणि त्यांच्या पोटी आम्ही जन्म घेतलेला. पण वडीलांचा एक गुण माज्यात उतरलेला. वडिलांना रडणं कधी आवडायचं नाही. मर्दपणा.'
'वडलांचं नाव?'
'अभिमानजी साठे, आता त्ये नाहीत. आई हाय. भाऊ येकच. मी साठ्याची लेक अन् सपकाळांची सून. सासर-माहेर वर्धा जिल्हाच. बाराव्या वर्षी लगीन झालं. परंपरातच तशी. सायेब, पूर्वी तर गर्भारपणीच पोटाला कुंकू लावून ठेवायचे. दोन्ही पोरी झाल्या, तर फिसकटलं, पोरगं न् पोरगी झालं, की जुळलं.'
'तुमचं लग्न किती साली झालं?'
'आता ग बाई, ते नाय सांगायला यायचं, पण बगा, जवाहरलाल नेहरू वारले, तवा मी पहिल्या मुलाच्या वेळेस गरोदर होते. तेव्हा माझं वय चौदा होतं. बाराव्या वर्षी लग्न झालं, एक वर्ष मधे गॅप गेलं.'
'अजून तीच प्रथा आहे?'
'नाही, साहेब, आता नवं रक्त, लई उसळी मारतं. आता मागचं बोलायचं नाही. मुक्काम पोस्ट कोपरा.'

मैफल खुलली. तीही मोकळी झाली. पट उलगडू लागली. तिच्याजवळ उत्तरं तयार होती. ती शुद्धांसाठी थांबत नव्हती. काही उच्चार पांढरपेशांना लाजवतील, असे तर काही तिच्या पद्धतीचे. तरीही शुद्ध उच्चारांचं प्रमाण जास्त, हिनं एवढं ज्ञान मिळवलं कसं, कुठून, हे कुतूहल जबर. तिनं सांगितलं,

'समोरची परिस्थिती तुम्हांला काय करायचं शिकवते. माझं सासर नवरगाव फॉरेस्ट. जंगली विभाग. मला दोन-दोन वर्षांनी तीन मुलगे झाले; पण मी टप्प्याटप्प्यानं विचार करीत गेले, असं का?'

'म्हणजे?'

'आमच्यांत दोन जाती. गरीब आणि श्रीमंत. गरीब म्हणजे एकदम तळागाळातले. श्रीमंत म्हणजे एकदम पस्तीस एकर जमीनवाले. आम्ही भूमिहीन, पस्तीस एकरवाल्याला सेणखत मोफत. ते त्याच्याच जमिनीत टाकून उत्पन्न डबल करनार. आम्ही सेणखत गोळा करायचं. फॉरेस्ट डिपार्टमेण्ट त्येचा लिलाव करायचं. आमाला लई तरास द्यायचं. मारहाण बी करायचं. अन्, सायेब, एक म्हन हाय्. नवऱ्याचं पीठ, बायकोचं तेलमीठ. आमचा नवरा दिवसभर, जंगलभर गाई, म्हशी चारायला न्यायचा. आम्ही त्यांचं सेण दिवसभर सावडावं, हो. मी एकसेसाठ गाईंचं सेणखत काढणारी बाई. वरून पाणी गळायचं, खिळलेलं टोपलं डोक्यावर असायचं, सगळे केस भरून जायचे, हातानं क्येस इकडंतिकडं करायचे, डोळं साफ करायचं, परत सुरू. तिथं एक रूढी वाईट. दिवसभरात सगळं सेणखत काढून नाय झालं, तर बाईवर दोन सोट नवऱ्याचं बसणार. नवऱ्यानं मारायचं, मला माझं पातळ रक्तानं चिकटल्यालं पाण्यानं धुऊन काडावं लागायचं. परत अश्रूबिश्रू पुसून हसतमुखानं कामाला लागायचं. रडलं, की डबर मार. बायको काय रडायसाठी असत्ये काय? दोन लाथा मारून काम करायसाठी असत्ये. त्या येळची एक म्हन हाय. 'बैल मारावा तासी अन् बायको मारावी तिसऱ्या दिसी.' म्हंजे बगा, सायेब, पेरणीसाठी आनलेला बैल. त्येला तासातासानं माराया हवं.'

मैफलीतलं एक मन कळवळतं.

'आनखी एक प्रथा सांगत्ये, साहेब. माझी बहीण तुला द्यायची आणि तुझी बहीण आपुन करायची. फिफ्टी-फिफ्टी. हमारा तुम और तुम्हारा हम. त्यामुळं बगा, साहेब, त्याच्या बहिनीला ह्यानं मारलं, की तो त्याच्या बहिणीला मारनार. चूक व्हायचं कारणच नको. ती प्रथा अजून हाय् बगा. अशा वातावरणात मी वाढलेली. मला कुनाचं मार्गदर्शन न्हाई. मी कशी शिकनार?'

'तरी तुम्ही अस्खलित छान बोलता.'

'शिकायला न्हाई मिळालं, पण, सायेब, खरं सांगू का, मी तिथल्या अन्यायाला तोंड फोडलं. रंगनाथन् कलेक्टर होते, त्यांच्याकडं न्याय मागितला आणि माझ्या

असंख्य बहिणींना सेणखताचं पैसं मिळाय् लागले. आम्ही दिवसभर गोळा केलेलं सेणखत. फॉरेस्ट डिपार्टमेंट त्याचा लिलाव करायचं. पस्तीस एकरवाल्या जमिनदाराची वट. पण, बगा, कलेक्टरसायबानं माझं ऐकलं. बाया-बापड्यांना मजुरी मिळू लागली. पस्तीस एकरवाल्याची समदी जमीन गेली. त्याचे हिस्से पडले. सेकडो लोकांना, गोरगरिबांना मी न्याय मिळवून दिला आणि तेच्यापायी, सायेब, मी माज्या घरादाराला पारखी झाले.'

ती आता बोलत नव्हती. कोसळत होती. सळसळत होती. भूतकाळात प्रत्येक क्षण ती दुसऱ्यांदा जगत होती. आमच्यापैकी प्रत्येकजण थरारून गेला होता. चार बुकंच जेमतेम शिकलेल्या, सेणखतात आणि दोन दोन वर्षांनी बाजेवर आयुष्य गेलेल्या त्या बाईचं शब्दसामर्थ्य अचाट होतं, आणि वाट्याला आलेलं आयुष्य तर अमानुष होतं.

गरीब, अर्धपोटी राबणाऱ्या बायाबापड्यांना शेणखताची मजुरी मिळावी, ह्या रास्त मागणीसाठी तिला सात-आठ महिने झगडा द्यावा लागला. अडाणी माणसांची अन्याय सहन करण्याची शक्ती जबर असते. परिस्थिती आणि गावरान, बिनडोक नवरे ह्यांचा मार खाऊन खाऊन दु:ख पचवण्याची त्यांची ताकद अलौकिक वाढलेली असते. त्या बायकांना यातना होत नसतील, असं कोण म्हणेल? पण प्रसूतिवेदनांशिवाय अपत्यप्राप्ती नाही, हे जितकं नैसर्गिक, तितकं संसार म्हटलं, की अन्याय, मारहाण ह्या गोष्टी नैसर्गिक हे मानायची वृत्ती. अगोदर निखाऱ्यांवरची ही परंपरेची राख फुंकण्यात शक्ती जाते. संपूर्ण राख बाजूला झाल्यावर ठिणगी उरली आहे, का पार कोळसा झालाय्, हे समजणार. ठिणगी दिसली, तर ती जतन करायची. धगधगती ठेवायची. पुन: ती राखेखाली जात नाही ना, हे पाहायचं. कोणतीही क्रान्ती यशस्वी ठरली, तरच प्रकाशाची वाट भविष्यकाळात लाभते. नाहीतर ती यात्रा एका अंधाराकडून दुसऱ्या अंधाराकडंच होते.

पण चौथ्यांदा गरोदर असतानाही तिनं सगळ्या ठिणग्या 'मशाल' तयार होईल, ह्या अपेक्षेनं गोळा केल्या. 'मशाल' तयार झाली. हुकुमशहा जमिनदाराचं घर पेटलं आणि मग त्यानं तिचंही घर पेटवलं.

तिच्या नवऱ्याच्या मनात त्यानं भरवून दिलं,

'तुझ्या बायकोला दिवस माझ्यापासून राह्यलेत.'

तिच्या गावी हे नाही

अशीच एक संध्याकाळ. पाण्यानं भरलेले दोन हंडे डोक्यावर. नववा महिना लागलेला. नेहमीसारखं घरी जायचं. रात्रीचा स्वयंपाक करायचा आणि नव्या जीवाची वाट पाहायची. आजची रात्र निभावते, का बघायचं. तोच समोर नवरा. आग्यावेताळाचा अवतार. त्यानं तिथंच पोटावर लाथ मारली. तिचा तोल गेला.

डोक्यावरचे पाण्यानं भरलेले हंडे पोटावर पडले.
शुद्धीवर आली, तेव्हा ती गाईच्या गोठ्यात होती. पोट रिकामं झालं होतं. गोठ्यात अंधार होता. वर केवळ आकाशाचं छप्पर होतं.
आज हे सगळं सांगताना तिला एक तटस्थता आली होती. पण शब्दांची धार तशीच कायम होती. तिचं कथन कपोलकल्पित नव्हतं, तरी एक शंका छळत होती. तीन मुलं झालेल्या आपल्या बायकोची नवऱ्याला ओळख पटू नये? ती म्हणाली,
'ज्या मानसानं सगळं आयुष्य म्हशीबरोबर घालवलं, सुहाग रात्र म्हंजे काय, हे ज्याला माहीत नाही, कधी कधी म्हशी हाकलता हाकलता, जंगलामध्ये कळप लावून द्यायचा, दुपारी घरी यायचं, ओरबाडून एका क्षणात काहीतरी घ्यायचं, पुनः जंगलात जायचं, त्यानं बायको कधी ओळखायची? नवरा आपल्याकडून काहीतरी घेतो आणि आपण काहीतरी देतो, यवढंच कळायचं. ह्यात बायकोला ओळखायचं कधी? मला वाटलं होतं, साहेब, मी त्यांची बायको नसल. पण त्यांच्या तीन पोरांची आई तर हाय? पण काही नाय्. गोठ्यातल्या गाई-म्हशी त्यांच्या होत्या. पण गोठ्यात बाळंत झालेली बायको त्यांची कोणी बी नव्हती.'
'भयानक आहे.'
'साहेब, पुडचं ऐका. मला जाग आली, तेव्हा अध्यान मध्यानराती एक चकाकणारी चांदणी निघत्ये, ती निघाली होती. गोठा म्हणजे वर छप्पर नाही. चारी बाजूंना लाकडाचे मोठे ओंडके. मधे गाई. माझी शुध गेली. मला तिथंच शेणात आणून टाकलेलं. शुध आली. पाह्यलं, तर, अरे द्येवा, मी गरोदर होती ना, पोट रिकामं झालेलं, आता कसं करू? सगळीकडं अंधार. लाइटबीट काय बी न्हाई. पाह्यली, तर आपली पोरगी दगडाच्या कपारीत पडलेली. रक्तानं पातळ भरलेलं, भोवती थारोळं, सडा, बाजूला बसलेल्या गाई. उठले. हे समदं धुवायला पाह्यजे. मुलगी, नाळ आणि वळं-गाठुडं-समद्यासकट जायाचं कुटं? नर्स नाही, डॉक्टर नाही, घर पण नाही. आता ओल्या बाळंतिणीला कुणी पाणी दील का? मग नाल्यावर गेल्ये. पण प्रश्न पडला, मुलीचं हे गाठुडं दूर कसं करायचं? मग पोरीला असं वाकडं झोपिवलं, दगड घ्येतलं अन् खटा-खटा घाव घातलं. नाळ तोडली. पण, सायेब, पोरगी रडलीच न्हाई. अंघोळ केली नाल्यावर. ओलं पातळ पोरीला आणि मला गुंडाळलं आणि गोठ्यात येऊन बसल्ये. दिवस निघाला. वाटलं, काहीतर मिळंल. सायेब, ओल्या बाळंतिणीला, बाळंतपणानंतर लई भूक लागत्ये, बगा. मला पण लागली की. पण दिवसभर काय पन मिळालं नाही.'
भोगून पार केलेलं दुःख ती आत्ता निर्लेप मनानं सांगत होती. आम्हांलाच ऐकवत नव्हतं. पंधरावीस मैत्रमैत्रिणींचा मेळावा, सगळं ऐकताना थरारून गेला होता.

आपण कल्पना करू शकणार नाही, इतका माणूस क्रूर होऊ शकतो. पालनकर्ता जगाचा निरोप घेऊन गेला, तर मुकी जनावरं चारापाणी वर्ज्य करतात आणि दोन-दोन वर्षांनी बायकोला बाज जवळ करायला लावणारा नवरा, नंतर बायकोला दहा दिवस उपाशी ठेवू शकतो?

असले राक्षस नियती निर्माणच का करते? अनेक मुलं जन्माला आल्या आल्या मरतात. ही माणसं का जगली? का जगतात?

बायकोला दहा दिवस उपाशी ठेवूनही त्या नराधमाचं समाधान झालं नाही. 'ही कोणी भिकारीण आमच्या गोठ्यात येऊन बाळंत झाली' असं सांगून कोण्या एका ट्रकवाल्याबरोबर तिची पाठवणी करण्यात आली. इतक्या विपन्नावस्थेत आणि अत्यंत अवहेलनेच्या काळात ती जगली तरी कशी? एकाही माणसाला कणव येवू नये?

त्याच आवेशात ती सांगू लागली.

'सकाळी आशा घेऊन मी निघायची; पण संध्याकाळ निराशेत मावळायची. धा दिवस उपासमार. पण धाव्या दिवशी बंड क्येलं. म्हटलं, आता मुरब्बी माणूस धरायचं. मुरब्बी म्हंजे कळलं का? म्हंजे म्हातारं मानूस. म्हटलं, नव्या रक्ताला जाग येनार नाही, पण जुनं रक्त पाघळल्याबिगर राहनार न्हाई. पण माझा अंदाज साप चुकला. एक म्हातारी कचरा टाकायला आली. तिचं पाय धरलं. 'माय, खायला देत्ये का? शिळं-उष्टं-माष्टं-काय बी दे. तुझ्या पोरानं टाकलेलं द्ये. नासलेलं, कुसलेलं, विटलेलं काय बी दे. पोटात कसंसंच होतंय्.'

'बरं मग?'

'पायाला चटका बसल्यागत तिनं उडी मारली. मी अपवित्र झाले होते ना? अन् सायेब, त्या म्हातारीनं मरायची आठवण करून दिली न्हाई का? तो पात्तूर मरनाचं विसरलेच होते ना. पानी पिऊन धा दिवस जगले होते. त्या दिवशी ठरवलं, मरायचं. मध्यान् रात्र होईतो थांबले. कारण, वाईट काम करायचं, म्हंजे अंधाराचा आधार घ्यावा लागतो, सायेब. मी वाईट काम करनार होते. एका जीवाला पोरकं करून चालल्ये होते. पहिल्या तीन मुलांची मी कोणी न्हवते, पण तिची तरी नक्की होते. रात्र होऊ दिली. सुमसान् झालं सगळं. 'हंसी मोरानं टाहो दिला, लाल बादल पोहनपाठ झाला' तशी येळ झाली. पण, सायेब, माया लई वाईट असते. वाटलं, मुलीचं शेवटलं चुंबन घ्यावं. खाली वाकले. गालावर ओठ टेकले. तिच्या गालाचा मऊ-मऊ स्पर्श झाला. अन् तिनं टाहो फोडला की. सायेब, जलमाला आल्यापासून ही पोरगी रडलीच न्हाई. मला मुलीची लई आवड. ती मुकी न्हाई व्हायला पाह्यजे. तिनं रडावं, म्हणून मी तीन दिवस दूध पाजलं नाही. भूक लागूनशान् तरी रडंल. पण न्हाई. अन् आता येकायेकी रडाया लागली. अन् फाडकन् डोक्यात लाईट

लागला. ही माझ्याजवळ न्याय मागते. तुला मरायचंय्, तर अल्प काळाकरता मला कशाला निर्माण केलं? तूच माझी माय, बाप, गणगोत, असं ती म्हणत्ये. मग ती म्हणालं, 'नाय, नाय, न्हाई मरत. तू रडली ना? आता तर न्हाईच मरत. हॅऽ ऽट, नही मरेंगे. मरनं कॅन्सल...' "

सगळ्यांचे डोळे पाणावले होते. प्रत्येकाचं मन हळुवार झालं होतं. आणि त्याही अवस्थेत तिचा 'कॅन्सल' शब्द ऐकून अचानक श्रावणसर जमीन भिजवून, सुगंधी करून गेली.

तिच्या अशुद्ध, गावरान पण गोड भाषेची स्वाभाविकता मान्य करता-करता ती मधेच असा एखादा शुद्ध शहरी पेहरावाचा अविष्कार करीत होती, की पुन: तिच्याबद्दल एक नवं कौतुक-कुतूहल जागं व्हावं. तिनं जगायचं जगायचं ठरवलं, ते एका अज्ञात यातनांचा प्रवास करायचा होता, म्हणूनच. माणुसकीचा झरा अचानक कुठंतरी भेटायचा. पुन: वाटचाल सुरू. एक गोष्ट मात्र खरी. देव गाभाऱ्यात कधीच भेटला नाही. जिथं जिथं भक्तिभावानं माथा नम्र करावा, तिथं तिथं दरडच कोसळायची. आणि भयभीत व्हावं, सावध राहावं, तर कल्पवृक्षाची छाया भेटावी.

सगळ्या जगानं लाथाडलं, तरी आई नक्की पदराखाली घेईल, ही खात्री. तर आईनंच तिसरा डोळा वटारला. उपासानं तरफडणाऱ्या सख्ख्या मुलीला, ओल्या बाळंतिणीला तिनं नासलेलं, तार आलेलं अन्न खायला दिलं. मुलीच्या परसाकडच्या दुपट्यात तिनं ते बांधून घेतलं. 'माझ्याजवळ अन्न बांधून घ्यायला काही नाही' हे कळवळून सांगितलेलं पण त्या बाईला ऐकू गेलं नाही.

ती सांगत होती. आम्हांलाच आता अर्थबोध होत नव्हता. बाप, नवरा, मुलगा, मुलगी, आई ही ग्रेड वन् ची नाती. 'आई' तर त्यांतल्या त्यांत फाईव्ह स्टारच. आते, मामे, चुलत, मावस ही सगळी- 'वगैरे ग्रेड' ची. माणूसकी, माया, ममता, वात्सल्य हे सगळे शब्द एकाच व्यक्तीचे पदर. गोपी अनेक, राधा एकच. वृक्ष अगणित, कल्पवृक्ष एकच. गाईंचं खिल्लार मोजता येणार नाही. पण 'कामधेनू' एकमेवच. विष्णूचे दशावतार; पण कृष्ण एकच. मंत्र भले लक्षावधी; पण 'संजीवनी' मंत्र महत्त्वाचा. 'आई' ह्या नात्यात 'राधा, कल्पवृक्ष, कामधेनू, कृष्ण संजीवनी' सगळंच एके ठिकाणी. ह्या सगळ्या भावनांना जबर ठोकर बसलेली. 'तुम्ही तेव्हा काय केलंत?' हा प्रश्न प्रत्येकाच्या चेहऱ्यावर होता. तिनं बहिणाबाईच्या शब्दांत सांगितलं,

'नाही दिव्यामधी तेल,
कशी अंधारली रात
तेल मिळे एकदाचं

नेली उंदरानं वात.
वात केली चिंधुकाची
तेल दिव्यात पडलं
सापडेना आगपेटी
घोडं तिथंही अडलं.
सापडली आगपेटी
आग्या वेताळाची लेक
आता आली हाती
काडी नवसाची एक
सिलगली आगकाडी
ज्योत पेटली पेटली
अंधाराला घाबरून
तीहि विझूनिया गेली.'

साहेब, आईनं पाठ फिरवली आणि असाच अंधार झाला.''

बहिणाबाईला दाद द्यावी, की ह्या बाईच्या स्थितीला हुंदका द्यावा? आकृतीची कलाकृती होते, ती अशी. चित्रातल्या रडणाऱ्या मुलाची अनुकंपा वाटावी, पण त्याचे डोळे पुसता येऊ नयेत, ओघळणाऱ्या अश्रूवरच्या 'हायलाईट' कडंच जास्त लक्ष जावं, तसं झालं.

'तुम्ही आईच्या घरी गेला होतात का?'

'न्हाई साहेब, त्या ट्रकवाल्यानं मला वर्ध्याला सोडलं, बॅचलर रोडवर.'

क्षणभर थांबून ती हसत म्हणाली,

'कारण मीही बॅचलरच होते ना?'

कारुण्यानं ओथंबलेल्या प्रवेशातून गडकरी मास्तर हास्यकल्लोळात बुडवत असत. मधे फक्त एक पडदा पडायचा आणि कव्हरसीनवर हास्यरसाचं राज्य सुरू व्हायचं. इथं ही किमया वाक्यापाठोपाठ दुसऱ्या वाक्यानं घडायची. आणि हे सगळं करताना त्यात खटाटोप नव्हता. रचनातंत्र नव्हतं. दुःख हाडी-मांसी भिनलं, धमन्यांतून जिरलं, की दुःखच दुःखाला हसून त्याची रेवडी उडवतं. इथं हास्याला कारुण्याची झालर होती, का कारुण्याला हास्याची? उभे धागे एका रंगाचे आणि आडवे धागे दुसऱ्या रंगाचे. अस्सल रेशमाचा असला शालू कोणत्या छटेचा अविष्कार कधी करील, हे पकडता येत नाही, तसं तिचं निवेदन.

'आई मला बाजारात भेटली. तिनं तिथनंच पाठ फिरवली. घरापर्यंत नेलंच नाही. तिनं सडलेल्या कण्या माझ्याजवळच्या धुतलेल्या पण परसाकडच्या दुपट्यात टाकल्या आणि हातवारे करून तिनं मला लवकरात लवकर चालायला लाग,

म्हणून सांगितलं. मी विचार करीत निघाले, 'ही एक आई. सगळं व्यवस्थित असून मला लवकर जा म्हणते आणि मीही एक आई. कुठंही पाय ठेवायला जागा नाही, तरी समर्थपणे वाटचाल करत्ये. कोणची आई श्रेष्ठ?'

एखाद्या शब्दाचा अर्थ, त्याचा अनेक वर्ष परिचय असून एखाद्या क्षणीच समजतो. कुणाचाही 'हात' मिळाला नाही, की जी होते, त्याला 'वाताहत' म्हणतात. तिचा त्यानंतरचा सगळा प्रवास हा असाच आहे. मग तरी तिची 'खासियत' काय? वाताहत अनेकांच्या नशिबी असते. ही त्यातूनही समर्थपणे उभी राह्यली. पोटभर अन्न स्वत:ला मिळायला लागल्यावर तिला, घासभर अन्नही न मिळणाऱ्या माणसांचं स्मरण होत राह्यलं, हे तिचं मोठेपण. तसे घरातल्या घरात तळमळणारे असंख्य. दाराशी कुणी आलंच, तर शिळं अन्न देणारे अगणित निघतील.

तिचा आदर्श होता संत नाथांचा. कुत्र्यानं पोळी पळवली, म्हणून त्याच्यापाठोपाठ हातात काठीऐवजी तुपाची वाटी घेऊन धावणारे नाथमहाराज. तिनं तसं अभिमानानं, जाणिवेनं सांगितलं.

'मी उपाशी होते तेव्हा मला कुणी दाराशी उभं केलं नाही. त्याप्रमाणे आपल्या दारापर्यंत कुणी उपाशी माणूस येईल का? आपणच उपाशी माणसांचा शोध घेतला पाहिजे.'

तिचा तसा शोध सुरू झाला.

ह्या सुजलां सुफलां देशात उपाशी माणसांना काय तोटा? सगळीकडं वणवाच पेटलेला आहे आणि बिनडोकपणे प्रजा वाढवणारी माणसं आणि स्वार्थानं लडबडलेलं मंत्री 'जंगलं वाचवा' म्हणत-म्हणत त्यातलीच झाडं वणव्याला पुरवत आहेत. तरीही ज्याला प्रत्यक्ष कार्य करायचं आहे, त्याला कार्यक्षेत्र आपोआप मिळतं. प्रेरणा देणारी शक्तीच अशा व्यक्तींना दिशा दाखवते.

सख्ख्या आईनं लाथाडल्यावर ती देवळात गेली, ते देवाला जाब विचारायला आणि तिथं तिला कळलं, की तो तरी स्वतंत्र कुठाय्? देव सगळ्यांचा असला, तरी देवळावर मालकी दुसऱ्याचीच असते. देवाला 'स्वामी तिन्ही जगांचा' म्हणायचं; पण त्याच्या घराच्या किल्ल्या अशाच कुणा पुजाऱ्याच्या हातात असतात.

अशाच एका देवळासमोर ती बसली. वडिलांनी लहानपणी शिकवलेली साधी साधी गाणी, भजनं तिला आठवली. तिनं डोळे मिटून घेतले.

'सायेब, डोळं उघडं ठ्येवलं, की बाहेरचं दिसतंय्, मिटलं, की आतलं दिसतंय्, म्या डोळं मिटलं आणि गाणी म्हणाय् लागले. काय गायले, किती गायले आठवत न्हाई. शेजारी तरटावर मुलगी होती. डोळं उघडलं, तर मुलीजवळ साडेतीन रुपयांचा खुर्दा.'

'आणि पहिल्यावहिल्या साडेतीन रुपयांच्या, अनपेक्षित का होईना पण स्वकष्टार्जित

प्राप्तीनं, साडेतीन हात शरीराची भूक भागवण्याची नवी वाट दाखवली. दारिद्र्य, हालअपेष्टा, उपेक्षा, अवहेलना, हेळसांड, तिरस्कार ही अटळ स्टेशनं मागे पडत गेली. भजनं म्हणायची, तिकिटाशिवाय प्रवास करायचा. खिशात अजिबात पैसे नसले, तर कुणाचीच भीती वाटत नाही. चोरांची नाही आणि सरकारी युनिफॉर्ममधल्या चोरांची पण नाही. तिचा प्रवास फक्त माणसांचाच चालतो. रेल्वेचा नाही. म्हणूनच मलकापूर स्टेशनाची पाटी पाह्यल्यावर तिला जाग आली. लहानपणी आईच्या मागे हेका धरून जाळीच्या देवाची जत्रा करताना मलकापूरला उतरल्याचं तिला आठवलं. इथं दिशा सापडेल, असं वाटलं. ती उतरली. पांढऱ्या युनिफॉर्ममध्ये अचानक 'साव' भेटला. तिकिटाशिवाय प्रवास केल्याबद्दल तिला दंड करण्याऐवजी त्यानं तिला मलकापूरपासून बुलढाण्यापर्यंत जायला साडेसोळा रुपये दिले.

तिच्या देवस्थानापर्यंत ती पोहचली. तिनं भजनातून देवाला आळवायला प्रारंभ केला. 'मला दिशा दाखव, मी हरलेली नाही, हरणार नाही, फक्त दिशा दाखव' हा एकच पुकारा.

तिला दृष्टांत मिळाला. दिशा मिळाली. तिनं खानदेशासाठी प्रस्थान ठेवलं. तिथून भटकत भटकत चिखलदऱ्याला आली. माणसांच्या जंगलातल्या श्वापदांनी तिला निर्वासित केलं, तर चिखलदऱ्याच्या अभयारण्यानं श्वापदांबरोबरच तिलाही अभय दिलं.

–आणि इथूनच तिच्या आयुष्याला एक जबरदस्त कलाटणी मिळाली. सरकारनं अभयारण्य म्हणून जो विभाग जाहीर केला, त्यापायी चौऱ्याऐंशी गावं उजाड झाली, चार ते पाच हजार गाई चारापाण्याला महाग झाल्या. जंगल अधिकाऱ्यांनी त्यांना काटेरी तारांच्या कुंपणात चारापाण्याशिवाय कोंडलं होतं. तिथल्या आदिवासींची परिस्थितीतही कोंडवाड्यातल्या जनावरांपेक्षा वेगळी नव्हती. ही याच सुमारास तिथं गेली. मुक्या जनावरांची व्यथा तिला समजू नये, तर कुणाला? तिचं बालपणच जिथं वासरासारखं गेलेलं. जशी जनावरांची मुकी भाषा तिच्या परिचयाची होती, त्याचप्रमाणे तोंड दाबून बुक्क्यांचा मार म्हणजे काय, तेही नव्यानं शिकण्याची गरज नव्हती. त्याचा तिला भरपूर खुराक मिळाला होता. आयुष्याची बरीचशी वाटचाल तिनं एकटीनं केली होती आणि जाहीर कार्यक्रमांचा सभाधीटपणा आता पाठीशी उभा होता.

वाल्याच्या आयुष्यातला क्षण तिच्याही वाट्याला आला. फक्त त्या काळात बंडखोर वाल्या शांत झाला, तर इथं ही शांत राहून सोसणारी सौ. सिंधू सपकाळ बंडखोर झाली. समाजाच्या सेवेसाठी जेव्हा तमोगुणाचा आविष्कार होतो, तेव्हा ते सत्त्वगुणाचंच दुसरं रूप असतं.

वीस मैलांवरून गाईंना चारापाण्याशिवाय हाकलत आणलं होतं. काही गाईंनी

प्रवासातच माना टाकल्या होत्या. वासरं दगावली होती. कुंपणात कोंडलेल्या काही गाई काटेरी तारांपायी फाटल्या होत्या. ते हजारो तळमळणारे आत्मे तिच्या पाठीशी उभे राहिले. तिचं आत्मबळ कितीतरी पटीनं वाढलं. पुढारीपणाची, नेतृत्त्वाची गळ्यात पडलेली माळ हलकी वाटली. तिनं आदिवासींना हाताशी धरलं. सभा भरवल्या. काय करायचं, ते तिच्या अल्पमतीनुसार तिनं ठरवलं.
दोन आदिवासींना घेऊन तिनं सचिवालय गाठलं. कुणी तरी इंग्लिश बोलणारा हवा, म्हणून एक तरुण पदवीधरही बरोबर घेतला.
मुंबईचं बोरीबंदर स्टेशन, गर्दी, गोंगाट, वाहनांची रांग हे सगळं पाहूनच त्यांची पाचावर धारण बसली. ते दोघं आदिवासी विलक्षण भेदरले.
सचिवालयाच्या लिफ्टमध्ये शिरायला ते तयारच होईनात. लिफ्ट वर जायला लागली तेव्हा आपण सदेह वैकुंठाला चाललो, ह्या कल्पनेनं ते धास्तावले. मुलाबाळांच्या आठवणीनं कासावीस झाले आणि हव्या त्या मजल्यावर लिफ्ट पोचलं तेव्हा काय घडावं?
ती सांगून थकली नव्हती आणि आम्ही ऐकून दमलो नव्हतो.
'सायेब, मी एक वकील घेतले होते सोबत. अमरावतीचे जोशी. तरुण रक्त. डबल ग्रॅज्युएट. म्हटलं, साहेब, हा इंग्लीसमधून वकील झाला. म्हटलं च्यायला तरतर बोलंल ना? पण, च्यायला तिकडं बोलाय् ऐवजी मलाच तडतडा बोलत व्हते ना. 'करू गेले काय अन् उलटे झालं पाय' अशातली येक म्हन हाय तसं झालं. तर सायेब, काय झालं, आपल्याला एकदम भीती वाटली, की पोटाला मुरडं येतं का नाय्, तसं बगा, त्या दोघांच्या पोटाला मुरडं आलं की, येक म्हनाला, 'पिशाब होणी मणे'. तर दुसरा म्हनाला, 'मेरे की टट्टी होने रहनी मणे'. अन् सायेब, जो टट्टी करायला गेला, तो तसाच आला ना परत. सांगाय लागला, 'भगवानकी पादुका छे, रामाणी पादुका छे. मैंने दर्शन लिया.' मग, सायेब, त्या वकीलबाबाला म्हटलं, 'कागदं दे इकडं आन् तू जा दोघांना घेऊन झोपडपट्टीत. हागवून-मुतवून आन.' तशी त्यो गरम झाला. 'मी काय ह्या कामासाठी आलो का?' हातापाया पडल्ये अन्, साहेब, घुसले बगा. नंबर लावलाच न्हाय. आत मधे महत्त्वाची मिटींग चालली, मला कुठे माहीत? मी बोर्ड वाचला. वण आणि दारूमंत्री छबीलाल गुप्ता. म्हटलं, वचन पाह्यजेल आपल्याला. दारूबिरूचं लेनदेन न्हाई. ताडकन् घुसले बगा, आणि मग म्हटलं, 'आरं ऽऽ द्येवा. हिकडं आठ आन् तिकडं आठ, मधे सतरावा, प्रमिलाबाई टोपले-अकोला, प्रभा राव-वर्धा, प्रतिभाताई पाटील-खानदेश, नंतर कळलं. सगळे होते. त्याचं पिनं-बिनं सुरू व्हतं ना. मी धसकन् घुसले की. धडामधुम्. मला येक माहीत आहे, ज्याच्या त्याच्या केबिनचा ज्याला त्याला अधिकार असतो. एक असा शेर हाय् बगा,

'दुध मे पकाये चावल तो उसे खीर कहते हैं।
मोहोब्बतमें खाये ठोकर तो उसे तकदीर कहते हैं।
लकीरकी फकीर हूँ मैं, उसका कोई गम नहीं।
नहीं धन तो क्या हुआ, इज्जत तो मेरी कम नहीं।
ये दिल भी मेरा समिंदर था...कभी था?
सिर्फ प्यार का पानी था उसमें
मगर आज वो तुफान उठ आया है।
सागर को पता नहीं किनारा किधर है...'

'अन् अशी मी डळमळीत झालेली, मधे घुसले की, अर्ज टेबलावर ठेवला न् म्हणाले, ''त्यांनी मान् पन न्हाई हलवली बगा. काय करावं आता? शिष्टमंडळ तर आमचं हगायला ग्येलेलं. ते बगाय् लागले, च्यायला, हे कुठलं मॉडेल मधे घुसलं? त्यांनी कागदाकडे बोट धमकावलं,

'हे काय आहे?'

'माझं डोकं जाग्यावर नव्हतं. मरनाऱ्या गाई डोळ्यांफुडं येत होत्या. मी म्हटलं, 'सायेब, तुम्ही वनमंत्री आहात. तुम्हांला अर्जबिर्ज कळत न्हाई का? याला अर्ज म्हणतात ना.'

'बाप रे ऽऽ, अपमान झाला की वनमंत्र्यांचा. ते आठ दुनी सोळा हसाय् लागले ना ऽऽ. त्यांना. मग वाटलं, च्यायला कुबुरी बात है, लई सणकबाज छबीलाल गुप्ता. मग ते ओरडले,

'जास्त बोलतीस का?'

'म्हटलं, 'सायेब, हुकूमशाही संपली, लोकशाही आली. मी असंख्य लोकांची प्रतिनिधी म्हणून आलेय्... मला जरा तुम्ही-आम्ही म्हणा की.'

'ते आठ दुनी सोळा, डब्बल हसले की. मग त्या वणमंत्र्यांना वाटलं, आता हिला जबर झपकणी दिली पाह्यजे, च्यायला.

'आन्, सायेब, त्ये संगीनीवालं पोलिस, काही महत्त्वाचं चालू असलं, म्हंजे असत्यात ना, ते तिथं होतं की बाजूला. गुप्ता म्हनतात,

'ते काय आहे, पाह्यलं का?'

'साहेब, आम्ही त्याला पोलिस म्हनतोय्.'

मी ठासून बोलले. मेलेलं कोंबडं आगीला भीत न्हाई. मी पण मेली गेले होते तिथे. पण हे मुर्दे जिवंत करायचे होते ना?

मग गुप्ता म्हणतात, 'त्या पोलिसच्या हातात काय आहे, त्ये पाह्यलं का?'

मी बोलले, 'तुम्ही त्याला काय म्हनता म्हाईत नाही; पण आम्ही त्याला चुलीत

घालायची फुकणी म्हणतो, सायेब. अन्, सायेब, तेच्याही पुढचं सांगू का. सायेब, त्याच्यामधी गोळ्या नाहीत अन् अजून ऐका, त्यात गोळ्या असल्या आणि तुम्ही मला इथं मारलं, मला गोळ्या घातल्या, तर, सायेब, मला नाव गाव न्हाई. पेपरवाल्याला मी म्हाईत नाही. पण, सायेब, मंत्र्याच्या खोलीत बाईचा खून असं पेपरला आलं, तर तुमची खुर्ची राहील का? त्यापेक्षा असं करा ना, तुम्ही मला माझंच देऊन टाका ना?'

धडाधड पाणी प्यायले ग्लासभर छबीलाल गुप्तासाहेब. मग म्हनतात,

'काय म्हणणं हाय् तुमचं?'

'माझं म्हणणं एकच हाय्. अमरावती जिल्हा, चिखलदऱ्याला तुमी येऊन गेला सायेब. विंध्य सातपुड्याचं शेवटचं टोक?'

'काय पाह्यजे तुमाला?'

'मला हवा माझ्या गाईचा चारा. त्यांना प्यायला पानी. सायेब, जो कोअर एरिया म्हंजे मधला गाभा, तिथंच फक्त आमच्या गाई पानी पिऊ शकतात. संपूर्ण जंगलात पानी न्हाई. अन्, साहेब, कोअर एरियाचा बफर एरिया आमच्या घरापोत्तर येऊन चिकटलाय्. आम्हांला उभं राहू द्या. पाय रोवून नको, सायेब, श्वास घेन्यापुरतं तरी राहू द्या.'

'छबीलाल म्हणतात,

'माझं चौऱ्याऐंशी वाघ आहेत, त्यांचं काय?'

'सायेब, तुमचे वाघ फक्त चौऱ्याऐंशी आहेत. माझ्या गाई पाच हजार आहेत. म्हंजे माझा आकडा मोठा आहे, की न्हाई? मला फक्त चारा हवा, पाणी हवं, अन्, सायेब, जर माझ्या गाईंना चारापाणी न्हाई भेटला, तर तुमचं समदं ऑफिस मी पेटवून देईन् अन् स्वत: पण त्यात पेटेन.'

सौ. सिंधू सपकाळला न्याय मिळाला.

गाई वाचल्या.

ही कहाणी एवढीच आहे का?

नाही. हा निव्वळ प्रारंभ आहे. चार बुकं न शिकलेल्या एका बाईचा एकपात्री लढा. त्यात ती जिंकली. जिंकल्यावर ती थांबलेली नाही. एक आघाडी यशस्वी करून दाखवणाऱ्याला दुसऱ्या आघाडीचं आमंत्रण येतं. आणि तसं ते आलं नाही, तर तो ते ओढवून घेतो. वाघाला रक्ताची चटक लागते. त्याप्रमाणे मर्दुमकीचं रक्त आव्हानाला चटावलेलं असतं.

सिंधू सपकाळची कहाणी ऐकवताना मी फक्त ब्राऊनपेपरच कव्हर काढणार होतो. तसं जस्तीत जास्त प्रमाणात केलंय्. पण पोर्ट्रेटचे अंतरंग जसे दिसायला लागले, तसं गप्प राहणं शक्य झालं नाही.

मधे मधे जे भाष्य झालं, ते दोन अंकांच्यामध्ये आपण नाटकातल्या पाहिलेल्या कथानकाबद्दल जसं स्वत:शी बोलतो, तसं.
नाटकाचं संपूर्ण कथानक सांगितलं, की नव्यानं नाटकाला सामोरं जाणाऱ्याचा आनंद कमी होतो. म्हणूनच ही सिंधूची कहाणी मी इथंच थांबवणार आहे. तिचा वेगवेगळ्या अन्यायांच्या निवारणासाठी लढा चालूच आहे. दिवंगत पंतप्रधान इंदिराजींनासुद्धा ती भेटली होती आणि विद्यमान पंतप्रधानांना पण तिची दखल घ्यावी लागली आहे.
तिच्या कथनात थोडा अतिरंजितपणा जरूर आहे. अशक्यतेकडे झुकणाऱ्या घटना आहेत. पण तो एक जिवंत, खळाळणारा ओघ आहे, तो प्रत्यक्षात प्रचीती घेण्याचाच भाग आहे. तिच्या कथनातलं कौशल्य अपूर्व आहे. शेरो-शायरी असो वा मराठी गझल असो, अभंग असो. वा वाक्प्रचार असो, त्या सगळ्याची गुंफण अफाट आहे. किती पांढऱ्या फुलांनंतर एखादं रंगीत फूल ओवावं, हे गणित न सांगता फूलवाल्याला आपोआप कळतं, तसं तिला ते कथनाचं कसब साधलं आहे. ती जागरूक आहे, डोळस आहे. मंत्रिमंडळाची नावं तिला खात्यासकट माहीत आहेत.
असं असून, आपण हे वाढवलं कसं, कधी, हे ती सांगत नाही. सांगू शकत नाही. शहरी मन, म्हणजे आपलं मन लगेच साशंक होतं. तिला विचारावं, तर ती सांगते, 'सायेब, आपण जर म्हटलं, गंगेचं पाणी वाह्यलं पायजे, वाह्यलं पायजे, अन् पाण्याचे घडेच्या घडं पाण्यामधी वोतलं, तर पाणी वाहेल का?... तर उपजलच लागतं?'
ह्या पलीकडं ती सांगत नाही. चिखलदऱ्यातल्या आदिवासींत ती सामाजिक कार्य करते. त्याचं स्वरूप नेमकेपणानं मैफलीला समजलेलं नाही. पण आदिवासींच्या धर्मांतराच्या लाटेनं ती कासावीस झाली आहे. बंद मेण्यातून कोणत्या गोष्टींची ने-आण होते. कोण करतं, हे तिला समजत नाही. कमालीच्या व्याकुळतेनं ती सांगत होती,
'सायेब, पुन: सुवर्णमंदिरासारखं व्हायचं नाही ना?'
सिंधूच्या आयुष्याचं हे आयुष्यावलोकन आहे. किती तरी इथं सांगितलेलं नाही. मी तिला म्हणालो,
''मी हे सगळं लिहिणार आहे. पण परिस्थिती आणि तुमचं सांगणं ह्यात तफावत पडली, तर?'
हात जोडत ती म्हणाली,
'सायेब, तुमाला नाव आहे. मला न्हाई. मी जे भोगलं, ते सांगितलं. त्यातलं तुमाला जे खोटं वाटतं, ते लिहू नका. ते मी लिहीन.'

'बरं, सामाजिक कार्य म्हणता, त्याचं काय?'

'तसं इथं कसं सांगू? तुमी चिखलदऱ्याला या एकडाव, तुमाला जे हाय, ते दाखवीन.'

आता जिल्हा अमरावती, चिखलदऱ्याला जायलाच हवं. विंध्य सातपुड्यातील आदिवासी लोक जिला देवी मानतात, त्या सिंधूला तिथं जाऊन भेटायला हवं.

वर्षभर वटपौर्णिमाच

वटसावित्रीचं व्रत आणि विसाव्या शतकातली 'स्त्री' ह्या विषयावरचं माझं मत, श्री. देशमुख ह्यांनी मागितलं. त्या क्षणी वाटलं, हे एकच व्रत नव्हे, तर उपास-तापास, चतुर्थी, शिवरात्र, संक्रांत, दसरा, इत्यादी सगळ्याच व्रतांची आणि सणांची फेररचना करायला हवी. नवा फेरविचार व्हावा. नवे अर्थ, नवे संकेत, नवी विचारधारणा व्हायला हवी.

उपासाला तांबडा भोपळा चालतो, पांढरा का नाही?- धने चालत नाहीत, पण धन्यापासून होणारी कोथिंबीर कशी चालते?

शुक्रवारी आंबट पदार्थ चालत नाही, बुधवारी फक्त पांढरे पदार्थ-खायचे, ह्यांसारख्या व्रतांच्या मागं, कोणत्या विचारांचा आधार आहे?

हा श्रद्धेचा भाग आहे, असं म्हणताना, आपल्या सगळ्या आयुष्याचा, जीवनक्रमाचा आणि 'श्रद्धा' ह्याचा काय नातेसंबंध आहे, ह्यावर कुणी शांतपणे, स्वत:चं वागणं तपासून पाह्यलं आहे? स्वत:ला आरोपीच्या पिंजऱ्यात उभे करून, 'माफीचा साक्षीदार' न होता, स्वत:चीच उलटतपासणी केली आहे का?

देवळात जाऊन तास न् तास रांगेत उभं राहून घंटा बडवून येणाऱ्यापासून, कोणत्या ना कोणत्या महाराजांच्या अनुग्रहासाठी कासावीस होणं, हे सगळं काय दर्शवतं?–

अशी प्रचंड प्रश्नमालिका समोर उभी राह्यली. ही प्रश्नमालिका बाजूला ठेवू? सत्यवान, सावित्री आणि वटपौर्णिमा ह्याच विषयांपुरतं बोलू. 'प्राण परत येतो का?– यमराज प्रत्यक्ष दिसतो का? त्याचा पाठलाग करून, त्याच्याशी संवाद करता येतो का, आणि त्याला शब्दांत फसवून, प्राण परत मिळवता येतो का?' हे सगळे प्रश्न अनुत्तरित आहेत. 'श्रद्धा' म्हटलं, तर संवादच संपतो. तर्क हा बुद्धीचा प्रांत मानला, तर 'श्रद्धा' ह्या एका धारणेपुढं, बुद्धी गप्पच राहते. तो कप्पा बंदच ठेवायचा.

आज बहुतांशी, सगळ्या नसल्या, तरी अनेक गोष्टी विज्ञानाच्या कसोटीवर पारखून घेतल्या जात आहेत. समाजरचना बदलत आहे. भारतामध्ये जेव्हा, शिकलेली सुविद्य स्त्री, तीही अगदी पहिलीवहिली एकमेव स्त्री नोकरी करू लागली, त्या दिवसापासून समाज बदलू लागला, असं मानायला हरकत नाही. नेमकी ती 'स्त्री' आणि नेमका तो 'दिवस' ह्याची नोंद इतिहासानं घेतली नसेल. शेतात नवऱ्याच्या बरोबरीनं नांगर धरणारी स्त्री, धुणीभांडी करणाऱ्या बायका आणि चार घरी पोळ्या लाटून, दिवस ढकलणाऱ्या विधवा, ह्याही अर्थार्जन करणाऱ्या वर्गातल्याच. त्यांच्या संसाराचा भार त्या उचलतच होत्या. पण, त्यांची तुलना आजच्या कमावत्या स्त्रीशी करण्यात, फार मोठी गफलत होईल. मुंबई शहरात स्त्रियांसाठी स्वतंत्र लोकलची योजना करूनही, कामावर जाणाऱ्या बायकांचे प्रश्न सुटलेले नाहीत, त्यांच्या गरजा भागलेल्या नाहीत, त्यांच्यासाठी सोयी शासनाला करता आलेल्या नाहीत.

शासनानं सामान्य माणसाला, स्वतःचं अंदाधुंदीचं, भ्रष्टाचारी राज्य चालवण्यासाठी, औदार्यानं एकच गोष्ट बहाल केली आहे. तिचं नाव 'महागाई'. लाखो रुपयांची माया गोळा करून देणाऱ्या दुभत्या 'गाई' शासनाजवळ आणि बाकी सगळ्यांना 'महागाई'. ह्या महागाईपोटी, नोकऱ्या करणाऱ्या सगळ्या स्त्रिया जन्माला आल्या. यमधर्माशी वादविवाद करून नवऱ्याचा प्राण सावित्रीनं वाचवला, ह्यातच सत्यवानही तेवढ्या योग्यतेचा होता, हे सिद्ध होतं.

सत्यवानाची पात्रता आज एका तरी पुरुषाजवळ आहे का?- पात्रतेचा हा प्रश्न काही वेगळ्या विषयावर लिहायला भाग पाडेल. पुनः वटपौर्णिमा आणि विसाव्या शतकातील 'स्त्री' इथंच थांबायला हवं. 'एकविसाव्या शतकाकडं चाललेलं जग' ह्या लाडक्या विधानापासून भारताला लांबच ठेवायला हवं. भारताच्या राजवटीत काय फरक पडणार आहे?

सरकार खऱ्या अर्थानं जनताभिमुख होणार आहे?

स्मगलर्स नाहीसे होणार आहेत? बिल्डर्स प्रामाणिक होणार आहेत? कॉलेजमधे खऱ्या अर्थानं गुणवत्तेला प्राधान्य मिळणार आहे?

कोर्टात न्याय नको, कमीतकमी झटपट निकाल लागणार आहेत? रेल्वेगाड्या

वेळापत्रकानुसार धावणार आहेत? रस्ते, पाणीपुरवठा, रहदारी सुधारणार आहे? झोपडपट्टी आणि फेरीवाल्यांचा हैदोस थांबणार आहे?

नोकरी आणि संसार संभाळणाऱ्या बाईला, गृहिणीला घरीदारी सन्मानाची वागणूक मिळणार आहे? दूरदर्शनवरचे हिडीस चित्रपट आणि कल्पकताशून्य जाहिराती बंद होणार आहेत? सगळ्या समाजात स्त्रीचं शरीर आणि तिचं सौंदर्य ह्यांची विक्री थांबणार आहे?-

प्रत्येक जाहिरातीत स्त्रीचा वापर होतोय्, ह्या विरुद्ध एखाद्या मेधा पाटकर उभ्या राहणार आहेत?

फक्त कॅलेंडर बदलणार आहे.

बाकी काही नाही.

प्रपंच आणि नोकरी, दोन्ही पातळ्यांवर झगडा देणारी प्रत्येक 'स्त्री' सावित्रीच आहे. ती वर्षभर वटसावित्रीचीच भूमिका बजावत आहे. सत्यवान बारमध्ये जातोय्, घरी पार्ट्या झोडतोय्, बायकोवर डाफरतोय्, तयार चहाच्या कपाची वाट पाहतोय् आणि आपल्यापेक्षा जास्त कौतुक, प्रसिद्धी, गुणवत्ता, कर्तृत्व बायकोजवळ असेल, तर नवरेपणाचा हक्क अबाधित ठेवून, पत्नीच्या प्रगतीच्या आड येतोय्.

संसारासाठी अर्थार्जन करणाऱ्या सावित्रीची पूजा आणि व्रत बारमास चालू आहे. धावती गाडी पकडण्यासाठी तिला शारीरिक बळ हवंय्. तिनं उपास का करावा? मंगळागौरीची जागरणं का करावीत?

पुराणे संकेत आता झुगारून दिले पाहिजेत. ह्याचा अर्थ 'श्रद्धेला' तिलांजली दिली, असा होत नाही. बुद्धी आणि शास्त्र इकडं ती श्रद्धा वळली पाहिजे. किमान, आपण अमुक एक व्रत का करीत आहोत? ह्याचं समर्पक समर्थन बाईजवळ हवं. नवऱ्याचं आयुष्य वटसावित्रीच्या व्रतानं वाढतं, हा संकेतच तपासायला हवा. ते अशक्य आहे, मग स्वत:ची भूमिका स्पष्ट हवी. त्यासाठी स्वत:चा स्वत:वर गाढा विश्वास हवा. तो आत्मविश्वास, आत्मविकास वाढवणाऱ्या गोष्टी जर सायन्सजवळ असतील, तर 'सायन्स म्हणजे अध्यात्म' आणि एक जिताजागता जीव, आयुष्य यशस्वी करण्यासाठी, समर्थ संसार करण्यासाठी, जागरूकतेनं कार्यरत असेल, तर तेच व्रत, ह्या भूमिकेपाशी थांबणं हीच प्रगती.

उरलेल्या सगळ्या रूढी, आज फेकून द्यायला हव्यात.

पार्टनर

कोणत्याही साहित्यनिर्मितीच्या मागची प्रेरणा, कार्यकारणभाव, थोडक्यात जन्मकथा, तिचं मूळ शोधात राहण्यापेक्षा, नवी निर्मिती करावी. चर्चेसाठी किंवा अशाच एखाद्या लेखासाठी खोदकाम करावं, पण ते काही खरं नाही. 'खोदकाम' शब्दाचं नातं, 'केबल फॉल्ट', किंवा 'फुटलेल्या पाईपलाईनशी' आहे. निर्मितीची मुळं शोधणं खरंच अशक्य आहे.

'सुचणं' ही प्रोसेसच मानवी नाही. 'रचणं' कदाचित त्याच्या हातात असेल. नुकतंच डिस्कव्हरी चॅनेलवर सतराशे सालापासून त्या काळातले अल्केमिस्ट सोन्याचा शोध लावण्यासाठी कसकसे आणि किती वर्ष कष्ट करीत होते, ते प्रयोग दाखवण्यात आले. घरोघरी लहान-थोरांनी निदान ह्या एका चॅनेलसाठी तरी टी. व्ही. बघावा. सतराशे सालातल्या त्या शास्त्रज्ञांना भले सक्तमजुरी, जन्मठेप, फाशीपर्यंत शिक्षा झाल्या असतील, पण त्यांच्या प्रयोगशाळा आणि ग्रंथसंपदा आजतागायत जतन केलेल्या आहेत. 'युरोप मेरा महान' अशा पाट्या ह्या देशांना लावाव्या लागत नाहीत. खरं तर, 'डिस्कव्हरी चॅनेल' हा स्वतंत्र लेखनाचा विषय नसून, प्रत्यक्ष पाहण्याचा आहे.

अल्केमिस्ट एपिसोडमध्ये बहुतेक शास्त्रज्ञांना स्वप्नं पडली. त्या प्रतीकात्मक

स्वप्नांतून त्यांना संशोधनाची प्रेरणा मिळाली. त्यांनी घेतलेल्या कष्टांचा मागोवा, प्रत्यक्ष प्रयोग करताना घेतलेले कष्ट आणि त्यावर भाष्य करणारा निवेदक, सगळं अलौकिक होतं. दोनशे वर्षे त्या वस्तू जतन करणं हीच संस्कृती- महाराष्ट्रात 'कट्यार काळजात घुसली' नाटकाची कॅसेटही दु(र्दैव)रदर्शन पुसून टाकतं. ते नाटक म्हणजे वसंतराव देशपांडे ह्यांचं स्मारक होतं.

अर्थात मुख्य आणि मूळ तत्त्व ह्याचीच ग्वाही देतं, की निर्मितीमागची प्रेरणा अतींद्रिय कोटीतलीच असते. मादाम क्यूरी पण त्याला अपवाद नाही.

तेव्हा नेमक्या कोणत्या शब्दांत मनातला भाव प्रकट करावा, मोठा प्रश्न आहे.

मी लिहिणार आहे 'पार्टनर' ह्याच कादंबरीवर. कारणं दोन.

पहिलं कारण, मी त्याच कादंबरीत एका प्रसंगी पार्टनरच्या तोंडून वदवलेलं वाक्य. AS YOU WRITE MORE AND MORE PERSONAL, IT BECOMES MORE AND MORE UNIVERSAL.

ह्याचा अर्थ कादंबरीतला प्रत्येक प्रसंग माझ्याच आयुष्यात घडायला हवा, असं नाही. तसा तो घडलेला पण नाही. आणि तरीही 'पार्टनर' कादंबरी म्हणजे माझी आत्मकथा आहे.

दुसर कारण आहे, ते कादंबरीतल्याच दोन प्रतीकात्मक प्रसंगांचं. किंबहुना त्या दोन हकीकतीच प्रेरणादायक ठरल्या असतील. 'आपल्याला हवा तेव्हा तिसरा माणूस न जाणं हाच नरक' हा कादंबरीचा प्रारंभ. ह्या प्रतीकात्मक लघुतमकथेपासून 'राजपुत्र आणि त्याची प्रेयसी' दोघांना एकमेकांना तीन दिवस करकचून जखडून टाकलं. एकमेकांशिवाय जगू न शकणारे ते दोन जीव, तिसऱ्या दिवशी एकमेकांचा जीव घेण्याच्या अवस्थेपर्यंत आले होते. ह्या हकीकतीपर्यंत ही दोनच रूपकं मनात घोळत होती.

ह्या दोन रूपकांना वाचकांपर्यंत नेणारा एक 'पार्टनर' हवा असावा.

आत्ता हे सगळं लिहिताना अगदी ह्या क्षणी मनात एक विचार आला. हा विचार येणार आहे, हे अलीकडच्या क्षणाला माहीत नव्हतं. कादंबरी (आणि कथेतील) जी मतं किंवा विचार ठामपणे मांडले जातात, ते विचार 'कसे सुचले?' ह्याचा शोध घेताना मात्र 'बहुधा हे कारण असावं' अशा संदिग्ध भाषेतच मत मांडावं लागतं. तेच 'पार्टनर' च्या बाबतीत, ती आत्मकथा असूनही म्हणावं लागत आहे. म्हणूनच त्या लिखाणाला 'आत्मकथा' न म्हणता 'आत्मव्यथा' म्हणणं जास्त सयुक्तिक ठरेल.

दोन सख्ख्या पोटच्या मुलांत डावं-उजवं करणारे अनेक परिवार मी पाहिले. त्या मुलांमध्ये, त्यामानानं जो जीव उपेक्षित वाटला, तो माझा केंद्रबिंदू ठरला. माझ्या स्वतःच्या घरी माझं चार ओळींचं पोस्टकार्ड जरी आईनं वाचलं, तरी तो विषय

कौतुकाचा ठरायचा. केवळ परिस्थितीपायी माझी आई आजतागायत माझ्या मोठ्या बहिणीजवळ राहिलेली आहे. अशा प्रसंगी अतिसहवासानं मनं विटतात तरी किंवा जास्त एकरूप होतात. एकमेकांच्या स्वभावाची अंतर्बाह्य ओळख दोन्ही अवस्थांमध्ये होते, हे निर्विवाद. आई केवळ भौगोलिक अंतरावर राहिली, असं नाही. मानवी स्वभावानुसार जो अंतरावर असतो, त्याच्याबद्दल जिव्हाळायुक्त काळजी आणि ज्यांच्याजवळ राहतो, त्यांच्याबद्दल सहवासानं वाटणारं प्रेम अशा तणावात सगळे जगतात.

 जिथं आहे, तिथं न रमतं, ते मन.

अशा शापित मनाचा मी 'काळे घराण्यातला' सम्राट. फोटोग्राफी, संगीत, लेखन, कथन आणि आवडलेल्या गोष्टींचा संग्रह करणं, वेगवेगळ्या विषयांवरच्या रजनीशांच्या तीनशे कॅसेट्स, संगीताच्या आणि माझ्या कार्यक्रमाच्या जवळ जवळ तेवढ्याच कॅसेट्स, त्यांची मांडणी करणं, मधेच स्वयंपाकातला एखादा नवा पदार्थ करून बघणं, शिवाय कौटुंबिक समस्येवर सल्ला विचारीत येणारे अनोळखी वाचक, कुणाचं तरी इंटीरिअर डेकोरेशन करून देणं, ग्रीटिंग कार्डस्चा वापर करून कॅसेट्स ठेवण्यासाठी, विषयानुसार बॉक्सेस् करणं, प्लंबिंगपासून वायरिंगपर्यंतची कामं करणं आणि स्वतःच्या घरात आजही काही ना काही सोयी करत राहणं हा दिनक्रम. तसाच हा शापही. हार्मोनियम वाजवत असताना 'आत्ता व्हायोलिन का वाजवायचं नाही' हा मनात विचार. एखादी कथा लिहिताना एखादी निगेटिव्ह शोधायची लटक.

'जे करीत आहोत, त्यातच जे रमत नाही', ते म्हणजे मन.

आता हार्टडिसीझपायी मुक्तीच मिळाली आहे. कशातच मन रमत नाही. उभारी गेली, की फार भारी पडतं.

माझ्या आईच्या मनाची धडपड मला समजू शकते. म्हणूनच पार्टनरऐवजी किरणला समजावण्याचा प्रयत्न श्री करतो. किरण श्रीला विचारते,

'तुमच्या आईच्या ह्या वागण्याचा तुम्हांला राग येत नाही?'

तेव्हा श्री म्हणतो, 'असं वाटतं, एक व्यक्ती आहे. आई असं नाही, JUST A HUMAN BEING. तर त्या व्यक्तीला अमुक अमुक घडावं, असं वाटतं. ते घडत नाही. त्याला कुणाला तरी खूप काही काही द्यावंसं वाटतं. ते त्याला देता येत नाही. स्वतःच्या अंगात काही घडवून आणण्याची ताकद नाही. केवळ परिस्थिती नाही, म्हणून ह्यातलं काही जमत नाही. अशाच अनेक व्यक्तींपैकी माझी आई. अरविंदला मिळावं, ही ओढ. माझ्याजवळ सरळ मागायची हिंमत नाही. स्वतःच्या मालकीचं काही नाही. मग तिला अशा काहीतरी कल्पना लढवाव्या लागतात. ही सर्कस तिला कायम करावी लागणार. नव्या मार्गांनी, आपल्यापासून लपवून, छपवून तिला

अरविंदवर प्रेम करावं लागतं. ह्याचाच तिला केवढा मनस्ताप होत असेल; आणि हे सर्व करूनही तिला सुख नाही. ह्याचं वाईट वाटतं.'

आता अशी ही मानसिक ओढाताण फक्त श्रीच्या आईचीच होती का?

१९३४ सालाच्या आसपास ललितकलादर्श नाटक कंपनीचा पडता काळ होता. बापुराव पेंढारकरांसारखा सच्छील निर्माता आर्थिक कात्रीत सापडला होता. माझ्या वडिलांची सगळी भिस्त 'ललितकलादर्श' वर होती. 'पेंढारकरांवर फिर्याद करा' असा सल्ला देणारी माणसं, प्रेमापोटीच बोलत होती. त्याही परिस्थितीत वडील म्हणायचे, 'माझ्याकडं आत्ता पाच हजार रुपये असते, तर मीच ते पेंढारकरांना दिले असते.'

१९३४ साली मी दोन वर्षांचा होतो. वडिलांच्या मनाचा हा मोठेपणा मला आईकडून समजला. भविष्यकाळात मी लेखक होणार आहे. ह्याची चाहूलही नव्हती. पार्टनर १९७७ सालातली. पण 'दुसऱ्याला काही द्यावं, तर स्वत:च्या मालकीचं काही नाही', ह्या एका विधानात माझ्या वडिलांची सुद्धा तळमळ नव्हती का?

केवळ वडिलांचीच तळमळ, असं का म्हणू? दानत आहे, पण ऐपत नाही, अशा अनेकांची व्यथा ह्या एका वाक्यात नाही का? अशी अनेक माणसं मी पाह्यली. इतकंच नव्हे, तर स्वत:च्या दोन सख्ख्या मुलांत, डावं-उजवं करणारी, तुलना करणारी, दोघांपैकी एकालाच उजवं माप देणारी अनेक जोडपी मी पाह्यली. माझ्या मुलाचा एक मित्र. त्याचे आईवडीलही आमच्या परिवारावर लोभ करणारे. मी आणि सुहासने, स्वाति-वसुंधरेसहित अचानक त्यांच्या घरी जावं, रात्रभर हार्मोनियम वाजवून कोणत्याही रात्रीची कोजागरी करावी, असा स्नेह. सुहासप्रमाणेच त्याच्या मित्राचं लग्न झालं. दोघांच्याही घरी पाळणे हलले. मुलांचे वर्ष वाढदिवस झाले. केव्हातरी सुहासचा मित्र म्हणाला,

'माझ्या वडिलांनी आजतागायत माझ्यावर प्रेम केलं नाही, लहानपणी कधी फिरायला नेलं नाही, अभ्यास घेतला नाही, सगळा वर्षाव माझ्या भावावर केला. पण आता ते माझ्या मुलाला एक क्षण डोळ्यांसमोरून हलू देत नाहीत. त्यांनी नोकरीही सहा महिने अगोदर सोडली. ते माझ्या मुलाला तळहातावर झेलताना मी जेव्हा पाहतो, तेव्हा मीच एक वर्षाचा झालेलो असतो.'

खरं तर, आईची व्यक्तिरेखा अशी रेखाटली, म्हणून मला असं वाटलं होतं, की वाचकांच्या प्रतिक्रिया अत्यंत प्रतिकूल स्वरूपात येतील. कवी यशवंतांपासून सानेगुरुजींपर्यंत सगळ्यांनी मातृत्त्वाचे गोडवे गायले आहेत. 'आई' हा शब्दच किंवा ही संकल्पनाच परमेश्वराच्या खालोखाल मानली गेली आहे. म. भा. चव्हाणने तर चार ओळींत मातृत्वाची भव्यता सांगितली आहे.

'आई नावाची वाटते
देवालाही नवलाई
विठ्ठलही पंढरीचा
म्हणे स्वत:ला विठाई.'

केव्हा तरी 'आई' ह्या शब्दाबद्दल मी सुद्धा अशीच फोड केली होती, 'आभाळातला आ, ईश्वरातली ई'. त्या दोन स्वरांच्या आधारावर 'आई' उभी राहते. प्रत्येक माणूस हा प्रथम माणूसच असतो. नात्याचं बंधन आलं, की जबाबदारीची ओझी डोक्यावर येतात.

'EVERY RELATION IS A CONCEPT AND EVERY INDIVIDUAL IS A REALITY.' त्या एका दृष्टिकोनातून मातृत्त्व प्राप्त झालेली व्यक्ती एक माणूसच आहे, हे आपण विसरतो. म्हणूनच आई म्हटलं, म्हणजे क्षमाशीलता हा तिचा धर्म, सहनशीलता ही तिची वृत्ती आणि संसाराचा सांभाळ करणं हे तिचं कर्तव्य ठरतं. मुलांचं संगोपन हा जेवढा कौतुकाचा भाग आहे, तेवढाच तो एक 'मोनोटोनस' दिनक्रम आहे. 'जा, जरा बाहेर खेळून ये' असं म्हणत प्रत्येक आई केव्हा ना केव्हा आपल्या मुलाला बाहेर पिटाळते. ह्याचा अर्थ त्या क्षणी ती मातृधर्म विसरली का? खरं तर, कोणतंही नातं एकदा कपाळावर चिकटलं म्हणजे गोंदण केल्याप्रमाणे ते मरेपर्यंत कातडीचाच एक भाग होतं. गोंदण म्हणजे प्रतीक. आपण नंतर कायम फक्त प्रतीकालाच महत्त्व देत राहतो. त्याच्यामागे माणूस आहे, हे आपण विसरतो. पार्टनरमधील आई ही एक अस्थिर, कायम घाबरलेली अशी व्यक्तिरेखा आहे. स्वत:च्या बळावर काहीही करायची हिंमत नसताना तिला आपल्या दोन मुलांत प्रेम टिकावं, ही पण इच्छा आहे आणि त्याच वेळेला चांगुलपणाचं श्रेय आपल्याला मिळावं, ही तिची धडपड आहे. तिच्याजवळ थोडी जरी पात्रता असती, तर तिला ते श्रेय आपोआप मिळालं असतं. पण त्याच वेळेला तिचा चंचल स्वभाव तिला स्वस्थ बसू देत नाही. अरविंद कायम आजारी, म्हणूनच परावलंबी. श्री स्वहिमतीवर उभा राहिलेला माणूस. म्हणून आईच्या मनात श्रीबद्दल एक अनामिक दहशत आणि परावलंबी अरविंदबद्दल जिव्हाळा. पण त्याच वेळेला 'आईला आपल्याबद्दल काही वाटत नाही' असा श्रीचा प्रयत्न आहे. माझ्याच एका परिवारातलं एक उदाहरण त्या वेळेला माझ्या डोळ्यांसमोर होतं. त्या परिवाराचं आडनाव घारपुरे. घारपुऱ्यांना दोन मुलं: एक मुलगा, एक मुलगी. मुलाचा कोल्हापुरात व्यवसाय आणि मुलीचं सासर सांगलीमध्ये. सौ. घारपुरे दोघांकडं जाऊन येऊन असत. एका मुक्कामात त्यांनी मुलाला सांगितलं, 'बहिणीला अधूनमधून माहेरपणाकरता बोलवत राहा. ती एकटी पडते.' मुलानं उत्तर दिलं, 'भावाच्या घरी येण्याकरिता आमंत्रणाची अपेक्षा कशासाठी?

पत्र काय पाच मिनिटांत लिहिता येईल.' असं म्हणून त्यानं पत्र टाकलंही. मुलीची मुलं सांभाळायची, म्हणून घारपुरेबाई सांगलीला गेल्या. भावाचं आलेलं पत्र मुलीनं दाखवलं. आपल्या अस्तित्त्वाचं महत्त्व पटवण्याकरता घारपुरे मुलीला म्हणाल्या, 'तो कसला पत्र पाठवतोय्? मी जेव्हा सांगितलं, तेव्हा हे चार ओळींचं पत्र तुला आलं.'

अर्थातच बहीण भावाकडं राहायला गेली नाही. नातं जोडण्याच्या धडपडीत, केवळ स्वत:चं अस्तित्व टिकवायचं, म्हणून घारपुऱ्यांनी जी भूमिका घेतली, त्यामुळं बहीण भावापासून आणखीन अंतरावर गेली. अशी घरं अनेक आहेत. स्वत:चं अस्तित्व अबाधित राहावं, म्हणून श्रीच्या आईप्रमाणे अनेक आया आपल्या परिवारात ह्या पद्धतीनंच वागत असतील.

पार्टनर प्रकाशित होईपर्यंत आईच्या व्यक्तिरेखेबद्दल नाराजीची असंख्य पत्रं येतील, असं मी धरून चाललो होतो. ह्या उलट त्याच एका व्यक्तिरेखेचं सर्वांत जास्त कौतुक झालं. १९७७ साली लिहिलेली कादंबरी सातत्यानं वीस वर्षं वाचली जात आहे. त्याबद्दलचं माझं नवल अजून ओसरलेलं नाही. सध्या बाजारामध्ये ह्या कादंबरीची सातवी आवृत्ती उपलब्ध आहे. आजही वाचक पत्रांतून आपलं मत व्यक्त करताना म्हणतात,

'तुम्ही आमच्याच घराचं चित्रण केलेलं आहे.'

कोणतीही कथा व कादंबरी लिहीत असताना, आपल्या डोळ्यांसमोर कुणाचाही चेहरा नसतो. म्हणूनच 'कुणाला डोळ्यांसमोर ठेवून ही व्यक्तिरेखा रंगवली' ह्याचं उत्तरही देता येत नाही. आपल्या मनातल्या व्यक्तिरेखेला अनेक प्रवाह येऊन मिळतात. म्हणूनच त्या व्यक्तीची भव्यता लेखकाच्या प्रतिभेवर आणि वाचकांच्या कल्पानाशक्तीवरच अवलंबून असते. अत्यंत गाजलेल्या कथा-कादंबऱ्यांवरून काही चित्रपट निर्माण झालेले आहेत. छायाचित्रण, नेपथ्य, संगीत, अभिनय, ध्वनिमुद्रण एवढी माध्यमं उपलब्ध झाल्यावर त्या व्यक्तिरेखा कथा-कादंबरीला छेद देऊन वेगळ्या उंचीवर जायला हव्यात. तसं क्वचित घडतं. वाचकांच्या मनांत निर्माण झालेल्या प्रतिमेपर्यंत पडद्यावरचा कलावंत पोहोचत नाही.

मी ह्या बाबतीत खूप भाग्यवान ठरलो. पार्टनर कादंबरी रंगमंचावर कधी साकार होईल, हे माझ्या ध्यानीमनी नव्हतं. दिलीप कोल्हटकर ह्यांनी 'नाट्यांबरी' सारखा वेगळा आविष्कार प्रेक्षकांसमोर सादर केला. ह्या नाटकानं व्यावसायिक यश मिळवलं नाही. पस्तीस प्रयोगांनंतर सुरेंद्र दातार ह्यांनी नाटक बंद करायचं ठरवलं. पण तोपर्यंत आम्हां सर्व कलावंतांचं एक कटुंब तयार झालं होतं. 'ह्या नाटकाचा प्रयोग करताना आम्हांला स्वत:ला एक वेगळा आनंद मिळतो. शंभर प्रयोग झाल्याशिवाय नाटक बंद करायचं नाही. आम्ही विनामूल्य काम करू.'

कलावंतांचं संहितेवर प्रेम बसलं, ह्याचं कारण प्रत्येक कलावंत त्याच्या परिवाराकडून ह्या ना त्या स्वरूपात काहीतरी निमित्तानं दुखावला गेला होता. नाट्यांबरीच्या साहाय्यानं त्यांच्या वैयक्तिक व्यथा समाजासमोर मांडण्यासाठी 'पार्टनर' सारखं कलात्मक माध्यम त्यांना गवसलं. त्या त्यांच्या वैयक्तिक व्यथा मला माहीत आहेत. देवधरांची भूमिका करणाऱ्या शशी जोशींनी नाशिकला प्रेक्षकांसमोर सगळ्या कलावंतांची प्रकट मुलाखत झाली, तेव्हा सांगितलं, 'आत्तापर्यंतच्या आयुष्यात अमाप कष्ट करूनही मी एका खोलीत संसार करतोय्, पण नाटकात मला बिल्डरची भूमिका मिळाली. मन अंशतः शांत झालं.'
जोशींचं प्रकट चिंतन ऐकून माझ्या डोळ्यांत पाणी आलं.
आर्थिक परिस्थिती बेतासबात असल्यामुळे सुरेंद्र दातार ह्यांच्यासारख्यानं 'पार्टनर' नाटकाचं निर्माता व्हावं, हे शिवधनुष्य होतं. अबोल, वक्तशीर, व्यवसायाशी प्रामाणिक असलेल्यावर 'लक्ष्मी' प्रसन्न होत नाही, ह्यांचं प्रत्यंतर आलं.
नाट्यांबराचं संपूर्ण श्रेय आणि संकल्पना, प्रतिभा, दिलीप कोल्हटकरांची. लोकनाट्याच्या अंगानं जाणारा 'नाट्यांबरी' सारखा स्वतंत्र आकृतिबंध जर यशस्वी झाला, तर कोणतीही उत्कृष्ट वाङ्मयनिर्मिती, वाचन कमी झालेल्या समाजापर्यंत नेता येईल. एवढं विशाल स्वप्न ह्या दिग्दर्शकानं बाळगलं होतं. पत्रकारांच्या लेखणीपायी, त्या स्वप्नाचा अभिमन्यू झाला. 'नाट्यांबरी' ह्या फॉर्मचं महत्त्व आणि गरज फक्त माधव मनोहर आणि सुधीर दामले ह्यांनी ओळखली. मी तर माधव मनोहरांचं परीक्षण वाचण्यापूर्वी, चिलखत आणि शिरस्त्राण घालून बसलो होतो. पण नंतर लक्षात आलं, की ही दक्षता मी कमलाकर नाडकर्णींचं परीक्षण वाचताना घ्यायला हवी होती.
CRITIC IS AN UNSUCCESSFUL ARTIST, हे वसंत बापटांनी ऐकवलेलं विधान मला पटलं.
मुळात 'पार्टनर' कादंबरी इतकी वर्षं वाचली का गेली, हेच मला समजलं नाही असं म्हणत नाडकर्णींनी कादंबरीच्या 'लेआउट' पासूनच कुऱ्हाड उचलली. कादंबरीची छपाई आणि नाट्यप्रयोग ह्यांचा एकमेकांशी काय संबंध? नाडकर्णी यांच्या अनेक परीक्षणांबद्दल हेच म्हणावं लागतं, 'त्याच्या प्रतिभेची खोली तो लेखनाच्या लांबीनं भरून काढतो.'
भावनाप्रधान कलावंत कोणाच्या आधारावर सावरतो, ते सांगणं 'आत्मश्लाघा' ह्या वर्गात, नाडकर्णींसारखेच समीक्षक टाकतील. पण ज्यांनी सावरलं, त्यांचा निर्देश करून ऋणमुक्त होण्यासाठी ही अशीच एखादी संधी मिळते. माझ्यातला पार्टनर मला सांगतोय्, 'बेवकूफ, डरतोस काय? ज्यांनी तुझं कौतुक केलं, तो प्रतिभावंत निर्भीड आहे, म्हणूनच एकटा पडलाय्. मराठी साहित्य संमेलनातला शेवटचा

मातब्बर अध्यक्ष. आता जे जे अध्यक्ष होतील, त्यांपैकी एखादाच अपवाद वगळला, तर उरलेले महापौर ठरतील.'

विश्राम बेडेकर हे त्या प्रतिभावंताचं नाव. त्यांनी कौतुकापेक्षा मला मार्गदर्शन केलं. ते म्हणाले,

'नाट्यसंहिता जड आहे. एका चांगल्या विचारातून बाहेर पडायच्या आत, दुसरा तितकाच जड विचार आदळतो. ह्या नाटकात तुम्ही विनोदांची आणखी भर घातलीत, तर त्यातलं तत्त्वज्ञान डायजेस्ट होईल.'

समीक्षा प्रकाशात होते. मार्गदर्शन विंगमधल्या परावर्तित प्रकाशात, खरं तर, अंधारातच होतं. 'हे नाटक व्यवसाय करील, असं मानू नका' ही बेडेकरांची आकाशवाणी ठरली. पण माझ्या मनाचं आकाश झालं, एवढं नक्की. एक कलावंतच दुसऱ्या कलावंताला घडवतो. समीक्षक कलावंताला घडवीत नाही. प्रथम निर्मिती घडते आणि त्या नंतरच समीक्षक. तेव्हा मुळातच समीक्षा हा परधार्जिणा वाङ्मय-प्रकार आहे.

कलाकृतीतल्या व्यक्ती चित्रित करताना कोणताही चेहरा समोर नसतो, असं मी म्हणालो. पण माझ्या मनात आईची जी काल्पनिक प्रतिमा होती, त्या प्रतिमेला सगुण साकार रूप दिलं, ते सौ. ज्योत्स्ना कारखानीस ह्यांनी. भूमिका जिवंत करणं म्हणजे काय, हे मी अनुभवलं. समीक्षाकारांनी 'अमुक अमुक कलावंतानं भूमिका जिवंत केली' असं म्हणणं आणि खुद्द लेखकानं म्हणणं ह्यांत जमीन-अस्मानाचा फरक आहे. जमिनीमधून वर आलेलं झाड सर्वांना दिसतं. त्या झाडाकडं जितक्या माणसांचं लक्ष जातं, ते सगळे रसिक असतात, प्रेक्षक असतात, समीक्षाकार असतात. पण त्या झाडाची मुळं फक्त मातीलाच माहीत असतात. मी त्या बाबतीत भाग्यवान ठरलो. आईच्या मूर्तीची प्रतिमा, म्हणजेच त्याची मुळं माझ्या मनोभूमीत खोलवर गेलेली होती. मुळं जीवनरस देतात. वृक्षाला सौंदर्य प्राप्त होतं, ते जमिनीच्या वर आल्यावर, म्हणून मुळं देखणी नसतात. झाड बघत राहावं असं असतं. पार्टनरमधील आई भावरूपानेच माझ्यासमोर होती. भावाचं भावनेत रूपांतर केलं, ते ज्योत्स्ना कारखानीस ह्यांनी! त्यांचा अभिनय पाहिला आणि कोणती आई मला मांडायची होती, हे त्यांनीच मला सांगितलं.

पार्टनरमध्ये काम करणाऱ्या सात माणसांपैकी सहा माणसं कुटुंबवत्सल होती. ह्याचा अर्थ ती सगळी व्यावसायिक कलावंत मंडळी नव्हती. अपवाद फक्त क्षमा राजचा. श्री विलास राज ह्यांच्याबद्दलच्या अनेक हकीकती मी ऐकून होतो. आम्ही सगळेजण त्यांना टरकून होतो. म्हणून मी दातारांना म्हणालो, 'तुम्ही आमचं मानधन दिलं नाहीत, तरी चालेल. पण क्षमा राज ह्या व्यावसायिक भूमीवरच्या कलावंत आहेत, तेव्हा त्यांचं ठरलेलं मानधन तुम्ही त्यांना देत राहा.'

विलास राजना जेव्हा हे कळलं, तेव्हा ते आपणहून क्षमा राजला म्हणाले,
'तूही मानधन घेऊ नकोस. सध्याचा नाट्यव्यवसाय कोणत्या अवस्थेत चालला आहे, हे एक निर्माता म्हणून मला माहीत आहे.'
मी जेव्हा हे ऐकलं, तेव्हा पार्टनर पुन्हा एकदा माझ्या कानांत म्हणाला,
'घायल की गति घायल जाने, ह्याचा अर्थ तुला आता समजला का? एवढ्यासाठीच एखाद्याचं नाव ऐकलं, रे, ऐकलं, म्हणजे त्याला लेबल चिकटवायचं नसतं.'
पार्टनर कादंबरीच्या निर्मितीबद्दल लिहिता-लिहिता मला हे सगळं लिहावंसं वाटत आहे, त्याचं कारण एकाच कलाकृतीची ही अविभाज्य रूपं आहेत. आम्हां सर्व कलावंतांची नाशिकच्या प्रेक्षकांसमोर प्रकट मुलाखत झाली, तेव्हा मला एक प्रश्न विचारला होता, 'तुम्ही स्वत:ला अभिनेता समजता का?' अर्थातच मी 'नाही' म्हणून उत्तर दिलं. मी हे ही स्पष्ट केलं, की कथाकथन हा वेगळा आविष्कार आहे आणि नाटकातून भूमिका करणं ही वेगळी कला आहे. दिलीप कोल्हटकरांनी माझी निवड केली, ती एवढ्याचसाठी, की पार्टनर ही व्यक्ती नसून वृत्ती आहे आणि कादंबरी तुमचीच असल्यामुळं तुम्ही नाट्यसंहितेपलीकडचं स्वातंत्र्य आवश्यक तेव्हा घेऊ शकता. त्याप्रमाणे शंभर प्रयोगांत मी त्या त्या वेळी येणारे विचार व्यक्त करून पुन्हा मूळ मुद्द्याकडं येऊ शकत होतो.'
मुलाखतीत दुसरा प्रश्न तयार होता,
'तुम्हांला ह्या भूमिकेसाठी कोणता कलावंत आवडला असता?'
क्षणाचाही अवधी न घेता मी जाहीर केलं,
'विक्रम गोखले.'
प्रेक्षकांनी टाळ्या दिल्या.
हेच विक्रम गोखले दूरदर्शनवरच्या पार्टनर मालिकेत त्या भूमिकेची वाट लावतील, असं मला वाटलं नव्हतं. एकदा चंद्रकांत गोखले माझ्या घरी माझ्याच आमंत्रणावरून गप्पागोष्टी करायला आले होते. रंगदेवतेशी प्रामाणिक अशी जी कलावंत मंडळी मागच्या पिढीत होऊन गेली त्यांपैकी हे एक चंद्रकांत गोखले. आजच्या रंगभूमीवर काय चालतं, हे सगळ्यांनाच ठाऊक आहे. श्री. चंद्रकांत गोखले ह्यांच्याशी मनसोक्त गप्पा झाल्या. वडिलांना न्यायला विक्रम गोखले आले. चंद्रकांत गोखले ह्यांच्यासमोर मी विक्रमला म्हणालो,
'बॅरिस्टर'मधील तुमची भूमिका पाहिल्यावर मनातल्या मनात मी तुमच्या पायाला हात लावून नमस्कार केला होता. पार्टनरच्या भूमिकेसाठी तुमचं एकमेव नाव माझ्या डोळ्यांसमोर होतं. तुम्ही त्या भूमिकेकडं अत्यंत लाइटली पाहिलंत आणि पार्टनरची वाट लावलीत, हे मुद्दाम तुमच्या वडिलांसमोर सांगतोय्.'
दूरदर्शन मालिकेचा आजही कुणी उल्लेख करतो, तेव्हा तो नाराजीनंच करतो.

'तुम्ही तुमच्या कादंबरीची अशी विल्हेवाट का लावून दिलीत?' हा प्रश्न अनेक पार्टनरप्रेमी वाचक मला विचारतात. त्या वेळेला विनय आपटे ह्यांच्यासारखा दिग्दर्शक मूळ कथानकच बदलेल, हे माझ्या गावी नव्हतं, हे मी कसं सांगू? कादंबरीत न रेखाटलेले प्रसंग मालिकेमध्ये दाखवून ह्या दिग्दर्शकानं 'कॅरेक्टर' लाच धक्का लावला. कादंबरीतले संवादच्या संवाद नव्वद टक्के उचलून चंद्रकांत मेहेंदळे आणि विनय आपटेचा भाऊ आपली नावं श्रेयनामावलीत संवादलेखक म्हणून घालतील, हे अगोदर कसं कळणार? आजही ह्या गोष्टी त्यांनी का मान्य केल्या, हे माझ्या आकलनाबाहेर आहे. एक गोष्ट नक्की, मूळ लेखकाशी, किमान तो एक माणूस आहे इतपत त्याला मान द्यावा, हा मोठेपणा ज्या माणसाजवळ नाही, त्याचं नाव विनय!

गेली वीस वर्षं मी सातत्यानं वाचकांच्या एकाच प्रश्नाला उत्तर देत आलो. तो प्रश्न म्हणजे, 'असा पार्टनर तुम्हाला प्रत्यक्ष भेटला होता का?' व्यक्ती कुठलीही असो. त्याचं बालपण ज्या शहरात, ज्या समाजात आणि त्याहीपेक्षा जास्त ज्या परिवारात गेलेलं असतं, त्याच्यावरच संपूर्ण आयुष्याची उभारणी होते. 'EGO' हा शब्द रूढार्थानं अहंकार ह्या अर्थानं वापरला जातो. पण मानसशास्त्राच्या दृष्टिकोनातून ह्या शब्दाचा अर्थ वेगळा आहे. 'ईगो' ह्या अवस्थेच्या आधी 'ईद' ही अवस्था असते. मानसशास्त्राप्रमाणे 'ईद', 'ईगो' आणि 'सुपर ईगो' अशा तीन अवस्था असतात. त्यापैकी 'ईद' ह्या अवस्थेचा कालखंड, माझ्या माहितीप्रमाणे वय वर्ष तीन ते सहा हा असतो. ह्या कालावधीमधे मुलांच्या मनावर होणारे परिणाम हे जवळपास आयुष्यभर त्यांचा पाठपुरावा करतात. हे परिणाम नेमके कोणत्या स्वरपाचे असतात, हे ठरवणं जवळपास अशक्य असतं. पण माणसाच्या स्वभावाचा बराचसा पॅटर्न त्या काळात पक्का होतो.

'ईगो' ह्याचा अर्थ शरीरधर्मासारख्या गोष्टी, टॉयलेटमधून जाऊन करायच्या असतात, इत्यादी गोष्टींची जाणीव, एवढ्यापुरताच वापरला गेला आहे आणि 'सुपर ईगो' म्हणजे समाजाने आणि परंपरेने लादलेले विचार. हे मानसशास्त्रीय अर्थ आहेत. माझ्या ह्या विधानामधे विसंगती असण्याचा संभव आहे. एका मानसशास्त्राच्या प्राध्यापकाबरोबर झालेली जी चर्चा मला आठवते, त्या आधाराने मी लिहीत आहे. अनेक माणसांच्या काही विशिष्ट वागण्याचं आपल्याला आणि त्याला स्वत:लाही जेव्हा आकलन होत नाही, तेव्हा त्याचं मूळ, 'ईद' ह्या अवस्थेतलं असावं.

म्हणूनच कादंबरीतला श्री असा का? आणि पार्टनर असा का? हे शोधणं अवघड आहे. लहानपणापासूनच आर्थिक सुबत्ता लाभली असेल, तर समाजामध्ये वावरताना माणसामधे धीटपणा उपजतच असतो. आर्थिक कोंडी झालेली माणसं सगळेच

अनुभव भीतभीत घेतात. पण त्याहीपेक्षा जास्तीचा परिणाम, दोन मुलांत जेव्हा डावं-उजवं मुलांच्या लक्षात येईल, एवढ्या प्रमाणात केलं जातं, तेव्हा एक शेफारून जातो आणि दुसऱ्याची कुचंबणा होते. श्रीच्या बाबतीत हेच झालंय्. काही काही मुलांना जो पाठिंबा आईवडिलांकडून मिळत नाही, तशा स्वरूपाचा आधार आजी, मामा, आत्या ह्यांसारख्या जवळच्या नातेवाइकांकडून मिळतो. आपलंही कुणी ऐकून घेणारं आहे, ह्या निव्वळ मानसिक आधारावर एवढी ताकद येते, की मूळ समस्या जरी दूर झाली नाही, तरीही मन शांत असतं.

'तुमच्या खालचा फ्लॅट, ONE BED OR TWO BED ROOM?'

किरणकडे पाहत मी शेटजींना म्हणालो,

'आम्ही दोघंही मेंबर नसताना झालो आहोत.'

'अरे, मग! मग ते दिवस...'

किरण गडबडीनं म्हणाली,

'मी माझ्या मैत्रिणीबरोबर आले होते.'

'आणि तुमी एंचासंगट?'

'नाही. मी एकटाच आलो होतो. hobby म्हणून.'

'hobby? wonderful! कसला hobby?'

मी स्वत:च्याच येण्याचा अर्थ शोधत म्हणालो,

'कुणाला कसली, कुणाला कसली हॉबी असते. मला कोणतीही महागडी हॉबी परवडणार नाही. शेटजी, मी काय करतो, सांगू?'

'Surely.'

'मी चाळीत राहतो. चाळीतल्या माणसाला काय काय सोसावं लागतं, हे चाळीतलाच माणूस सांगू शकेल. चार बाजूला भिंती असतात, म्हणून आपण त्या तसल्या खुराड्यांना घर म्हणतो. पण, शेटजी, पठारावर राहणं आणि चाळीत राहणं ह्यांत काही फरक नाही. आपण कसं जगायचं, हे जिथं मरेपर्यंत ठरवता येत नाही, त्याला चाळ म्हणतात.'

'लई बराबर वार्ता करते.'

'म्हणून मी रिकामा वेळ मिळाला, की बाहेर पडतो. जिथं बांधकाम चालू असतं, तिथं मी जातो. मजल्यावर मजले उभे राहतात, तिथं मी रमतो. माणसाला माणूस हवं असणार, कुणाचं तरी घर उभं राहतं आहे हे पाहूनच मला विलक्षण आनंद होतो. इथं घर उभे करण्यासाठी पुरुष आणि बाया एकत्रं कष्ट करतात, हे पाहण्यात मला नशा चढते. ह्या नव्या इमारतीत माणसं, वारा प्यायलेल्या वासरासारखी धावत येतील. त्या कुणा भाग्यवंताचा हा दिवाणखाना असेल. ही बेडरूम, हे किचन. ही आरामखुर्ची टाकून पडण्यासाठी बाल्कनी, असं म्हणत, भिंती नसलेल्या

खोल्याखोल्यांतून मी हिंडतो आणि (विजय लोटके यांनी स्वहस्ते लिहिलेल्या 'पार्टनर' मधील एक पृष्ठ)

श्रीला असं कुणीही भेटलं नाही. जो भेटला, तो पार्टनरच!

भाकरीवर स्वत:ला हवं तेवढं तूप वाढून घेतल्यावर बापाच्या डोळ्यांत जेव्हा निखारे दिसले, तेव्हा घर सोडणारा पार्टनर! वयाच्या सोळाव्या-सतराव्या वर्षी मुंबईसारख्या शहरात समाजाला तोंड देताना किती वेळा नमतं घ्यावं लागलं आणि किती वेळा झुंजार वृत्तीनं मुकाबला करावा लागला असेल, हे ज्याचं त्यालाच माहीत असतं. समाजाजवळ असतो, तो निव्वळ व्यवहार. व्यवहार म्हणजे रेल्वेचे रूळ. आखून दिलेल्या मार्गावरूनच जावं लागतं. भावनात्मक पातळीवर जगणाऱ्या माणसाला आखून दिलेला रस्ता नसतो. अंतराची मनं सांभाळत-सांभाळत स्वत:ची पायवाट त्याला स्वत:ला आखावी लागते. त्या पाउलवाटेवर ठेचकाळत चालत असताना, आखलेल्या रूळावरून भरधाव धावणाऱ्या गाड्या तो पाहत असतो. मनात विचार चालू असतो तेव्हा, 'आपल्याला असं कधी धावता येईल का?' ही पाऊलवाट त्या माणसाला कोणती सुखं नाकारायची, हेच पहिल्यांदा शिकवते. म्हणूनच श्री म्हणतो,

'माझं जग काऊंटरच्या आतलं. बाहेरच्या जगातलं सौंदर्य, वैभव हे मी काऊंटर न सोडता बघायला हवं.'

'आणि त्याचवेळी पार्टनर त्याला सांगत असतो,

'किरणसारखी सुंदर मुलगी ही श्रीमंतासाठी आहे, असं मूर्खासारखं म्हणतोस, मग हा टेरिकॉटचा शर्ट तरी तुला शोभतो का?'

श्रीची मानसिक जडणघडण, त्यात माझ्या बालपणाचं प्रतिबिंब आहे. ह्याच अर्थानं मी या कादंबरीला आत्मचरित्र म्हणतो. जी गोष्ट आपल्याला मिळवता येत नाही, त्या गोष्टीबद्दल ती आपल्यासाठी कशी योग्य नाही, याची प्रत्येकजण एक फिलॉसॉफी तयार करतो. पण त्याच वेळी माणसांचं दुसरं मन ही फिलॉसॉफी किती पोकळ आहे, हे त्याला सांगत राहतं. हे दुसरं मन म्हणजे पार्टनर! हा पार्टनर अनेक वाचकांपर्यंत पोहोचला, ह्याचं मुख्य कारण प्रत्येकाच्याच मनात असा एक बंडखोर पार्टनर असतो. 'बंडखोर' ह्या शब्दाचा नेमका अर्थ काय? तर, 'लोक काय म्हणतील?' ह्या काल्पनिक भीतीपायी ज्या गोष्टी कराव्याशा वाटतात, पण आपण सहजी करत नाही, अशा वेळेला जे मन, 'तू बेधडक कर' असं सांगतं, ते बंडखोर! म्हणूनच आत्तापर्यंतच्या अनेक पत्रांतून, मुलाखतींतून किंवा प्रत्यक्ष भेटीत अनेकांनी, श्री कुठे भेटला, हे विचारलं नाही, तर 'पार्टनर' कुठं भेटला? अशी विचारणा केली आहे. ह्या सगळ्या लोकांना मला सांगावंसं वाटतं,

'असा पार्टनर जर तुम्हांला भेटला असेल, तर मला त्याचा पत्ता द्या. मलाही असा

पार्टनर हवा आहे.'
असा पार्टनर प्रत्येकाच्या मनात असतो. आपण जेव्हा जेव्हा म्हणतो,
'मी त्या वेळी असं करायला हवं होतं किंवा एक सणसणीत उत्तर जिभेवर आलं होतं, पण नाही दिलं...' त्या त्या वेळेला तुमच्यांतला पार्टनर अशाच कुणा श्रीला मदत करायला गेलेला असतो. किंवा तुम्ही स्वत:च त्याला मनातल्या मनात गाडून टाकलेलं असतं.
आपण जसे आहोत, तसं असायला नको होतं, हे वाटणं ह्यालाच माणूस म्हणतात.
माझ्या एका मित्राच्या स्टूडिओत मी अनेकदा जातो. एकदा तो रस्त्यावरच्या एका भिकाऱ्याला समोर बसवून त्याचं पोर्ट्रेट करत होता. पोर्ट्रेट अप्रतिम झालं होतं. तो भिकारी जेव्हा जेवणाच्या सुट्टीसाठी एक तास बाहेर गेला, तेव्हा मी त्या मित्राला चिडून म्हणालो,
'गेले तीन दिवस हा भिकारी सहा सहा तास तुझ्यासमोर पुतळ्यासारखा बसून राहतो. तू त्याला जास्तीत जास्त हजार रुपये देशील. तो पुन्हा फूटपाथवर बसेल आणि ह्या पोर्ट्रेटवर तू एखाद्या प्रदर्शनात किमान दहा-पंधरा हजार रुपये किंवा गोल्ड मेडल मिळवशील. त्या शिवाय वर्तमानपत्रातून प्रसिद्धी!'
ह्यावर मित्र मोठ्यांदा हसला. तो म्हणाला,
'माझ्यासमोर मॉडेल म्हणून बसणारा भिकारी हा लक्षाधीश आहे. त्याच्या तीन गाड्या आहेत. पण भिकाऱ्याच्या वेषातलं त्याला स्वत:ला आपलं पोर्ट्रेट करून घ्यायचं होतं. हे पोर्ट्रेट तोच नंतर घेऊन जाणार आहे.'
अशा एक ना अनेक घटनांमधून पार्टनर उभा राहिला.
शेवटी एकच हकीकत. ह्या कादंबरीच्या संदर्भात मला एक गोष्ट नोबेल पारितोषिकासारखी वाटेल, अशी मिळाली.
'मेनका' दिवाळी अंकात ही कादंबरी पहिल्यांदा प्रकाशित झाली. 'विजय लोटके' ह्या एका बँकेत काम करणाऱ्या रसिकानं असं ठरवलं की, पुस्तकरुपाने ही कादंबरी प्रकाशित होण्यापूर्वी आपण स्वत: ती पुस्तकाप्रमाणे लिहून काढावी. त्याप्रमाणे बँकेतली नोकरी सांभाळून, रोज दोन तास लेखन करून त्यानं दोन महिन्यांत संपूर्ण कादंबरी लिहून काढली. छापील पुस्तकाप्रमाणे त्याचं बाईंडिंग केलं. दर दोन पानांच्यामध्ये, अक्षर फिसकटू नये, म्हणून बटर पेपर टाकला.
ज्याप्रमाणे, पार्टनर कुठं भेटला? हा प्रश्न वाचक विचारीत आले, त्याचप्रमाणे, अमितचा मृत्यू दाखवून तुम्ही काय साधलंत? हा प्रश्न विचारणारे वाचकही कमी नाहीत. खरं तर, अमितचा मृत्यू ही एकूण कादंबरीची शोकांतिका नव्हे. पतिपत्नींमध्ये संवाद न होणं ही खरी शोकांतिका. म्हणूनच, राजकन्येला आणि सरदार-पुत्राला

तीन दिवस करकचून बांधून ठेवण्यात आलं, तेव्हा तिसऱ्या दिवशी ते एकमेकांचा जीव घ्यायच्या पायरीपर्यंत आले होते. ही रूपक कथाच कादंबरीच खरं मर्म आहे. 'लग्नानंतर माझी आई मारलीत आणि आता अमित...' असा आरोप जेव्हा किरण करते, तेव्हा श्री खऱ्या अर्थानं एकटा पडला. म्हणूनच तो म्हणतो, 'पार्टनर, असशील तसाच येनं. करकचून बांधलेल्या त्या दोऱ्या सोड. किरण त्या राजकन्येसारखीच दिसते आहे. लवकर ये, ह्या दोऱ्या सोड!'

आज, अनेक दांपत्यांची हीच कहाणी आहे. 'They live together because they are tied together.' त्यांच्यांतला संवाद हरवला आहे. आणि माझ्या मते, प्रत्यक्ष मृत्यूपेक्षा जित्याजागत्या माणसांचा संवाद संपणं हेच त्याचं खरं मरण आहे. एवढ्याचसाठी पार्टनर ही जेवढ्या जित्याजागत्या माणसाची कहाणी आहे, त्याच्यापेक्षा कितीतरी पटींनी जास्त शेजारी शेजारी बांधलेल्या थडग्यांची कहाणी आहे. अशा थडग्यांत अवांतर नातेवाइकांपेक्षा, संवाद हरवलेल्या नवरा-बायकोची थडगी जास्त आहेत.

✤✤✤

अमीर नागरिकांचा गरीब देश

संसारातून निवृत्त झालेला एक संन्यासी. एके दिवशी रात्री त्याच्याकडं एक अनोळखी प्रवासी आला. त्याला रात्रीपुरता निवारा हवा होता. संन्याशानं तत्काळ परवानगी दिली. पाहुणा शांतपणे झोपला. पाहुण्याची झोपमोड न करता, संन्यासी त्याच्या दिनचर्येप्रमाणे पहाटे उठून नदीकाठी ध्यान करण्यासाठी गेला.

पाहुण्याला जाग आली, ती एका विचित्र पद्धतीनं. कर्कश आवाजात, घोषणा दिल्याप्रमाणे, एकच शब्द वारंवार कुणीतरी उच्चारीत होतं. तो शब्द होता,

'स्वतंत्रता.'

पाहुणा बाहेर आला. पहातो तो, बाहेर एक ओटा, वर छप्पर. मात्र त्याला भिंती नव्हत्या. तिथं एक पिंजरा टांगलेला होता. पिंजऱ्यातला पोपट, जिवाच्या आकांतानं ओरडत होता.

'स्वतंत्रता!'

पाहुणा विचारात पडला. संसाराच्या पाशातून जो संन्यासी मुक्त झाला, त्यानं पोपटाला पाशात का ठेवायचं?- पाहुण्यानं निर्णय घेतला. त्यानं पिंजऱ्याचा दरवाजा उघडला आणि पोपट कधी बाहेर पडतो, ह्याची तो वाट पाहू लागला. पोपटानं त्या क्षणी झेप घेऊन पिंजरा सोडायला हवा होता. तरीही तो पिंजरा न

सोडता, 'स्वतंत्रता' असं ओरडतच राहिला. कायम बंदिस्त राहण्याची सवय रक्तात मुरल्यामुळं, दरवाजा उघडा ठेवूनही, पोपटाला तो भ्रम वाटला असेल, असं समजून त्या पाहुण्यानं पिंजऱ्यात हात घातला. पोपटानं हल्ला केला. हात रक्तबंबाळ केला. त्याही अवस्थेत, पाहुण्यानं पोपटाला पिंजऱ्याबाहेर काढून मोकळ्या हवेत सोडून दिलं.

रक्ताळलेले हात धुऊन पाहुणा बाहेर आला आणि पुन: कानांवर शब्द पडला,

'स्वतंत्रता...'

पाहुणा चक्रावला. पोपट आपण होऊन पुन: पिंजऱ्यात येऊन बसला होता, आणि ओरडत होता,

'स्वतंत्रता...'

त्या क्षणी पाहुण्याला कळलं, 'विचार', 'उच्चार' आणि 'आचार' ह्यांत केवढा फरक आहे.

'स्वतंत्रता' हा फक्त विचार नव्हता. एक अर्थहीन उच्चार होता. विचारच जर मुळाशी नव्हता, तर 'आचारा'चा सवालच उरला नव्हता.

ही कथा केवळ त्या पोपटाचीच आहे का?

वारंवार जे कानांवर पडेल, त्याचाच पुनरुच्चार करायची वेगळी देणगी मिळालेला तो पक्षी. टेपरेकॉर्डरचा निसर्गानं लावलेला शोध. टेपरेकॉर्डरला स्वत:ची अक्कल असती, तर नको असणाऱ्या फालतू आवाजांचं ध्वनिमुद्रण त्या यंत्रानं होऊनच दिलं नसतं. पोपटाला अक्कल नाही, त्याच्या कितीतरी पटीनं जास्त, राजकारणी लोकांना अक्कल नसते, हे अलीकडेच पुढाऱ्यांनी पटवलं. 'लल्लू निर्दोष है' हे विधान वदवून घेण्यासाठी, भोवताली इतके मानवी पोपट असताना, एका पक्ष्याला का राबवण्यात आलं? पक्षी पक्षीच असतात, कोणत्याही पक्षाचे नसतात.

अर्थहीन बडबड करणाऱ्या भाडोत्री वक्त्याला, तो 'पोपटपंची' करतो, असं आपण म्हणतो. तरीही लालूप्रसादाचा हा 'प्रसाद' आगळाच आहे.

मला मात्र ह्याबद्दल काहीच नवल वाटलं नाही. स्वातंत्र्य मिळाल्यापासून, 'भारत दडपशाही सहन करणार नाही' हेच विधान पन्नास वर्षं करणारे कितीतरी पोपट, अधिकारपदावर आले, आणि गेलेही. देशभर पोपटांचंच राज्य चाललं आहे, म्हणून मी माझ्या घरात वेगळा पोपट पाळला नाही. 'भारत दडपशाही सहन करणार नाही' हे एक वाक्य मी केवळ उदाहरण म्हणून दिलं. पन्नास वर्षं, राज्यकर्त्यांनी जनतेला किती किती आश्वासनं दिली, ह्यांची यादी जर तयार केली, तर त्याचं एक स्वतंत्र पुस्तक निघेल. आज आपला देश संक्रमणावस्थेतून चालला आहे ह्यासारखं विधान दरवर्षी पंधरा ऑगस्टला आणि सव्वीस जानेवारीला ऐकावं लागतं. पन्नास वर्षं?- आणि संक्रमणावस्था? भारताची लोकसंख्या शंभर कोटींच्या घरात जाणार आहे.

त्या लोकसंख्येला, पन्नास वर्षांनी गुणलं, तर किती Man-hours होतील?
हे प्रचंड गणित सोडवण्याएवढी माझ्याजवळ ताकद नाही. मला 'स्वातंत्र्य' म्हणजे नेमकं काय?- ह्याचं उत्तर हवंय्. कथाश्रीकडून लेखाची मागणी आली आणि मी 'स्वातंत्र्य' शब्दाचा अर्थ शोधू लागलो. स्वातंत्र्याचा अर्थ मी प्रथम स्वत:लाच विचारला. तिथं मला मन, बुद्धी आणि शरीर हे तीन प्रांत दिसले. मुळातच आपल्याला हा प्रश्न स्वत:ला विचारावासा वाटला, ह्याचा अर्थ, आपल्याला आयुष्याबद्दल जिज्ञासा आहे. म्हणजे बुद्धी आहे. प्रश्नाचं उत्तर देण्याची क्षमता, बुद्धीकडं आहे, की नाही, हा नंतरचा भाग. पण जिज्ञासा आहे, त्या जिज्ञासेनं पहिलं प्राथमिक उत्तर दिलं,
'मनात निर्माण होणाऱ्या इच्छा पूर्ण करता येतील, एवढी शारीरिक क्षमता हवी.'
इथूनच 'स्वातंत्र्य' शब्दाला अनेक वाटा फुटल्या.
बालपणात आपण आपल्या वयातच दंग असतो. देश, राष्ट्र, राष्ट्रधर्म, धर्म, जात ह्यांपैकी आपल्याला कशाशी कर्तव्य असतं?
स्वातंत्र्य मिळालं, तेव्हा मी पंधरा वर्षांचा होतो. आज, १९९७ सालातल्या सात वर्षांच्या मुलाला जेवढी जाण आहे, तेवढी १९४७ साली, पंधराव्या वर्षी मला नव्हती. टेपरेकॉर्डर, टीव्ही, ट्रॅन्झिस्टर, कॉम्प्यूटर तर विसराच, पण घरगुती गॅस, गीझर, फ्रीज हेही माहीत नव्हतं. घरात रेडिओ नव्हता. वडिलांकडंसुद्धा रिस्टवॉच नव्हतं. बालपण साधं होतं. आर्थिक परिस्थिती हलाखीची होती. अंगणातल्या अंगणात, आंधळी कोशिंबीर, हुतुतू, लंगडीसारखे खेळ म्हणजे करमणूक. चित्रपट सुसंस्कृत असूनही, बघण्याची परिस्थिती आणि परवानगी नव्हती. त्याचा खेदही नव्हता, कार्डबोर्डची खेळणी तयार करणं, चांगल्या चित्रांचे आल्बम्स करणं, हार्मोनियम वाजवणं, ह्यात बालपण संपलं. ब्रिटिशांचं राज्य आहे, म्हणजे नेमकं कुणाचं, हे माहीतही नव्हतं आणि ते अज्ञान बालपणाच्या रम्य वातावरणात, अडथळा आणणारं ठरलं नाही. आर्थिक परिस्थितीचा अपवाद वगळला, तर माझ्या समकालीन वर्गबांधवांची दैनंदिनी माझ्यापेक्षा वेगळी नव्हती. दाराशी मालकीचं वाहन असणाऱ्यांची संख्या बोटांवर मोजावी, इतकीच होती. पण त्यांचं छानछोकीचं राहणं डोळ्यांत खुपेल, असं नव्हतं.
सगळ्या मित्रांची घरं, म्हणजेच पालक सुसंस्कृत होते. त्यांचा आपापल्या परिवारावर वचक होता, पण दहशत नव्हती. वडील माणसांची सगळी पिढीच वेतनावर जगणारी होती. केलेल्या, नेमून दिलेल्या कामाचा मोबदला मिळणं म्हणजे वेतन. वेतनाव्यतिरिक्त होणारी प्राप्ती म्हणजे भ्रष्टाचार. माझ्या लहानपणी, टेरिकॉट, टेरिलीन, नायलॉन, सीफॉन ह्या वस्तूंचे शोध लागले नव्हते. म्हणून त्या शब्दांचा जन्मही झाला नव्हता. शास्त्र प्रगत झालं, म्हणजे भाषेचीही वृद्धी होते. ॲलर्जी,

अँटिबायोटिक्स, इन्फेक्शन ह्यांची पिढी जन्माला यायची होती. कॅन्सर शब्दही ऐकला नव्हता. मलेरिया, टायफॉईड- ह्या साध्या व्याधींपैकी टायफॉईडची धास्ती जास्त. दहशत वाटावी, अशा साथी म्हणजे देवी, प्लेग आणि क्षय. क्षय म्हटलं, की संपलं. फक्त 'टाटा' शब्द माहीत नव्हता. सध्या 'कॅन्सर' म्हटलं, की टाटा हॉस्पिटल– 'रामराम' घ्यायचा, त्या अर्थानं कॅन्सरवाल्याला 'टाटा' करायचं. एवढा समर्पक शब्द एकाही व्याधीला १९९७ सालापर्यंत लाभलेला नाही.

ज्याप्रमाणे वरील शब्द ऐकले नव्हते. त्याचप्रमाणे भ्रष्टाचार शब्दही कानांवर पडला नव्हता.

संयुक्त महाराष्ट्र चळवळ, गोवा आंदोलन ह्यासारख्या घटना थोडंफार समजायला लागलं, तेव्हाच्या. त्याअगोदर १९४६/४७ साली निधर्मी म्हणवणाऱ्या भारतात, मुंबईसारख्या शहरात, हिंदू-मुसलमानांच्या जातीय दंगलीत, प्रत्यक्ष खून डोळ्यांसमोर पाहिले. दोन दिवस दप्तर शाळेतच राहिलं होतं.

'भ्रष्टाचार' हा शब्दही ऐकला नव्हता, असा पन्नास वर्षांपूर्वीचा काळ. स्वातंत्र्य मिळून पन्नास वर्षं होत आहेत. ह्यांतला नेमका फरक एका वाक्यात सांगता येईल, तो असा, 'आज भ्रष्टाचाराव्यतिरिक्त दुसरा शब्दच ऐकू येत नाही. ह्यालाच जर प्रगती म्हणायचं असेल, तर भारताचा क्रमांक जगात पहिला मानावा लागेल.'

आज माझ्यासमोर हे विचार मांडताना फक्त मुंबई-पुण्यासारखी शहरं आहेत. त्यातल्या त्यात मुंबई जास्त. आज एकावन्न वर्षं मी शहरात घालवलेली आहेत. शहरात राहणाऱ्या माणसांनाच फक्त समस्या असतात आणि खेड्यापाड्यांतल्या माणसांना नसतात, असं बिनडोक विधान मी करणार नाही. पण एक गोष्ट नक्की, शहर असो किंवा खेडं, दोन्ही ठिकाणी समस्या निर्माण करणारा वर्ग एकच आहे. तो वर्ग आहे, धनिकांचा आणि सत्ताधाऱ्यांचा. सामान्य माणसांची अडवणूक करणारी संघटना एकच आहे. व्यापाऱ्यांची, खेडेगावांत कापसाचं पीक काढणाऱ्या शेतकऱ्याला योग्य बाजारभाव न मिळाल्यानं लाखो रुपयांच्या गासोड्या पडून राहतात. उन्हात, आपला नंबर लागेपर्यंत एखादा शेतकरी मरतो, तेव्हा त्याला मारणारा खुनी कोण असतो? त्याचप्रमाणे सणवार आणि निवडणुका जवळ आल्या, म्हणजे साखर, तेल ह्यांसारख्या जीवनावश्यक वस्तू नाहीशा तरी होतात, किंवा त्यांचे भाव वाढतात, ह्यालाही जबाबदार कोण आहे?

एकच वर्ग- तो व्यापाऱ्यांचा.

–आणि आज पन्नास वर्षं, राज्य चाललं आहे, ते व्यापाऱ्यांचंच.

स्वातंत्र्याचा खरा लाभ त्यांनाच झाला आहे.

आज वर्तमानपत्र उघडल्यावर बातम्या वाचायच्या, त्या फक्त भ्रष्टाचाराच्या.

पन्नास वर्षांपूर्वी कुणाचे दहा रुपये द्यायचे राहून गेले, तर त्या माणसाला चोरट्यासारखं

वाटायचं. आज कोट्यवधी रुपयांचा गैरहिशेबी कारभार चालू आहे आणि कुणालाच त्याचं काहीही वाटत नाही. पन्नास वर्षांपूर्वीची कर्जाची किंवा उसने पैसे घेतल्याची रुखरूख आर्थिक ओढाताण दर्शवीत होती आणि मनावर येणारं दडपण नैतिक म्हणजे सांस्कृतिक पातळीवरचं होतं. आज चालणाऱ्या भ्रष्टाचाराच्या महापुरात संस्कृती, संस्कार केव्हाच वाहून गेले. सगळ्या नद्यांचं हसतमुखानं स्वागत करणाऱ्या महासागरानं, भ्रष्टाचाराचे ओढेही खपवून घेतले.

पूर्वीच्या समुद्रातला खारटपणा, नद्यांनी आपल्या अस्तित्वाचं समर्पण केलं, त्या समर्पणाला दाद देणाऱ्या मिठाचा होता. भ्रष्टाचाराचे लोटच्या लोट समुद्राला रिचवावे लागले, म्हणून त्याचा खारटपणा, अगतिकतेचं प्रतीक झालं. तो खारटपणा नसून, ते जहर आहे. गौतम बुद्धाचा अवाढव्य पुतळाही त्यामुळे बुडला आणि Statue of Liberty पुतळा ताठ उभा आहे.

आजचा भारत कसा आहे? हे सांगण्याचा मला तेवढा अधिकार नाही. पण एका प्रज्ञावंत माणसानं, 'भारताला स्वातंत्र्य द्यावं', असा ठराव जेव्हा ॲटलींनी मांडला, तेव्हा आपलं मत व्यक्त केलं.

ब्रिटिश हाऊस ऑफ कॉमन्समध्ये चर्चिलनं उत्तर दिलं.

Liberty is man's birthright. However, to give the reigns of Government to Congress at this juncture, is to handover the destiny of hungry millions, ino the hands of rascals, rogues, and freebooter. Not a bottle of water or a loaf of bread shall escape taxation, only the air will be free and the blood of these hungry millions will be on the head of Mr. Atlee. India will be lost in political squabbles. It will take a thousand years for them to enter the periphery of philosophy or politics. Today we handover the reigns of Government to men of straw of whom no trace will be found in near future.

चर्चिलनं ह्या वक्तव्यात फक्त polluted air म्हणायलां हवं होतं.

ह्या एका वक्तव्यामागं, भारताची वैचारिक, सांस्कृतिक जडणघडण कशी आहे, ह्याचा दीडशे वर्षांचा अनुभव आहे आणि त्या अनुभवाला स्वत:च्या विचारांची झालर आहे. अनुभव घेणाऱ्यांची बौद्धिक कुवत अत्यंत मौलिक आहे. पन्नास वर्षांतच भारतानं ते सिद्ध केलं. मला तर शंका येऊ लागली आहे, की राष्ट्रपती जेव्हा जेव्हा नव्या पंतप्रधानांना शपथ घ्यायला लावतात, तेव्हा तेव्हां, चर्चिलचे हे उद्गार सार्थ करून दाखवीन, ह्याचाच त्या शपथेत समावेश असेल.

अपवाद फक्त लालबहादूर शास्त्रींचा. ते रेल्वेमंत्री असताना, केव्हातरी एक रेल्वे अपघात झाला होता. रेल्वेमंत्री या नात्यानं, आपली ती नैतिक जबाबदारी मानून त्यांनी राजीनामा दिला होता. म्हणूनच की काय नैतिक अधिष्ठान असलेले शास्त्री

भारताला फार काळ लाभले नाहीत. आणि त्यानंतर जे जे राज्यकर्ते वाट्याला आले, त्यांनी राज्य राबवलं. वाट्याला आले, हेच शब्द योग्य आहेत. 'लाभले' हा शब्द वापरता येत नाही. नेहरूंनी काश्मीरचं घोंगडं भिजत ठेवलं, ते कडक उन्हाळा असूनही पन्नास वर्षं सुकलं नाही. इंदिरा मीन्स इंडिया म्हटलं जाणाऱ्या इंदिराजींच्या काळात नगरवाला प्रकरण दाबण्यात आलं. त्यांनी 'इमर्जन्सी' जाहीर करताच, वाममार्ग हाच राजमार्ग मानणाऱ्यांची टाळकी बिथरली. पण तेवढ्या कालावधीत, लांब पल्ल्याच्या गाड्याही वेळेवर पोहोचत होत्या आणि प्रत्येकजण कामावर वेळेवर पोहोचत होता, ही जमेची बाजू कुणाच्याही लक्षात आली नाही.

त्यानंतर राजकारणाचा गंध नसलेले राजीव गांधी आले. 'क्लीन मॅन' ही पदवी पत्रकारांनी बहाल केली. त्यांचा शेवट कसा झाला, ते भारताला माहीत आहे. राजीव म्हणजे 'बोफोर्स.' त्याची छाननी अजून चालू आहे. नंतर राज्यावर आलेल्या महाभागांची नावं सांगण्यात अर्थच नाही. चौदा भाषांचा अभ्यास केलेल्या नरसिंह रावांनी गांधींचं मौनव्रत धारण केलं, आणि हर्षद मेहतांसारखा कोटी मोलाचा हिरा भारतात आहे, त्याचा शोध लागला.

नंतरच्या पंतप्रधानांची योग्यता चर्चिलनं Rogues आणि Free-booters ह्या शब्दांत सांगून टाकली, तेही पन्नास वर्षांपूर्वी. ह्याचा अर्थच हा, की भारताची शैक्षणिक आणि सांस्कृतिक जडणघडण, हळूहळू कशी घसरत जाणार आहे, हे त्या जाणकारानं ओळखलं होतं. नवल वाटतं, हे की, पन्नास वर्षांपूर्वी, आजच्या इतकी बकाल लोकसंख्या, त्या काळात नसूनही चर्चिलना हे चित्र दिसत होतं. रँग्लर परांजपे, आगरकर, टिळक, कर्वे, महात्मा फुले, वल्लभभाई पटेल, सावरकर, भालाकार भोपटकर, नाना शंकरशेट, शिवराम महादेव परांजपे ह्यांच्यासारखे निग्रही विद्वान आणि त्यांशिवाय कितीतरी, 'नाही चिरा- नाही पणती' ह्या वर्णनात बसणारे, पण ब्रिटिश सरकारच्या पदरी नोकरी करणारे अनेक विचारवंत, साहेबालाच माहीत असलेले असूनसुद्धा चर्चिलना हे चित्र दिसलं होतं. उरलेली तमाम जनता किती अज्ञानी आहे, ह्याचं सूक्ष्म निरीक्षण चर्चिलनं केलं होतं. राज्य करायचं असलं, म्हणजे पंचवार्षिक योजनांच्या पुड्या बांधायच्या नसतात. किमान आगामी शंभर वर्षांचा आलेख डोळ्यांसमोर ठेवायचा असतो. तेवढी कुवत एकाच्याही जवळ नाही, हे चर्चिलनं जाणलं होतं आणि आपल्या राज्यकर्त्यांनी ते सिद्ध करून दाखवलं.

रेल्वेच्या डब्यावरचा थर्डक्लास, एक रेघ पुसून, त्याचा सेकंड क्लास केला, की जनतेचा दर्जा उंचावला, एवढ्या खुळचट कल्पनांवर देशाची उन्नतावस्था होते, असं समजणारं भाबडं सरकार, भारताच्या ललाटी होतं.

ह्या अधोगतीचा नेमका प्रारंभ कधी झाला, हे सगळं अवघड नाही. म. गांधींनी

स्वातंत्र्य मिळाल्यानंतर, 'ज्या कारणासाठी काँग्रेस पक्षाची निर्मिती झाली, ते कार्य संपलं आहे, तेव्हा काँग्रेस पक्ष बरखास्त करा' असा आदेश दिला होता. आपले अनुयायी देशाचं पुढं काय करतील, हे जाणवल्याशिवाय त्यांनी असा सल्ला दिला नसावा. भारतातल्या अठरा पगड जाती, धर्मापेक्षाही रूढींच्या आहारी गेलेला समाज, निधर्मी राज्य कागदोपत्री नोंद करून ते कागदावरच राहणार. ही वस्तुस्थिती, प्रत्यक्षात प्रत्येक जातिधर्माची प्रार्थनास्थळं आणि त्यापायीच होणाऱ्या दंगली हे सगळं ताबा ठेवता न येणारं चित्र गांधींना माहीत होतं. हे सगळ राक्षस परवडले, पण निरक्षरतेचा भस्मासूर देशाच्या चिंध्या करणार आहे, हेही गांधीना माहीत असावं. फाळणी होण्यापूर्वी पाकिस्तान आणि हिंदुस्थानातल्या हिंदू-मुसलमानांचं प्रथम स्थलांतर होऊ दे, असं सांगणारी प्रज्ञावंत, धुरंधर चक्रवर्ती राजगोपाळचारांसारखी व्यक्ती काँग्रेसमध्ये असूनही, तो सल्ला खुद्द गांधींनी सुद्धा मानला नाही. लाखो माणसांची कत्तल झाली. निर्वासित समाज भारतात ठिकठिकाणी पसरला, आणि त्या समाजाची वाळवी भारताच्या सांस्कृतिक ऱ्हासाला कारणीभूत ठरली. केवळ एका माणसाच्या चुकीच्या निर्णयामुळं लाखो माणसं उद्ध्वस्त झाली. स्वत:चं अस्तित्व टिकवायचं, आपलं कुटुंब जगवायचं, म्हणून कायदा, नीती-अनीती कचऱ्यासारखी त्या समाजानं फेकून दिली, वयात आलेल्या लेकी, सुना आणि आयाबहिणींना शरीरविक्रीच्या चिखलात लोटलं, ह्यात त्या समाजाचं काय चुकलं? गांधीच्या अनुयायांना सत्ता आणि सत्तेच्या माध्यमातून पैसा हवा होता आणि जबरदस्तीनं स्थलांतर झालेल्या समाजाला, जगण्याचा अधिकार हवा होता. चारित्र्य विकण्यासाठी भांडवल लागत नाही. ते भांडवल देऊनच निसर्गानं स्त्रियांना पाठवलं आहे. संस्कृतीपेक्षा जगणं महत्त्वाचं, असं त्या निर्वासितांना वाटलं असल्यास नवल काय? संस्कार, संस्कृती, शील नाइलाजानं गुंडाळून ठेवून, जिथं ही माणसं स्थायिक झाली, त्या उपनगराचं नाव 'उल्हासनगर' असावं, ही केवढी शोकांतिका? त्या काळापासून मुंबईच्या सामाजिक आणि सांस्कृतिक आयुष्यात फरक जाणवायला लागला, असं माझं मत आहे. १९४६/४७ सालात फूटपाथवर फेरीवाले पाहिल्याचं मला आठवत नाही. अर्थात आता पासष्टाव्या वर्षी, केवळ स्मरणशक्तीवर अवलंबून राहून काही विधानं करण्यात अर्थ नाही. ज्या घटना खोलवर ठसा उमटवतात, किंवा ज्या प्रसंगांमुळे आपल्या आयुष्याला जबर कलाटणी मिळते, तेवढेच प्रसंग लक्षात राहतात. पहिला– हार्ट ॲटॅक कधी आला? किंवा एखादी प्रियतम व्यक्ती काळानं हिरावून कधी नेली, ह्यांचे तपशील तारखेसकट आठवतात. कारण त्या घटनांनी आपल्या अस्तित्वालाच धक्के दिलेले असतात. सामाजिक किंवा राजकीय घटनांची नोंद जाणीवपूर्वक ठेवण्याचा प्रांत हा पत्रकारांचा आहे. भूतकाळातल्या कोणत्या घटनांचा आढावा केव्हा घ्यावा लागेल, हे अगोदर वर्तवता येत नाही,

म्हणून पत्रकारांना जागरूकच राहावं लागतं. कधी एखाद्या व्यक्तीवर अन्याय होत असेल, तर त्याच्या बाजूनं संघर्ष करण्यासाठी पत्रकारिता उपयोगी पडते किंवा त्याच व्यक्तीच्या चारित्र्यहननासाठी जागरूक राहावं लागतं. दुर्दैवानं 'चारित्र्यहनना'साठी पत्रकार जास्त सज्ज असतात, ते विसरायचं. त्यालाही हरकत नाही. पण तेवढ्यासाठी आचार्य अत्र्यांसारखी लेखणीत तेवढी ताकद तरी आणा. त्याची कित्येक पत्रकारांना गरज वाटत नाही. दुसऱ्या दिवशीच्या वर्तमानपत्रात, पटकन लक्षही जाणार नाही, अशा कोपऱ्यात दिलगिरी व्यक्त करून ते मोकळेही होतात.

ललित लेखन करणाऱ्या लेखकांचा पिंड वेगळा असतो. फक्त माझ्या स्वतःच्या लेखनाची भूमिका मी ठामपणे सांगू शकतो. इतरांच्या लेखनावर लिहिलं, तर तो फक्त अंदाज असेल. त्याच्यावर अन्याय करणारा ठरेल. माझी ललित लेखन (लघुकथा form प्रमाणात) करण्यामागची भूमिका किंवा व्याख्या साधी आहे. वैयक्तिक वेदना, अन्याय ह्यांना सामाजिक आशय देता आला पाहिजे आणि सामाजिक किंवा दुसऱ्या कुणाच्याही दुःखाची तीव्रता वैयक्तिक जाणिवेच्या पातळीवर जगता आली पाहिजे.

सगळ्या समाजाकडे जागरूकतेनं पाहण्याची एक वेगळी दृष्टी लागते. राजकारण हा एक भोंगळ प्रकार आहे. विचारवंतांची तिथं अनुपस्थितीच आहे. जे विचार आहेत, ते एकमेकांना खाली ओढण्याचे, आम्हीच देशाचं कल्याण करायला लायक आहोत, ह्याच्या फक्त घोषणा करणारे, आणि आमचं सरकार टिकेल, हे ठसवणारे विचार. देश टिकेल, असं कोणीही म्हणत नाही. तुम्ही निवडणुकीसाठी भिकाऱ्याप्रमाणे निरक्षर झोपडपट्टीवाल्यासमोर उभे राहता, तेव्हा जी आश्वासनं दिलेली असतात, ती फक्त तुम्ही प्रत्यक्षात उतरवून दाखवा. जनताच तुम्हांला खुर्ची सोडू देणार नाही.

निरक्षर माणसालाही अंगठा उमटवून एक मत देण्याचा अधिकार आणि डॉक्टर, इंजिनीयर वगैरे शिकलेल्या माणसालाही एक मत देण्याचा अधिकार, हे चित्रण देशाला घातक आहे, आणि पन्नास वर्षांत अजून जनता निरक्षर राहावी. हे पराकोटीचं दुर्दैव आहे. राज्यकर्त्यांच्या वैचारिक दारिद्र्याचं लांछनास्पद प्रदर्शन आहे. हे फक्त मला कळलं आणि राज्यकर्त्यांना कळत नाही, अस मला मुळीच गर्व नाही. पण माझ्यासहित सर्व विचारवंतांचा प्रवास गौरीशंकरच्या दिशेनं चाललाय् आणि सत्तेची लालसा असलेल्या राज्यकर्त्यांची यात्रा, चोरांच्या आळंदीच्या दिशेनं चालली आहे. इथं मेळ बसणार कसा? विचारवंत, सुशिक्षित जनतेच्या वटवृक्षाला लागलेलं हे राजकारणी लोकांचं बांडगूळ आहे. म्हणूनच पन्नास वर्षांचा आढावा घेण्याऐवजी, शेवट फक्त आजचं चित्र रेखाटलं, तर वेगळं भाष्य करायची गरज नाही.

सर्वसाधारण माणसांची दैनंदिनी पाहिली, तर सत्तर ते ऐंशी टक्के माणसं नोकरशाहीतच

मोडतील. स्वत:चा स्वतंत्र धंदा करणारा तर चोवीस तास व्यवसायाच्याच विचारात असतो. नोकरी असो अथवा व्यवसाय, दोन्ही प्रांतांतल्या माणसांना, स्वत:च्या घरातून बाहेर पडून, व्यवसायाच्या ठिकाणी पोहोचायचं असतं. ह्या एकाच बाबतीत, मुंबईसारख्या शहरात, प्रत्येक माणसाला एक जिवावरचं दुखणं वाटतं. रेल्वे-यंत्रणा संपूर्ण कोलमडली आहे. रेल्वेचा व्याप रेल्वेमंत्र्याला पेलणं तर सोडाच, त्याला त्या कामाची व्याप्ती किती आहे, हे समजण्याची कुवतसुद्धा नाही. पाळलेल्या कुत्र्यासकट, सगळा परिवार घेऊन फुकट प्रवास करताना राज्यकर्त्यांना शरमही वाटत नाही. खरोखर, एकच गोष्ट आयुष्यात सोडावी, मग आनंदच आनंद. ती गोष्ट म्हणजे शरम. अविश्वासाचे ठराव पास करा, संप करा, सभात्याग करा, काहीही करा. शरम नाही.

कॉमन मॅनच्या वाट्याला काय येतं?

मरणाची गर्दी आणि असंख्य फेरीवाल्यांचा हैदोस. 'फेरीवाल्यांना उत्तेजन देऊ नका' अशा पाट्या लावल्या, की रेल्वे खात्याचं कर्तव्य संपलं. फेरीवाले आणि भिकारी ह्यांना स्टेशनाबाहेरच ठेवणं, हे स्टेशनमास्तर, रेल्वे पोलिस, कंडक्टर्स ह्याच्या हातांत आहे, की प्रवाशांच्या?

पुणे-मुंबईसाठी, 'इंद्रायणी' नावानं खास संपूर्ण आरक्षित सीट्सची गाडी सुरू करण्यात आली, 'तिकीट नसलेल्यांना ह्या गाडीनं प्रवास करता येणार नाही.' असं गाडी सुटण्यापूर्वी वारंवार सांगितलं जायचं. आता शंभर रुपये दंड भरून ऐपतवाली माणसं, उभं राहून सर्रास गाडीत शिरतात. ह्याचाच अर्थ पैशाच्या जोरावर कायदा विकत घेता येतो, असा झाला.

स्वातंत्र्यानंतर, देश सुधारला, हे सामान्य माणसाला सहजी जाणवलं, तरच त्याला प्रगती म्हणतात, असं मला वाटतं. ते त्याला का वाटत नाही. हे आज प्रत्येक क्षेत्रात जे जे चाललं आहे, त्याची नुसती दोन दोन वाक्यांत यादी सादर केली, तरी स्पष्ट होईल. व्यवसाय आणि नोकरी ह्याच्यातच दिवसाचे पंधरा-सोळा तास प्रत्येकाचे जातात. स्वतंत्र देश ह्याच्यावर विचार करायच्या अगोदर, गॅस सिलिंडर वीस दिवस ऑर्डर देऊन का मिळाला नाही? हा प्रश्न जिव्हाळ्याचाच न होता, पोटतिडीकेचा होतो. दर वेळेला पेट्रोलचा भाव वाढले, की टॅक्सी, रिक्षावाले संप पुकारतात. दोन दिवसांत त्यांना रेट वाढवून मिळतात, आणि तरीही 'वो बाजू नहीं आयेंगे' म्हणून सामान्यांची अडवणूक होते. मग त्याला हॉस्पिटलमध्ये किंवा स्टेशनवर जायचं असो. ह्यावर राज्यकर्त्यांनी काय केलं?

मुलांना शाळेत प्रवेश मिळणं आणि नंतर महाविद्यालयात मिळणं, ह्या समस्येपायी आईवडिलांचे प्राण कंठाशी येतात आणि दप्तराची पोती उचलून कोवळ्या पाठी पिचून जातात.

'क्रमिक पुस्तकं शाळा सुरू होण्यापूर्वी यंदा मिळणार' हे वर्तमानपत्रात शिक्षण खात्याला बातमी म्हणून छापावं लागतं, ही बेशरमपणाची कमाल आहे. चुकीचे संदर्भ छापल्यामुळं, क्रमिक पुस्तकं रद्द करून, नवी छापावी लागतात, हा खर्च जनताच करते ना?

नुकत्याच एका ग्राहकाला चार लाख रुपयांचं टेलिफोनचं बिल आलं. त्याच्या पत्नीला हार्ट-ॲटॅक आला. त्या ग्राहकांच्या गैरहजेरीत त्याचा फोन दुसऱ्याच्या नावावर जोडला जात असे आणि हे काम, रस्त्यावर केबल दुरुस्त करण्याचं काम करणारा साधा बिगारी (Lineman) करू शकतो. 'आधी बिल भरा, मग तपासणी करू' हा भारताचा नियम.

रस्त्यावरचे फूटपाथ आणि आता प्रत्यक्ष रस्त्यावर, दोन्ही बाजूंनी दहादहा फूट जागा अडवून फेरीवाले धंदा करतात. दोन चाकी वाहन उभं करायला जागा मिळत नाही. फेरीवाले दमदाटी करतात.

आज गाडी चालवायचा परवाना, मेलेल्या माणसांच्या नावानं रेशनकार्ड आणि कोणत्याही डिग्रीचं सर्टिफिकेट विकत मिळतं, हे एका आमदारानंच जाहीर केलं. तेव्हा अर्थातच तो Opposition party त होता; आणि सांस्कृतिक विषयावर काही मतं व्यक्त करावं, तर फक्त एकच शब्द पुरे, दूरदर्शन!

खून, बलात्कार, टोळीयुद्ध आणि स्मगलिंग आणि अर्धनग्न नट्या. त्याशिवाय पंधरावीस कॉलेजविद्यार्थी-विद्यार्थिनींचे रस्त्यावर, प्रिन्सिपॉलच्या ऑफिसात, कॉलेजच्या कॉरीडॉरमध्ये हिडीस-बीभत्स हावभावांचे सामूहिक नाच. शंभरापैकी ऐंशी चित्रपट ह्याच विषयावर. एका चित्रपटात तर सहा-सात इन्स्पेक्टर आपल्याच कमिशनर ऑफ पोलिसला, त्याच्या भ्रष्टाचारी वृत्तीबद्दल गोळ्या घालून ठार मारतात, हे दृश्य आहे. आजची तीनतीन, चारचार वर्षांची मुलं, हे चित्रपट सर्रास बघतात. एवढ्या मोठ्या प्रसार-माध्यमांचा उपयोग गाण्यांच्या भेंड्या लावण्यासाठी होतो.

एखाद्या कर्तबगार व्यक्तीची, साठ-सत्तर वर्षांची कारकीर्द पाहून, त्यांची मुलाखत घ्यायची, तर ती प्रचंड कारकीर्द तीस-चाळीस मिनिटांतच गुंडाळायची.

'आज आपल्याला वेळ कमी आहे' म्हणायचं. ह्या लोकांना घाईघाईनं कुठं जायचं आहे?- तीन तासांचे धांगडधिंगावाले चित्रपट पाहायला?

त्याशिवाय जाहिराती.

साबण, शांपू, टूथपेस्ट, चॉकलेट्स, टू व्हीलर्स, वेगवेगळ्या रेसिपीज्, अर्धनग्न झोपडपट्टीतही टी. व्ही. सेट आहेत. झोपडपट्टीतल्या निरागस मुलांनी ह्या जाहिराती बघायच्या. कॅन्सरचे जंतू परवडले; पण त्याच्या दारिद्र्याला छेद देणाऱ्या ह्या श्रीमंती उत्पादनांच्या जाहिराती त्यांच्या भावनांची, स्वप्नांची राख करीत आहेत.

हे आहे आजचं चित्र. कुटुंबनियोजनाचं नाव नाही. कारण ही अडाणी जनता नाही. प्रत्येक झोपडी म्हणजे सत्ता मिळवणाऱ्यांची मतपेटी आहे. अशीच नागडी-उघडी,

अर्धपोटी, आजारी मुलं, जेवढी जन्माला येतील, तेवढी हवी आहेत. ती निर्माण झाली नसती, तर गरिबांसाठी आयुष्य वेचणाऱ्या मदर तेरेसांना नोबेल पारितोषिक कसं मिळालं असतं?

मदर तेरेसांना नोबेल प्राइझ आणि राज्यकर्त्यांना नोटेबल सीट्स, ही पन्नास वर्षांची कमाई.

आमच्यावर लिहू नका, यार!

एक रात्र.

माझा कथाकथनाचा कार्यक्रम संपलेला. संयोजकांनी राहण्याची सोय केलेली नाही.परतीच्या प्रवासाचाही आनंद असतो.

माझ्यासमोर खादीच्या कपड्यांत एक व्यक्ती. वर खादीचा पांढरा झब्बा. त्यावर जाकीट. डोळ्यांवर अर्ध्या फ्रेमचा चश्मा. त्याला बांधलेला गोफ, कानामागून मानेवर विसावलेला.

संयोजकांनी माझी केलेली ही उपेक्षा सहन न होऊन त्या गृहस्थाच्या डोळ्यांत हां हां म्हणता पाणी आलं. आवाज दाटून आला. तसा फारसा परिचय नाही. हे असं पाणी यावं, इतपत भावनात्मक गुंतवणूक नाही. तो एक मला अवाक् करणारा क्षण होता.

त्या गृहस्थानं विचारलं,

'तुम्ही आता काय करणार?'

'परक्या गावात मी काय करणार? मी तर कार्यक्रमाच्या मानधनाची एक चौकशी केली नाही. नामवंत संस्था, व्यक्ती परिचयाच्या, तेव्हा काय देण्याघेण्याचं बोलणार? रातोरात मुंबईला जाण्याची गरज आहे.'

तो गृहस्थ म्हणाला,
'ह्या संस्थेचा आर्थिक व्यवहार सध्यातरी माझ्या हातात आहे आणि माय वर्ड इज लास्ट वर्ड.'
स्पेशल टॅक्सीनं मी मुंबईला आलो.

केव्हा तरी संध्याकाळी हा खादीवाला बाबा माझ्या घरी आला. बरोबर पत्नी. तोपर्यंत मला तो फकीर वाटला होता. आजही कुठंतरी विजनवासात आश्रम बांधून राह्यला, तर चेहऱ्यावरचे भाव, दाढी, हे सगळं पाह्यलं, तर भक्तगणच काय, पण हरणं, कबुतरं, मोर वगैरे प्राणीही आजूबाजूला दिसायला हरकत नाही.
त्या रात्री गप्पा रंगल्या. विषय क्रमशः आठवू नयेत, इतके. त्या बाबानं बसल्या-बसल्या चित्रंही काढून दाखवली. बासरी वाजवली.
देवल,
आता ह्यानंतर मला तुमच्याबद्दल ह्या प्रकारानं लिहिणं अशक्य आहे. आता त्रयस्थ भूमिकेतून लिहिणं अशक्य आहे. आणि, अगदी खरं म्हणाल, तर काही लिहिणंच जमणार नाही.
सगळं नको वाटतं. सगळं म्हणजे सगळंच.
मानसोपचारविशारद प्रभू म्हणतात,
'हे डिप्रेशन आहे, ॲक्सेप्ट करा.'
मी सांगितलं,
'औषध द्या.'
ते म्हणतात,
'हे डिप्रेशन रिॲक्टिव्ह आहे, इंडिजीनस नाही. परिस्थिती बदलली, म्हणजे डिप्रेशन जाईल.'
मी म्हणतो,
'वसुंधरा गेली. परिस्थिती बदललेलीच आहे. आता आणखीन काय बदलणार? नवी चित्रं येणं हा बदल नव्हे. जुनं चित्र परत हवं आहे. ते ह्या जगात कुणाला मिळालंय्? मग मला कसं मिळेल?'
'कधी मिळेल?'
'आयुष्यात नाही.'
हे उत्तर मला माहीत का नाही?
म्हणूनच काहीही करावंसं वाटत नाही. हा तुमच्यावरचा लेखही पुरा होईल, की नाही, ते ह्या क्षणी मला माहीत नाही. पुढचा क्षण आहे का?
–ही विधानं करता करता काही क्षण आले आणि गेले.

नको वाटतं.
तुम्ही ग्रेट.
केव्हातरी तुम्ही ह्याच मन:स्थितीतून गेला होतात. म्हणजे केव्हातरी एका भेटीत तसं म्हणालात. तेव्हा, म्हणे, तुम्ही ठरवलंत, की बेदम काम करायचं. काम नसेल, तर उकरून काढायचं.
तुम्ही त्यासाठी तेव्हा, म्हणे, एक ढकलस्टार्ट गाडी आणलीत. ती दर तीनशे ते पाचशे फुटांवर बंद पडायची. बंद पडली, की तिथंच ती उघडायची. थोडी तिची मनधरणी करायची, पुन: चारपाचशे फूट चालवायची.
तुमच्या डिप्रेशनवर ह्याप्रमाणे तुम्ही मात केलीत. तरीही काहीतरी एक ठसठसणारं शल्य विसरण्यासाठी आपण हे उद्योग करीत आहोत, ह्याचं विस्मरण, असं केल्यानं कसं होतं, हे तुम्ही सांगितलंच नाहीत.

तसं तुम्ही काहीच सांगत नाही. तुमच्यावर लेख लिहायचं ठरवलं. म्हणजे मुलाखत लिहिणं आलं. मुलाखत घ्यायची, म्हणजे दीर्घ गप्पागोष्टी आल्याच. त्या ध्वनीमुद्रित करणं आलं. त्या कॅसेट्स थांबत-थांबत ऐकणं, ऑफ द रेकॉर्ड जे बोललं जातं, ते वगळणं, लेख लिहिणं आणि सर्वांत मुख्य म्हणजे, लिहून झालेला मजकूर तुम्हांला दाखवून मगच तो छापायला पाठवणं. हा शेवटचा माणुसकीचा, सभ्यतेचा आणि अपेक्षित सौजन्याचा पत्रकारी रीतिरिवाज गुंडाळून ठेवायला, मी केसांची झुलपं उडवीत, स्वत:चा मजकूर दडपून देणारा, गुलछबू व्यक्तिमत्त्वाचा पत्रकार आणि निवेदन वा संगीताचं संयोजन करणारा कुणी पुणेकर नव्हे. अशाच एका मुलाखतीपायी मी न बोललेल्या शब्दांपायी, बदनामीच्या फिर्यादींना बळी गेलो आहे आणि माझ्याच प्रतिभेचा राजरोस लिलाव करून एका दुकानदाराकडून, रोज लुबाडला जातोय्.

हे सविस्तर लिहायचं कारण, मुलाखतटाईप लेखन करायचं ठरवलं की, कॉम्प्यूटरला सांगितलेला पूर्वीचा मजकूर अगोदर उमटतो. तो पडदा स्वच्छ केल्याशिवाय नंतरचा मजकूर उमटत नाही.
पुन: तीव्रतेनं वाटल, हे सगळं का करायचं?- देवल नावाच्या एका बाबावर मी लिहिलं नाही, तर देवलंच काही अडणार आहे का?- दोन्ही हातांच्या पंजांचा घुमटासारखा आकार करून, दहाही बोटं एकमेकांना भिडवीत आणि दूर करीत, नित्याप्रमाणे न्यूरो-सर्जरी डिपार्टमेण्टमध्ये नाहीसा होणार.
माझंही काही अडणार नाही.
धर्मभास्कर नाराज होतील. पुन: वपुंच्या शब्दावर विश्वास ठेवायचा नाही, म्हणतील

आणि पुढच्या वर्षीच्या श्रावणात पुन: विसरून, लेख मागायला येतील. वाचकांना तर यंदा आपल्याला काय वाचायला मिळणार होतं, हेही समजणार नव्हतं; आणि तरीही समजा, नेट लावून (नेट म्हणजे जाळी नव्हे) लिहायचं ठरवलं, तर वाचक म्हणतील,

'ह्या बाबाला एकदा भेटलं पाहिजे.'

तुम्ही इंदूरी स्टाईलनं म्हणणार,

'मुश्कील है यार.'

हिअर द मॅटर एण्डस्.

हे सगळे विचार आले आणि संपादकांना कळवावंसं वाटलं, मी लिहू शकत नाही. तुम्हांला फोन केला. तुम्ही चक्क कविता ऐकवलीत.

'फडफड आवाजाच्या रोखे
आतुरतेने वरी पाहिले
सानपाखरू मम प्रतिभेचे
क्षणात दृष्टीआड जाहले.
पंख थोडके प्रतिभेचे त्या
दिसले किंवा नाहीच दिसले
पिसे काही कवितांची दिसली
आणि धुळ्याचे काही मथळे.
हात पसरले पीस पकडण्या
एक सानुले आणिक सुंदर
ते तर गेले उंच उंच अन्
मने गाठिला धरतीचा स्तर.
कितीकितीदा चुकामूक ही
मम प्रतिभेशी असेल झाली
टिशे कवित्वाच्या वेलीचे
कितीकितीदा तरी वळले खाली.
परि न वाटते खंत कधी मज
असल्या ह्या प्रतिभाखंडाची
किंवा तळमळ वाढीस लागे
त्यायोगे कविता रचण्याची.
धरा नको का रखरखीतही
लाट उसळण्या सौगंधाची

तशीच ही असेल स्तब्धता
कविता आगमनापूर्वीची.'

कविता संपता-संपता, ही कविता कुणाची आणि कोणत्या पुस्तकात मिळेल, असं विचारणार, तर तुम्ही म्हणालात,

'कविता माझीच.'

इथपर्यंत वाचकांनी लेख वाचलात, तर ते म्हणतील 'ॲनिस्थीटिस्ट देवल कवितापण करतात का?– नवल आहे. नवल करीत माणसं तिथंच राहतात. नवल केलं, की संपलं. मग अनुकरण करण्याचा प्रश्न संभवत नाही. तुम्ही म्हणाल,

'अरे यार, ह्याचा अर्थ लोकांनी लगेच कविता करायच्या का?- ॲनिस्थीशिया द्यायला शिकायचा का?'

अर्थातच नाही.

लोक अर्धाच ॲनिस्थीशिया देतात. म्हणजे काय करतात?

तर, तुमचाच व्यवसायबंधू आणि मला वाटतं, तो तुमचा गाववाला पण आहे, त्या पंतवैद्यांनी मला ॲनिस्थीशियाची व्याख्या सांगितली होती.

ANAESTHESIA IS A CONTROLLED AND REVERSIBLE PRODUCTION OF UNCONSCIOUSNESS.

–आणि ही व्याख्या सांगताना ते म्हणाले होते,

'ह्यातला रिव्हर्सिबल शब्द जास्त महत्त्वाचा. परत शुद्धीवर आणणं जास्त चॅलेंजिंग, नाहीतर ज्याच्यावर डोकं आपटून माणसं बेशुद्ध पडतात, तो रेल्वेचा प्रत्येक खांब ॲनिस्थीटिस्ट झाला असता.'

डोकं बधिर होण्यासाठी खांबच आपटावा लागतो, असं कुठं आहे?- संवेदनक्षम मन लाभलेल्या शापित माणसाला जागजागी खांब मध्ये येतात.

निर्विकार मनानं वर्तमानपत्रातली एक ओळ तरी वाचणं शक्य आहे का?- महागाई, जागेची टंचाई, बिल्डर्सच्या हातांत कारभार जाऊनही कोसळणारी यंत्रणा, संप, रास्ता रोको, बेसुमार सवलती निवडणुका डोळ्यांसमोर ठेवून जाहीर करणारं सरकार, बेकारी, रस्त्यावरचे खड्डे आणि उकिरडे..

कोणता खांब चुकवाल?- ह्या सर्व विरोधी परिस्थितीत, खऱ्या तळमळीनं एखाद्या संस्थेचं कार्य करायचं ठरवलं, तर तत्त्वनिष्ठ माणसाला निवृत्त होण्याची वेळ का येते?

ही भोवतालची परिस्थिती रोजच प्रत्येकजण बघतोय्. जे जे बघतात त्यांपैकी कितींना दिसतं?- ज्यांना ज्यांना दिसतं, त्यांच्यापैकी कितीजणांच्या मनावर उमटतं? जे उमटतं, ते किती काळ टिकतं?- जे टिकतं, त्याचं जतन करणारे किती? आणि सर्वांत महत्त्वाचं, जतन करणाऱ्यांपैकी आचरणात आणणारे किती?

आमच्यावर लिहू नका, यार! । ११३

एकीकडे भोवतालचे हे सगळे राजकीय, सामाजिक, शैक्षणिक, व्यापाऱ्यांनी भरडलेलं राज्य, अमाप लोकसंख्या, झोपडपट्ट्या, चव्वेचाळीस वर्षांच्यावर स्वातंत्र्य मिळूनही, सत्तर टक्के निरक्षर प्रजा, हे खांब आहेतच, आणि त्यात स्वत:च्या मनानंच जगण्याविरुद्ध पुकारलेला आक्रोश.
कसं होणार?
बाहेरचे आवाज थांबवता येतील. अगदी चौका-चौकांतून, वेगवेगळ्या उत्सवांच्या निमित्तानं, सोळासोळा तास कानठळ्या बसवणारे लाउडस्पीकर्सही सहन करता येतील; आणि जरी ते असह्य झालं, तरी फिर्याद कुणाकडं द्यायची?- ध्वनिप्रदूषणाविरुद्ध मंत्र्यांनी, सेक्रेटरीनं लिहून दिलेलं भाषण छापवून आणलं, की झालं. पैसे दाबले, की लाऊडस्पीकर लावायची परवानगी मिळते. परवानगी देणारे वातानुकूलित आवरणात असतात. आजारी माणसं, वृद्ध माणसं, अभ्यास करणारी मुलं, ह्यांचा विचार कोण करतो?- अशी माणसं तीस ते पस्तीस टक्के. प्रदूषणापायी त्या सगळ्यांना उद्या वेड लागलं, तरी बिघडणार नाही.
तरीसुद्धा, हे आवाज थांबवता येतील.
पण स्वत:च्या मनानंच आता जगण्याचं नाकारलं, तर?- मनातला टाहो थांबवायचा कसा?
म्हणून विचारलं, बेदम काम उकरून काढलं, तर हे डिप्रेशन जातं का?
लाऊडस्पीकर ते झोपडपट्टी, सगळ्याच गोष्टी मी लिहिल्या. लाऊडस्पीकर लावणारे झोपडपट्टीवालेच. पोटतिडिकेनं पुनरुक्ती करतोय्, ह्याचं कारण, गणपती- उत्सवात यंदा दोन-तीन दिवस पुण्यात होतो. अशीच एक झोपड्यांनी घेरलेली हाऊसिंग सोसायटी. ज्यांच्या घरी उतरलो होतो त्यांच्या घरी तर, मी एका खोलीतून दुसऱ्या खोलीत गेलो, की वेगळं गाणं ऐकावं लागत होतं. सकाळी सहा ते रात्री अकरापर्यंत, दहा दिवस हा धुमाकूळ. माणूस किती सहन करील? दहा दिवसांच्या विजेच्या रोशनाईचं, पुण्यात दीड लाख रुपये बिल झाल्याचं 'केसरी'त आलं होतं. आता ह्या माणसांपाशी, त्यांची पोरं उकिरड्यावर नागडी हिंडत असताना, हे पैसे कुठून आले? सोसायटीवाल्यांकडून ह्या रकमा जबरदस्तीनं वसूल केल्या जातात. माझे स्नेही, माननीय म. ना. अदवंत सध्या सत्तर-पंच्याहत्तरीच्या घरात आले असतील. त्यांच्या सौभाग्यवतींना लाऊडस्पीकर्सपायी फक्त वेड लागायचं बाकी राहिलं होतं. हे तुम्हांला मी सविस्तर सांगतोय् कारण, ह्या सगळ्या अराजकाची डिप्रेशनमध्ये भर पडत नसेल का?

तुमचं एक महत्त्वाचं विधान मला पटलं.
'ह्या सगळ्या परिस्थितीला आपण स्वत: जबाबदार आहोत. ह्या सगळ्या अराजकाला

एक व्यक्ती म्हणून आपण हातभार लावलेला आहे. ह्या निर्मितीतून, यार, आपण सुटू शकत नाही.'
तुमचं विधान पटकन् मान्य करणं कठीण होतं; पण नंतर तुम्ही एक हकीकत सांगितलीत.
तेव्हा विचारात पडलो. तुम्ही अशाच एका पार्टीला गेला होतात. तेव्हा दोन पोलिस ऑफिसर्सच्या गप्पा कानांवर पडल्या.
तुम्ही म्हणालात,
'अरे यार, आपण तेव्हापासून ठरवलं, फॉरीनची वस्तू वापरायची नाही. वपु, तो ऑफिसर दोस्ताला म्हणाला, परवाचा माल चांगला नव्हता. पुढच्या वेळी असं होता कामा नये. माल चांगला असल्याशिवाय काम होणं मुश्किल आहे. वपु, माल म्हणजे कळलं?'
मी 'नाही' म्हणालो.
'माल म्हणजे पोरगी. इम्पोर्टेड वस्तू किंवा चोरटं सोनं, ह्यांच्या बदली हा देश दुसरं काय देणार? फक्त मुलीच. त्या दिवशी मनात आलं, आपल्या घरी आपण कोणतीही इम्पोर्टेड वस्तू किंवा सोनं घेणं म्हणजे अप्रत्यक्षरीत्या, अंशत: एक मुलगी विकली जायला जबाबदार ठरलो. मीनाला तो विचार ऐकवला. तिला तो पटला. आम्ही सगळं सोनं, एखादा दागिना, वाडवडिलांची आठवण म्हणून वगळल्यास विकून टाकलं. आमच्या घरात तुम्हांला एकही इम्पोर्टेड वस्तू सापडणार नाही.'

देवल, तुमच्या कदाचित ध्यानात नसेल. पण दोन-तीन वर्षांपूर्वी हा विचार तुम्ही बोलून दाखवला होतात. तुमच्या घरी किंवा कदाचित के. ई. एम. च्या कॉरीडॉरमध्ये. के.ई.एम. हॉस्पिटलचं आणि माझं नातं पासष्ट सालापासून. ब्लडप्रेशर नावाचा एक प्रकार असतो. हा शब्द जेव्हा प्रथम ऐकला, तेव्हा एका जनरल वॉर्डमध्ये पंधरा-वीस दिवस ते एक महिना मुक्काम पण करून गेलोय्. ऑक्सिजनवर पण अधूनमधून होतो. रेडिओलॉजी डिपार्टमेंटचे डॉ. केळकर ह्यांचा तेव्हा परिचय झाला. त्यानंतर महापालिकेतर्फे आर्किटेक्ट म्हणून, हॉस्पिटलची कामं करण्यासाठी येत राहिलो. डीन साहेब जोगळेकर, देशपांडे, रिंदानी ह्या मंडळींची कारकीर्द पाहिली. डॉ. रिंदानी नंतर जसलोककडं गेले. जसलोकचं बांधकाम तेव्हा चालू होतं. ती इमारत प्रथम रेसिडेन्शीयल म्हणून बांधली गेली. तिचं इस्पितळ करायचं हा निर्णय नंतर घेण्यात आल्याचं समजलं. लिफ्टस् नसताना डॉ. रिंदानी ह्यांनी अठरा मजले चढून, मला संपूर्म इमारत दाखवली होती आणि वारंवार बजावलं होतं, की हॉस्पिटल्सच्या इमारती, जास्तीतजास्त दोन मजली असाव्यात, मल्टीस्टोरीड

नसाव्यात. विशारदांच्या शिफारसी गुंडाळून ठेवणं हा आपला राष्ट्रीय बाणा आहे, त्यामुळे के.ई.एम., नायर, भाभा हॉस्पिटल, सर्वत्र उंचच उंच इमारती बांधण्यात आल्या.

डॉ. रेडकर, सातोस्कर ह्यांच्याकडूनही त्या काळात प्लॅनिंगसाठी खूप मदत झाली. ह्या सर्व मंडळींनी अतिशय आपलेपणानं स्वागत केलेलं आहे. त्या काळात तुमचा परिचय होण्याचा योग नव्हता. तेव्हा भेट होती, तर खूप काल जास्त आनंदात गेला असता.

कदाचित...

पुढचा मजकूर लिहू का नको?

कारण हे लेखन तुमचा परिचय व्हावा, ह्यासाठी आहे. हे आत्मकथन नव्हे. पण माझ्या बाबतीत हे नेहमीच असं होतं. दोन रंगांची लोकर घेऊन जेव्हा बायका स्वेटर विणतात (का विणतात तो वेगळा विषय), तेव्हा डोळ्यांत भरतो तो पॅटर्न. त्या वेळी कोणत्या रंगाचा धागा किती वेळा दिसतो, हे आपण मोजत नाही. पॅटर्न महत्त्वाचा. त्याप्रमाणे कोणा एका व्यक्तीत विशेषत्वानं वेगळेपण दिसलं, की एखाद्या डिझाइनप्रमाणे माझ्या वृत्ती तिथं वीण होतात. म्हणून मुलाखतकाराप्रमाणे, 'मी त्यांच्या घरी गेलो, तेव्हा त्यांनी माझं हसून स्वागत केलं' अशी कंपॉझिटरनं कायमची जुळवून ठेवलेली वाक्यं लिहायला मला आवडत नाही.

तो हसणारच. तुम्ही काही त्याची दुपारची झोप मोडून, 'कोणता साबण वापरता?' हा सर्व्हे घ्यायला गेलेले प्रतिनिधी आहात काय?

पुढचा मजकूर लिहू का नको, हा प्रश्न पडला; कारण त्यानंतरच, माझ्या आजवरच्या टवटवीत कालखंडाची खंडणी मागायचा काळ सुरू झाला. काळच ती खंडणी वसूल करायला आल्यामुळं, कर्जमाफीचा प्रश्न इथं उद्भवत नव्हता. भरमसाट सवलती देऊन, काळाला माझं मत मागायचं नव्हतं. कधीही निवडणुका न घेता कायम सिंहासनावर असणारी एकच गोष्ट आहे. निवडणुका, निदर्शनं, आंदोलनं, घेराव, रास्ता रोको, उपोषण, सशस्त्र क्रांती, प्रार्थना, काहीही करा. राज्यावर एकच. काळ.

तो समोर दिसत होता. तुमच्याच घरासमोर, तुम्ही खालपर्यंत निरोप द्यायला आलात, तेव्हा मी टाहो फोडून म्हणालो होतो,

'मला माझी वसुंधरा परत हवी आहे.'

तुम्ही देणारे नव्हेत.

मी घेणारा नव्हे. ती तुमची पेशण्ट, असं तुम्ही आणि मी समजत होतो. ती माझी पत्नी म्हणजे माझ्याच अधिकारातली वस्तू, असं मी मानत होतो.

पण ती ज्यानं दिली, त्यानं खंडणी वसूल करावी, तशी नेली. त्यानिमित्तानं,

देवलबाबा खूप जवळचा वाटायला लागला, हे महत्त्वाचं.
गाठीभेटी वाढल्या, न्यूरोसर्जरी डिपार्टमेंटच्या स्टराइल एरियातही प्रवेश मिळाला. अर्थात त्या वेळच्या प्रत्येक भेटीगाठीत, वसुंधरेची चिंता, जळवेसारखी चिकटून मन:स्वास्थ्याचं शोषण करीत होती. तिला बेशुद्धावस्थेत पाहायची. मग तुमच्याकडं यायचं. कवितेपासून सुतारकामापर्यंत आणि ग्रंथाली, स्त्रीमुक्तीपासून थेट घरी वाइन् कशी करायची. इथपर्यंत फेरफटका करायचा. पण के.ई.एम. मधून बाहेर पडताना मात्र, रोज, नियती शेवटी फटका देणार नाही ना, ह्याच काळजीचा फेर संभाळीत घर गाठायचं, अशी दोन वर्षं गेली.
'मी तुमच्यावर लिहिणार' असं म्हटलं, की तुमचं उत्तर तयार,
'असलं काही करू नका, यार.'
ते तुमचं विधान पटलं नव्हतं. पण नंतरची तीन वर्षं वसुंधरेच्या शुश्रूषेत, चिंतेत, चिंतनात, जागरणात आणि विलक्षण एकाकीपणात गेली. त्यांपैकी शुश्रूषा, चिंता, चिंतन ह्या पंचमहाभूतांपैकी, तीन भुतं सुटली. निद्रानाश आणि एकाकीपण- ह्यांनी पार्टनरशिपमध्ये, अकरा झपूर्झात एक खोली अडवली आहे. त्यांपैकी एकाला ट्रॅन्क्वीलायझर्सच्या नोटिसा रोज बजावतो आहे. एकाकीपणानं मात्र जीवच जडवलाय्.
वसुंधरा गेल्यावर तुम्ही विचारलंत,
'श्राद्ध, दिवस वगैरे करणार का?'
'माझा विश्वास नाही. जित्याजागत्या माणसाचं, सर्वस्व पणाला लावून करावं. कुणाचंही मन दुखवू नये, इतपत माझी देवपूजा मी मानतो. तिच्या स्मृतिप्रीत्यर्थ तुमच्याच डिपार्टमेंटला जमेल ते देईन. तरी संभ्रम पडतो, काय करावं?'
'वपु. ह्याबाबतीत मी एकाच व्यक्तीला प्रमाण मानतो. धर्म, रूढी, परंपरा ह्यांचा शास्त्रीय विश्लेषणातून अन्वय सांगणारी एकच व्यक्ती. धर्मभास्करचे अवधूतशास्त्री, लास्ट वर्ड.'
मी त्यांना फोन केला. त्यांनी माझी कल्पना उचलली आणि नंतर काही दिवसांनी दिवाळीसाठी गोष्ट मागितली. इथं सगळ्याच संवेदना, प्रेरणा बोथट झालेल्या. पण त्यांना नाही म्हणवेना. मग पर्याय सुचून विचारलं,
'देवलांच्या वर लिहू का?'
'अवश्य.'
मी म्हणालो,
'देव हो म्हणेल, पण देवलांच काय?- देव आडनावात तो जास्तीचा' 'ल' 'आहे. तो 'ल फॉर लपणारा' आहे.
अवधूतशास्त्री म्हणाले,
'ते माझ्यावर सोपवा.'

'इंद्राय तक्षकाय स्वाहा' ची आहुती टाकल्यावर तुमचा नाइलाज झाला.
आपण भेटलो. 'को ऽ हम्' म्हणत प्रत्येकजण जन्माला येतो. म्हणतात आणि उत्तर मिळायच्या आत जो तो जातोही. तुम्ही ओळख झाल्यापासून 'किहीम' म्हणताय्. तुम्हांला गाठणं तेव्हापासून 'मुश्किल है, यार.'
त्यापूर्वी तुमच्या चोरबाजारात खेपा चालल्या होत्या. इथली खिडकी उचल, तिकडची जाळी पळव, अशा नेमक्या वस्तू जमा करून तुम्ही, वानप्रस्थाश्रमासाठी किहीममध्ये एक मस्त मठी बांधलीत. मला म्हणालात,
'समजा, उद्या वपुंना वाटलं, निवांतजागी जाऊन लेखन करावं, तर किहीमला जागा आहे.'
मी खूश.
'अशा जवळच्या माणसांसाठी ही मठी.'
अलीकडं समजलं, अशा जवळच्या जवळच्या साडेतीन हजार मित्रांना किहीम माहीत झालं आहे.
आपल्या गप्पा झाल्या. तरीसुद्धा जाणवलं, स्वरमंडळातल्या अनेक तारांचे कंप राहून गेले. त्यांना स्पर्शच झाला नाही.
'पूजाअर्चा, उत्सव ह्यावर माझा राग नाही. पोथ्या, होमहवन ह्या रूढी मी मानत नाही. खाद्यतेलांचे भाव प्रचंड वाढले आहेत. तेल-तूप खायला मिळत नसताना मला ते निरांजन-समयातून जाळणं, मान्यच नाही. तुम्ही समयांना, छोटे छोटे दिवे, ट्रॅन्सफॉर्मवर लावून ते खुशाल जाळा. मला रिवाज म्हणून मंत्रपठन मान्य नाही. पण मला आरत्या आवडतात.'
'का?'
'त्याचा संगीताशी संबंध आहे, म्हणून. त्या निरक्षर माणसांनाही पाठ करून म्हणता येतात. आमच्या किहीमसारख्या छोट्या गावात, सगळ्या स्तरांतल्या माणसांना एका पातळीवर आणता येतं, ते आरत्या आहेत म्हणून, त्याला 'ताल' आहे, नाहीतर संगीत लोकांपर्यंत पोहचणार कसं?'
'ट्रॅन्झीस्टर्स तर गल्लोगल्ली, नव्हे, गळोगळी झालेत.'
'त्यानं माणसं एके ठिकाणी जमा कुठं होतात?- आपला आवाज कुठं लावतात? सगळ्यांनी एकत्र येऊन गाण्यात वेगळा मजा असतो, यार. आमची दोस्त मंडळी, आम्ही आरत्या वगैरे म्हणतो, म्हणून टिंगल करतात. आणि माझी टिंगलटवाळी करणारी हीच माणसं शिवडीला लोकविज्ञानतर्फे आयोजित केलेल्या बुद्धवाडीत नंतर होणाऱ्या प्रार्थनेला शांत उभे राहून, प्रार्थना म्हणतात. नवरात्रोत्सव मी करतो. कर्मकांडाचा भाग मी त्यातून काढून टाकला. चार वर्षं न धुतलेलं, खुंटीला टांगलेलं सोवळं वापरण्यापेक्षा, मी सुती, पण स्वच्छ धूतवस्त्र जास्त मानतो.

नवरात्रोत्सवामुळं घर स्वच्छ राहतं. उदबत्तीच्या सुगंधानं प्रसन्न वाटतं. देवभोळेपणाचा प्रश्न येतोच कुठं?'
'तुमच्या लहानपणी घरातलं वातावरण कसं होतं?'
'एकदम आर्थोडॉक्स'. ज्याला कर्मठ हिंदू वातावरण म्हणता येईल, असं. माझी आजी तरुणपणी विधवा झाली. रिवाजाप्रमाणे सोवळी झाली. पण त्या वयातही तिला, नात्यातले दोन-तीन संसार, मुलंबाळ संभाळावी लागली. पण कमालीची शिस्तबद्ध. सगळ्यांसाठी लाडू वगैरे करायची. कानांतल्या कुड्यांचे मोती जसे गुंफतात, तसे डब्यात लावून ठेवायची. सगळ्यांना सारखा वाटा मिळायचा. पण कुणीतरी जास्तीचा घेतला, की तिला तो पळवलेला आपोआप समजायचा. कडक शिस्त. कष्ट करण्यातही प्लॅनिंग,'
'म्हणजे?'
'साधारण तीन बाय् तीनच्या जमिनीच्या तुकड्यात ती कोथिंबीर पिकवायची. त्या काळात फ्रीज नव्हते; पण बारा महिने, ताजी कोथिंबीर असे.'
'कशी?'
'आजीने त्या तीन बाय तीन जमिनीचेही छोटे छोटे भाग केले होते. भरडलेले धने ती न चुकता दहा दहा दिवसांच्या अंतरानं पेरीत असे. आजारी पडली, तरीही, कोणता वाफा पेरणीसाठी रिकामा आहे, हे तिच्या ध्यानात असायचं. सगळ्यांना मस्त सांभाळायची आणि चिडली, म्हणजे दत्ताच्या देवळात जाऊन राहायची. सोबत एक मैत्रीण.'
'मैत्रीण कोण?'
'विष्णु चिंचाळकरांच्या आई. त्यांच्या घरी भांडण झालं, की त्या आमच्या आजीला देवळात घेऊन जायच्या आणि आमच्या घरी आजीचं वाजलं, की ती त्यांना घेऊन जायची.'
'चित्रकार चिंचाळकर का?'
'अरे यार, एवढा मोठा चित्रकार अजून तरी माझ्या पाहण्यात नाही. आमच्या ह्या गुरुजींचा एक किस्सा मोठा सांगण्यासारखा आहे. कांचनगंगा शिखराचं लॅण्डस्केप करायला आमचे गुरुजी हिमालयात गेले. सूर्य मावळतीकडं चाललाय् आणि गुरुजींचा ब्रश त्याच वेगानं कॅनव्हासवरून चाललाय्. हळूहळू अंधारून येतंय्. होता- होता सर्वांत शेवटी कांचनगंगेचं शेवटचं त्रिकोणी टोक, मुगुटाप्रमाणे चमकत राहिलं. गुरुजींनी ब्रश खाली ठेवला, आकाशाला नमस्कार केला आणि ते म्हणाले, 'तू सर्वश्रेष्ठ चित्रकार आहेस.' आता गुरुजी पेंटिंग्ज करीत नाहीत. ते म्हणतात, 'त्या चित्रकाराकडं हिरव्या रंगाच्याच नुसत्या इतक्या छटा आहेत, त्याच्या निम्म्यानं सुद्धा माझ्या पॅलेटवर नाहीत.' आता आमचे गुरुजी झाडाच्या

झिलप्या, वाळलेली पानं, वेगवेगळ्या लाकडांच्या पट्ट्या, डायरेक्टली वापरून चित्रं बनवतात. त्याला एक वेगळं टेक्श्चर येतं.'
'तुम्ही ड्रॉईंग त्यांच्याकडं शिकलात?'
'वपु, मी लहानपणी भरपूर आळशीपणा केला, यार. माझ्या बहिणीनं गाण्याच्या पाच परीक्षा दिल्या. मी आवाज असून काही केलं नाही. गोपाळराव जोशी हे आमच्या बहिणीचे गाण्यातले गुरू. नाथमंदिरात भजन वगैरे म्हणण्यासाठी ते हजेरी लावत. संगीत, चित्रकला हे संस्कार घरबसल्या होत होते. मी फार नालायक माणूस होतो; मी आळस केला. नाहीतर...'
देवलबाबाच्या ह्या विधानावर, तेही न पटणाऱ्या विधानावर मी केवळ त्यांच्याकडं बघत राहिलो. हा माणूस छान ढोलकी वाजवतो. 'मुलगी झाली, हो, मुलगी' ह्या लोकनाट्य टाइप नाटकात 'ढोलकी- डॉ. देवल', असा श्रेयनामावलीत उल्लेख आहे. हा संसारी गृहस्थ बासरी वाजवतो. मार्केटमध्ये मिळणाऱ्या बासरीचा आणि ह्याचा सूर जुळत नाही. स्वत: बांबू आणून, तो स्वत: त्याला व्यवस्थित भोकं पाडून बासरी घरी बनवतो. मुलाखत द्यायच्या निमित्तानं हा बाबा मारून मुटकून माझ्या घरी आला आणि मुलाखत सोडून, बासरी कशी बनवायची, ह्याचं तंत्र सांगत राहिला. बासरी वाद्यातलं गमक मुख्यत: फुंकण्यात असल्यामुळं, स्वरांचं सातत्य आणि आस तंतुवाद्याइतकी टिकत नाही. तेव्हा त्या वाद्याशी सोयरीक न जमून, हा इसम तंतुवाद्याकडं वळला. तिथंही बाजारात उपलब्ध असलेल्या वाद्यांमध्ये ह्या बाबाचा 'मंगळ' आडवा आला. ते तंतुवाद्य त्यानं घरातचं बनवलं. स्पीकर्स विकत आणले. ॲम्प्लीफायर वगैरे कुटुंबीय मंडळी घडवून घेतली. वाद्य तयार केलं. हे सगळं स्वान्त:सुखाय. शिवकुमार शर्मा किंवा हरिप्रसाद चौरसिया ह्यांना व्यवसायातून उठवण्यासाठी नव्हे.
वसुंधरा के.ई.एम. मध्ये असताना मी अस्वस्थ होऊन, असाच एकदा फोन केला होता. फोन मुलानं घेतला.
'बाबा आहेत का?'
'आत्ता पुन: थिएटरमध्ये गेले.'
'केव्हा आले होते?'
'ऑपरेशन सुरू झालं आणि बाबांचं काही वेळ तिथं काही खास काम नसलं, की तास-दीड तास घरी येतात.'
'त्यांनी तशी विश्रांती घ्यायलाच हवी.'
'विश्रांती कुठली? चक्क लाकडाला रंधा मारीत बसले होते.'
नंतर माझ्या लक्षात आलं.
डॉ. देवलांनी तेव्हा माझ्या घरी दोन वेगळ्या प्रकारच्या खुर्च्या पाहिल्या होत्या. दहा

बोटं एकमेकांना जुळवीत, हातांचा घुमट करून ते त्या खुर्च्यांकडे पाहत राहिले. त्यांपैकी एक खुर्ची ते चक्क स्कूटरवरून घेऊन गेले. रंधा वगैरे मारून, पट्ट्या बनवायचं काम, त्याच खुर्च्यांसाठी असणार, असा अंदाज करून मी फोन बंद केला.

असा हा प्राणी, दिवसाचा एकही क्षण लोळण्यात वा आळसात न घालवणारा, मला सांगत होता,

'मी फार नालायक होतो.'

थोडी उसंत घेत मी त्यांना विचारलं,

'मुलगी झाली, हो, मुलगी' ह्याच नाटकाकडं तुम्ही कसे नेमके वळलात?

'मी ग्रंथाली ह्या नॉनकमिटेड् संस्थेत आणि स्त्रीमुक्तीचं कार्य करीत होतो.'

'होतो, म्हणजे?'

'मी आता दोन्ही चळवळी सोडल्या.'

'का?'

'तात्त्विक मतभेद.'

'म्हणजे नेमकं काय?'

'ग्रंथाली नॉनकमिटेड् नाही. ही लेफ्टिस्ट लोकांच्या हातात गेलेली संस्था आहे.'

'सुदैवानं मला तेही समजत नाही.'

देवल एकदम तरतरीत होऊन सांगायला लागले,

'वपु, इट इज व्हेरी सिंपल. मार्क्सवाद मला मनापासून पटतो. त्याचं म्हणणं साधं आहे. कोणीतरी पैसेवाला माणूस, लेथ वगैरे सारखं एखादं यंत्र घेतो. त्या पैसेवाल्या शेटला त्या लेथमधलं काहीही कळत नसतं. जो मजूर त्या लेथवर काम करतो, त्याचं पोट दोन दिवस नोकरी केली, की व्यवस्थित भरतं. राहिलेले अठ्ठावीस दिवस मग तो मालकासाठी राबतो. तर समाजातलं हे शोषण थांबायला हवं. कबूल?'

'कबूल, म्हणजे इथपर्यंत समजलं.'

'हां, तर त्या तत्त्वावर रशियात सहकारी शेतीचे प्रयोग सुरू झाले आणि आता ते फसले. ते का फसले?'

'मला त्यातलं काहीच कळत नाही. मी काय सांगणार?'

'मार्क्सनं माणुसकीचा विचार केला; पण इन्डिव्हिज्युअल माणसाचा विचार केला नाही. माणूस म्हटलं, की सगळे विकार आले. राग, लोभ, द्वेष वगैरे सगळं आलं. एका माणसाच्या नावानं, हजारो एकर जमीन नसावी. दहा ट्रॅक्टर्स ठेवूनही त्याला ती सांभाळता येणार नाही. पण किमान पाच एकर जमीन त्याची स्वत:ची हवी. त्यात तो फळं लावील, फुलं फुलवील किंवा मनात येईल, ते पीक काढील. ती

जी मालकी हक्काची भावना असते, ती त्यांचा अहंकार फुलवेल. विधायक अहंकारातूनच व्यक्तिमत्त्वाचा विकास होतो. त्या निसर्गनिर्मित विकासाची, व्यक्तिमत्त्वाची जी भावना आहे, त्या भावनेला मार्क्सवादात जागा नाही, आणि दुसऱ्याचं काम म्हटलं, की थोडी पाट्या टाकण्याची भावना येतेच. माणसाचा फक्त मशीन म्हणून विचार हा अतिरेक आहे.'

'डॉक्टर, मला थोडं वेगळं वाटतं. तत्त्ववादी धोरण काहीसं अतिरेकी असावंच लागतं. समाज सारख्या विचारसरणीचा नसतो. वेगवेगळ्या स्तरांपर्यंत पोहोचताना सगळी तत्त्वं, गाळत-गाळत आणि गळत-गळतच जातात. तरीसुद्धा जे तळागाळापर्यंत जाईल तिथं अंशरूपानं का होईना, तत्त्वाचं छोटं रोपटं तरी दिसेल. सवलतीचा अतिरेक झाला, म्हणजे काय होतं, ते आपल्या राज्यात आपण बघतोच आहोत.'

'म्हणजेच, माणूस हा घटक विसरता कामा नये, हे झालंच, की नाही?'

'मान्य. पण आता ह्यात ग्रंथालीचा संबंध...'

'सांगतो. ही नॉनकमिटेड् संस्था, असं हे लोक म्हणतात. मग माझं म्हणणं असं होतं, मार्क्सचा त्रिजन्मशताब्दी समारंभ सगळ्या विचारवंतांना खुला हवा. त्या कार्यक्रमात डांगे हवेतच, तसे समाजवादी हवेत. मार्क्सला रिझल्ट हवा. मार्ग कोणताही चालेल. समाजवादी म्हणतात, ध्येय शुद्ध असून नुसतं भागणार नाही. साधनशुचितासुद्धा आवश्यक. ठीक आहे, मग ग्रंथाली जर नॉनकमिटेड् म्हणवून घेते, तर मार्क्स शताब्दीला समाजवादी वक्ता हवा, जनसंघ हवा फार कशाला, मार्क्सवाद प्रखरपणे खोडून काढणारा एखादा वक्ताही हवा. पण तसं घडलं नाही. मी स्वतः 'लॉ ऑफ सरप्लस व्हॅल्यू' मानतो, मार्क्स हा तर रेफरन्स पॉइण्ट आहे, पण तरीही काही ठरावीक मूल्यांना, चौकटीला, रूढींना शिव्या देऊन पुरोगामी ठरणं, मला मान्य नाही. जे ग्रंथालीचं झालं, तेच स्त्री मुक्ती चळवळीचं.'

'तुम्ही फुलटाईम नोकरी करीत असताना इतकं करताहात...'

'ते इंदोर सोडलं, म्हणून.'

'कधी सोडलं?'

'एम्.बी.बी.एस्. नंतर. पोस्ट ग्रॅज्युएशन करायचं आणि तेही ॲनिस्थीटिस्ट म्हणून, हे तर पक्कं झालं होतंच. त्याप्रमाणे मुंबईला आलो आणि चक्रावून गेलो. यार.'

'का?'

'वपु, आमचं इंदूरचं हॉस्पिटल शंभर वर्षांइतकं जुनं आहे. तिथं ओपन हार्ट सर्जरी होऊ शकते. पण नो बडी इज इंटरेस्टेड्.'

'नवल आहे.'

'ते सगळे लोक पैशाच्या मागं आहेत. ओपन हार्ट वगैरे गेलं जहन्नममध्ये. तिथं प्राइवेट प्रॅक्टिस करायची परवानगी होती. त्यामुळं कधी एकदा स्वतःच्या क्लिनिकमध्ये

जाऊन टॉन्सिल्स, अ‍ॅपेंडिक्सवर पैसे कमवतो, असं त्या डॉक्टरांना व्हायचं. अरे यार, नुसतं सेकंड एम्.बी.बी.एस्. ला गेलं, की गावातली माणसं डॉक्टरसाब म्हणून सलाम करायची. पैसा हेच ध्येय. नथिंग एल्स. मुंबईत एकदम विरुद्ध परिस्थिती. इथं फुलटायमर्सना प्रायव्हेट प्रॅक्टिसची परवानगी नाही. माझा रुममेट डॉ. चौकर. असाच एकदा माझी ड्यूटी संपवून मी झोपलेला. चौकर इमर्जन्सीला निघालेला. मला उठवीत तो म्हणाला, 'मी इमर्जन्सीला निघालोय्, आणि तू झोपा काढतोस?'

'अरे यार. तू सर्जन. मी अ‍ॅनिथॅटिस्ट. माझा काय संबंध तुझ्या ऑपरेशनशी?'

'तरी त्यानं मला खेचून नेलं. तिथं थिएटरमध्ये नुसतं मग बसून काय करणार?- बारकी बारकी कामं करता-करता एका पेशण्टची जखम शिवली. ठरलेली औषधं लिहून दिली. एपीसी. सल्फा..तर तो म्हणाला, 'मला सल्फाची अ‍ॅलर्जी आहे.' मग मी त्याला पेनिसिलीनचा सँपल डोस इंजेक्ट केला, तर टरारून फोड आला. मुश्किल है यार. मग म्हणालो, 'एरिथ्रोमायसिन घे.'

' 'मला परवडणार नाही.'

'दुसऱ्या दिवशी कॅर्डिअ‍ॅक सर्जन सेनना मी हे सांगितलं.

' 'सल्फाची अ‍ॅलर्जी?'

' 'येस्.'

' 'पेनिसिलीन रिअ‍ॅक्शन?'

' 'हूं.'

' 'अ‍ॅण्ड ही काण्ट अ‍ॅफोर्ड एरिथ्रोमायसिन?'

' 'नो.'

' 'देन ही हॅज नो राईट टु फॉल सिक्.'

मी बघत राहिलो. सेन खोडसाळपणे हसले. गॉगलमुळं चेहऱ्यासारखे खरे भाव लपले होते. ते गंभीरपणे म्हणाले,

' 'वुईल् यू आस्क हिम टु डाय?'

' 'नो.'

' 'कॅन यू मेक हिम रिच?'

मी मान हलवली.

' 'देअर आर सो मेनी अदर पीपल टु सॉल्व्ह सोशल इकॉनॉमिकल प्रॉब्लेम्स. अ‍ॅट द मोस्ट, अ‍ॅज अ डॉक्टर वुई कॅन डू ओन्ली वन् थिंग. एव्हरी पर्सन इन् धिस कंट्री मस्ट गेट द बेस्ट पॉसिबल ट्रीटमेंट, इर्‌रिस्पेक्टिव्ह ऑफ हिज् फायनान्शियल स्टेटस. दॅटस ऑल.' '

इतकं बोलून देवल म्हणाले,

'त्याक्षणी ठरवलं, इथं आयुष्यभर नोकरी करायची. मुली सांगून येत होत्या. त्यांच्याशी मी फक्त एकदा बोलण्याची परवानगी मागत होतो. मी सांगत असे, आपलं लग्न डॉक्टरशी होणार, तेव्हा चैन, भरपूर पैसा, दाराशी गाडी, असलं भविष्य मनात बाळगून येऊ नका. मी नोकरी करणार. साधं आयुष्य मी जगणार आहे. दोघीतिघींनी नकार दिला. जिनं हे मान्य केलं, तिच्याशी लग्न झालं.'
आणि त्याप्रमाणे संसार चालू आहे.'
'देवल, वैवाहिक आयुष्याला प्रारंभ करताना काही तत्त्वं मान्य करणं आणि नंतर आचरणात आणणं, ह्यांत खूप अंतर असतं.'
देवल ठामपूर्वक म्हणाले,
'वपु, काही गोष्टी आजही तितक्याच निग्रहानं पाळल्या जातात. फॉर एक्झाम्पल, आम्ही जिथं भपका असेल, अनाठायी खर्च दिसेल, तिथं जात नाही. लग्न, मुंजीसारख्या समारंभांना, जेवणाची आमंत्रणं स्वीकारीत नाही. मुलीच्या बापाकडून जेवणावळीचा खर्च घेण्याची प्रथा आहे. 'आमच्याकडची इतकीइतकी माणसं जेवायला असतील' असं सांगितलं जातं. त्या पंगतीत आमची नावं नसतात. धार्मिक विधींना माझा विरोध नाही. डामडौल नको. माझ्या बहिणीनं तिच्या मुलीच्या साखरपुड्यासाठी, कदाचित लाखापर्यंत खर्च केला असेल. त्या खर्चात, मुलीसाठीच लॅबोरेटरी झाली असती. ते मला न पटल्यामुळं मी त्या समारंभाला गेलो नाही. चक्रमपणाचा आरोप होतो. आय काण्ट हेल्प इट्. जवळपास सगळ्या सामाजिक कार्यांत, चळवळींत असाच अनुभव येतो. मग त्या चळवळीचं महत्त्व पटलेलं असलं, तरी लांब राहावं लागतं.'
'अशी कोणती सामाजिक चळवळ?'
'फॉर एक्झाम्पल स्त्री मुक्ती.'
'तिचं काय?'
'ती सुद्धा डाव्या गटाच्या लोकांच्या ताब्यात आहे.'
'कार्य जरुरीचं आहे ना? मग झेण्डा कुणाचाही असेना का?- काय बिघडलं?'
'वपु. स्त्री मुक्ती इज अ मस्ट, ह्यात वादच नाही. त्याच्या हेतूबाबत माझ्या मनात कन्फ्यूजन नाही. संसारातली बाईची दुय्यम भूमिका बदलायला हवी. पुरुषाप्रमाणेच बाईनं नेहमीची गाडी पकडायची. दिवसभर राबायचं, लोकलला लटकून प्रवास करायचा आणि पुरुषानं आडवं पडून, तयार चहाचा कप मागायचा, हे सगळं थांबलं पाहिजे. संसारातली कोणतीही जबाबदारी त्यानं स्वीकारायची नाही...'
'डॉक्टर, प्रत्येक संसारातलं हे नातं आणि जबाबदारीची आणि कामांची वाटणी ही उभयतांनी स्वीकारायची गोष्ट आहे. त्याला जबरदस्त अंडरस्टॅण्डिगची गरज आहे. तीन-तीन रात्र आजारी मुलाला मांडीवर घेऊन जागवून, शिवाय त्याच वेळेला

दिवसभर कामं करणाऱ्या बायका मला माहीत आहेत. अगदी तुमच्या मेडिकल व्यवसायातल्या आहेत काही. त्यांचे नवरे तेव्हा डाराडूर झोपलेले होते. पहिल्या अपत्याची कोणतीच जबाबदारी न स्वीकारणाऱ्या बापाला, आणखी एक मूल मात्र हवं होतं. ह्याला काय म्हणाल?'

'त्यासाठीच संघटना हवी.'

'संघटना स्थापून, कायदे करून काय होणार?- लंडन, अमेरिकेत जी इथली माणसं स्थायिक झाली आहेत, तिथल्या पुरुषांना, घरातली कामं करा, हे मुद्दाम सांगावं लागत नाही. सगळा समाज तसा व्हायला हवा.'

'वपु, जशी शरीररचना, तसा समाज. सेल, टिश्यू, ऑर्गन, बॉडी, त्याचप्रमाणे समाजरचनेचा प्रारंभ व्यक्तीपासून होतो. तो समाज घडवण्यासाठी एक मंच लागतो आणि तो नेमका लेफ्टीस्ट लोकांच्या हातांत आहे. त्या लोकांना पुरुषासारखं स्वातंत्र्य हवंय्. म्हणजे थोडक्यात पुरुषांनी शेण खाल्लं, तर बायकांनाही ती मुभा असली पाहिजे. इथं स्त्री मुक्तीवाल्यांचं आणि माझं पटलं नाही.'

'स्वातंत्र्याचा तेवढाच अर्थ त्यांना अभिप्रेत असेल, आणि समान हक्क, म्हणजे तो शेवटचा हक्क हवा, असं आपण का मानायचं?'

'हा प्रॉब्लेम इतका सोपा नाही. खूप गुंतागुंत आहे, माझं का पटलं नाही, ते सांगतो. संसाराची चौकट मी मानतो. मी योनिशुचिता मानतो. पुरुषांनीसुद्धा हे स्वातंत्र्य घेता कामा नये, असं माझं स्पष्ट मत आहे. संसाराची चौकट त्यानंही सोडता कामा नये. आणि पुरुष तसा वागत नाही, म्हणून तसलं स्वतंत्र ह्यांना हवंय्. ह्यांचं म्हणणं असं आहे, की विवाहबाह्य संबंध अंडरस्टॅण्डिंगवर असले, तर बिघडत नाही. म्हणजे नक्की काय?'

मी गप्प राहिलो.

'मी म्हणतो, तुमची जर बाहेर भावनात्मक गुंतवणूक असेल, तर मी जी चौकट म्हणतो, ती मोडली; आणि तो जर नुसता संबंध असेल, तर ते प्रॉस्टीट्यूशन झालं. ह्या मंडळींना माझी भूमिका पटत नाही. आणि ही चळवळ अशाच लेफ्टीस्ट...'

'तुम्ही लेफ्टीस्टचा सारखा उल्लेख करताय. इथं राहणाऱ्या कोणत्याही सुविद्य किंवा अशिक्षित स्त्रीला माणसासारखं वागवलं गेलं पाहिजे, ह्या किमान माणुसकीच्या गोष्टींचा रशियाशी संबंध काय, ते कळत नाही.'

'सांगतो.' 'मुलगी झाली, हो' ह्या प्रयोगाचंच उदाहरण देतो. तेव्हा इंदिरा कॉंग्रेसचं राज्य होतं. हे राज्य रशियाकडं झुकलेलं. त्या वेळेला शहा बानो प्रकरण गाजत होतं. सुप्रीम कोर्टानं निर्णय देऊनही शहा बानोला तेव्हा न्याय मिळाला नाही. तिच्या पोटगीची सोय वक्फ बोर्डाकडं सोपवण्यात आली. वक्फ बोर्डानं फंड कमी पडतात म्हणून सरकारकडं सबसिडीत वाढ करून मागितली. सरकार पैसा कुठून देणार?

तुम्ही आम्ही टॅक्स भरतो, त्यातूनच ना?- म्हणजे त्या शहा बानोच्या पोटगीत अंशत: डॉ. देवलनं पण भार उचलला. आता, त्याच काळात टीव्हीवर ह्या 'मुलगी झाली हो' चा प्रयोग. त्यातलं शेवटचं कडवं असं आहे.

'घटनेनं दिले समान हक्क सर्व स्त्रीपुरूषांना; पण वंचित ठेवले काही स्त्रियांना.
मुस्लिम स्त्रियांना, तीन तीन सवती-
तीन तीन सवती
कॅथलिक पंथात तर घटस्फोटाला पाप समजती, म्हणून,
समान नागरी कायदा हवा
समान नागरी कायदा हवा.

'आता ह्या आमच्या स्त्री मुक्तीवाल्यांनी, मुसलमानांची मतं, इंदिरा काँग्रेसला मिळणार नाहीत, म्हणून हे कडवं गाळून टाकलं. हे मला पटलं नाही. अजूनही ही चळवळ ह्याच लोकांच्या हातांत आहे. ह्यांना संसाराची चौकट मोडायची आहे, त्याची सरळ रेषा करायची आहे.'

'जाऊ दे, हो, मुळातच ही माणसं संख्येनं कमी आहेत. विद्या बाळ, छाया दातार, आणखीन दोन-चार नावांपलीकडं नावं तरी ऐकू येतात का?'

'वपु, पंधरा वर्षांपूर्वी ह्यांच्यांतली काही माणसं, आमचा जाहीर उल्लेख करू नका म्हणत होती. आता ही माणसं जाहीर भाषणं देतात. नेतृत्त्व मिळतं. वलय प्राप्त होतं, अनुयायी मिळतात. अनुकरण होतं.'

'देवल, अनुकरण वरवरच्या पातळीवरचं होतं. अमिताभ बच्चनच्या पोशाखाचं अनुकरण करणं सोपं आहे. तो सकाळी दोन तास व्यायाम करीत असेल, तर ते पाहायला कुणी जाणार नाही. घटस्फोटाचा कायदा पास होऊन इतकी वर्षं झाली, त्यामानानं घटस्फोट किती झाले?- आणि ज्या बायकांनी घटस्फोट घेतले, त्यांनी फार आनंदानं घेतले का? पुरूषांनी त्यांना जिणं नकोसं केलं, पटवून घेण्याची शक्ती संपली, तेव्हाच घटस्फोट घेतले ना?- पुरुष अत्यंत वाईट आणि अमानुषतेनं वागतात. बेदम मानसिक छळ करतात. लायकी नसलेल्या पुरुषांना बायका सोडून गेल्या, तर ते पुरुष त्याच लायकीचे होते, असं मी मानतो. झाली मोडतोड, तर बिघडलं काय?- विघटनेशिवाय संघटन नाही.'

देवल पुन: अस्वस्थ होऊन म्हणाले,

'म्हणूनच संघटना हवी. बाईला स्वतंत्र स्थान हवं. तिला प्रोटेक्शन हवं आणि अशी संस्था चांगल्या माणसांच्या हातांत हवी. आणि तेच नेमकं घडत नाही. आणि वपु, ही माणसं वाढताहेत. ह्यांचे विचार फार वेगळ्या ट्रॅकवर आहेत. स्वातंत्र्याचा ह्यांचा अर्थ निराळा आहे. 'सन्डे ऑब्झर्व्हर'च्या एका अंकात कुणी फ्लेव्हिया नावाची लेखिका आहे. तिनं तर स्पष्ट लिहिलंय्.

'आम्ही पुरुषांच्यावर कोणत्याच बाबतीत अवलंबून राहणार नाही. आम्ही लेस्बीयन होऊ. ती बाई असं जाहीर लिहिते आणि कुणीही ह्याचा परामर्श घेत नाही. उठसूट सगळ्या विषयांवर पत्रं लिहिणारा, तो डॉक्टर अनिल प. सोहोनी, तोही गप्प.'
'ऑब्झर्व्हर वाचणारे किती?'
'ते राहू दे, वपु. पण अशाच एका स्त्री मुक्तीवालीनं बारामतीला जाहीर सभेत सांगितलं होतं, की 'स्त्रियांच्या कपाळावरचं कुंकू, हे पुरूषांच्या वीर्याच्या थेंबाचं प्रतीक आहे.' आता बोला. ह्या सभेला गाशा गुंडाळावा लागला.'
ह्या वाक्यानं मी नखशिखांत शहारलो.
देवल पुढं म्हणाले,
'तरी ही चळवळ हवी. ती आईवडिलांनी सुरू केली पाहिजे. मुलीला आणि मुलाला समान वागणूक, समान शिकवणूक इथून प्रारंभ व्हायला हवा.'
'एक हिंदुत्त्ववादी संस्था, स्त्री मुक्तीसाठी उभी व्हायला हवी.'
'तुम्ही स्वत: काढा. देवल हाच विचार. मी तुम्हांला जॉइन होईन.'
'मी कंटाळलो, यार. स्वत:च्या हिमतीवर जे कार्य करता येतं, ते खरं. तसं मी सुरू केलंय्.'
'कुठं?'
'किहीमला. तिथं एक डोंगर आहे. पूर्वी तो झाडांनी हिरवा कंच होता. आता जंगलतोडीमुळं बोडका झालाय्. मी गावातल्या पोरांना हाताशी धरलं. त्यांना सांगितलं, 'तुम्ही आंबे खाल्लेत, की कोयी मला आणून द्यायच्या. मी त्यांचे पैसे देईन.'
'माझ्याकडं कोयींचा ढीग पडला. मी स्वत: कुदळ, फावडी घेऊन पंधरापंधरा फुटांवर खड्डे केले. त्या पोरांच्या अंगातही वारं संचारलं. त्यांनी सांगितलं, 'इथं सिताफळं टिकतात. करंजाची झाडं वाढतात. ह्या पावसाळ्यापूर्वी मी कोयी पुरल्या. परवा जाऊन आलो. अडीचशे रोपं नांदताहेत. आता किहीमच्या पोरांनीच ते काम अंगावर घेतलंय्. दोन-चार वर्षांत त्या डोंगरावर पुन: हिरवी रोशनाई होणार.'
मी अवाक् झालो होतो. डॉक्टर म्हणाले,
'वपु, आपला देश युद्धापायी नामशेष होणार नाही. प्रदूषण, पर्यावरण, कशानंही मरणार नाही. पण निसर्गातली एक प्रचंड शक्ती आपण नित्य वापरत आहोत. तो साठा झपाट्यानं वापरणारी प्रजा निर्माण करीत आहोत आणि ती शक्ती पुरवणारी कमॉडिटी, तेवढ्याच गतीनं नाहीशी करीत आहोत. ती शक्ती म्हणजे ऑक्सिजन.
'आता कोणतीही संस्था नको. चळवळ नको. एकट्याच्या जिवाला पेलेल ते सामाजिक कार्य. निसर्गाची सेवा. वृक्षसंगोपन. आयुष्यभर मी जेवढा ऑक्सिजन,

जगण्याकरता वापरला असेल, तेवढा झाडांना जन्म देऊन, जोपासना करून, निसर्गाला परत करायचा.'

असा हा बाबा.

देवलबाबा.

'वपु, यार, अरे, माझ्यावर लिहिण्यासारखं काही नाही.' असं म्हणून मुलाखतीचे वायदे चुकवणारा एक बेतासबात शारीरिक ऊंची असणारा इंदूरकर. त्याच्याच भाषेत आणि निसर्गाच्या निर्मिती तत्त्वानुसार, सेल-टिश्यू-ऑर्गन ह्या क्रमानं तयार झालेलं शरीर.

देवलांच्या मुलालाच मी एकदा फोन करून विचारलं होतं,

'तुझ्या बाबांचं वैशिष्ट्य कोणतं?'

बटण लावताक्षणी दिवा लागावा, तसं तो म्हणाला होता, 'साधेपणा.'

'साध्याही विषयात आशय कधी मोठा किती आढळे' ह्या सूत्राप्रमाणे, ह्या साध्या बाबात मला काय काय दिसतं?

चित्रपटापूर्वी जशा स्लाइड्स दिसतात, त्याप्रमाणे, कोथिंबीर लावणारी, भांडणं झालं, की देवळात राहणारी आजीची स्लाइड दिसते.

मला स्वत:ला एखादं नवं वाक्य, नवी कल्पना सुचली, की समोरच्या श्रीगजाननाच्या मूर्तीनं प्रसाद धाडल्याप्रमाणे मी जसा नतमस्तक होतो, त्याच भावनेनं, 'तू मोठा चित्रकार आहेस'. असं म्हणून ब्रश खाली ठेवणारे चिंचाळकर मला देवलमध्ये दिसतात. डॉ. सेन ह्यांच्या एका विधानानं, कुबेराच्या बँकेत ज्याला एखादा लॉकर ठेवता आला असता, तिकडं पाठ फिरवणारा देवलबाबा तर दिसतोच दिसतो. आणि निरोपाच्या वेळी मी त्यांना जेव्हा शेकहॅण्ड करतो, तेव्हा जाणवतं, 'ह्या दोन हातांनी हातात रंधा धरलेला आहे. मीना जेव्हा स्त्री मुक्तीच्या आणि इतर सामाजिक कार्यासाठी जाते, तेव्हा हेच हात स्वयंपाक करतात. हे हात चित्रं काढतात. मूर्तिकाम करतात. लाकडात कोरीव काम करतात. हे हात वाद्यं तयार करून वाजवतात. न्यूरोसर्जरी विभागात दोन तपांच्या वर नोकरी करून, ह्याच हातांनी ॲनिस्थिशिया देऊन अनेकांना वेदना जाणवू दिलेल्या नाहीत. स्त्री मुक्ती ह्या विषयाबाबत मनात विलक्षण तळमळ आहे, तिथं मनासारखे हात ह्या हातांना मिळाले नाहीत. आणि आयुष्यभर, पेशण्ट्सना हुकमी बेशुद्ध करून पुन: शुद्धीवर आणणाऱ्या एका ॲनिस्थीटिस्टच्या हातात आता झाडाविना शुद्ध हरवलेला डोंगर आहे. हा माणूस साधा नाही. हे हात साधे नाहीत.

किहीमला जायला हवं.

पण एवढ्यात नाही. गर्द झाडांनी तो ओसाड डोंगर आणि परिसर बहरू दे. शीतल

होऊ दे. शुद्ध प्राणवायूचा आहेर करणारे ते वृक्ष पाहिले, की हजारो देवल स्वागतगीत म्हणताहेत, असा भास होईल.

ढोलकीवर अर्थातच,

देवलबाबा किहीमकर.

धिस् इज् टु सर्टिफाय्...

'तुम्ही तुमचा हात अगदी जवळून कधी पाह्यला आहेत का?' असा प्रश्न जर मी तुमच्यापैकी कुणालाही विचारला, तर तुम्ही तुमच्या हाताऐवजी माझ्याकडंच बघत रहाल. नंतर मी जर असं म्हणालो की, आपला स्वत:चा हात आणि त्यातल्यात्यात आपल्या हाताची बोटं, हे समाजाचं प्रतीक आहे. चाळीस टक्के माणसं सरसरून कोणतंही काम करायला तयार असतात आणि साठ टक्के माणसं त्यांच्यावर जबरदस्ती केली, तरच काम करतात, हे आपल्या स्वत:च्या हाताकडं पाह्यलं, की समजतं, तर तुम्ही आणखीन चक्रावून जाल किंवा इतका वेळ तर वपु बरे होते... असा काहीसा चेहरा कराल!

हा शोध मी जेव्हा प्रथम ऐकला, तेव्हा खरंच मी माझ्या हाताकडं बघत राह्यलो. हातावरच्याच अंतरावर असलेल्या माझ्या पाचही बोटांकडं मी आजवर इतक्या बारकाईनं कधीच पाह्यलं नव्हतं. नजरेला तो हात अपरिचित नव्हता. आजवर जो हात डोळ्यांना दिसत होता, तोच हात पुन: त्या डोळ्यांना दिसत राह्यला. पण दृष्टिमागं जेव्हा विचार उभा राहतो, तेव्हा दृश्याचा अर्थ बदलतो. आपल्यालाच आणखी एक डोळा लाभतो. इंद्रालाच केवळ सहस्रनेत्र म्हणायची गरज नाही. काही ना काही शिकवणाऱ्या क्षणांचा, व्यक्तीचा, स्थळांचा स्वीकार करीत गेलं, की

आपल्यालाही सहस्त्र नेत्रांची प्राप्ती होऊ शकते. त्यासाठी फक्त दोनच मिळालेले डोळे उघडे हवेत आणि त्यांच्यामागं रिकाम्या हातांची याचकाची ओंजळ हवी.
तो गृहस्थ खणखणीत आवाजात बोलतच राहिला.
'पहिलं बोट म्हणजे तर्जनी आणि मधलं बोट ह्या दोन बोटांत जास्त ताकद असते. म्हणून मी त्यांना 'विलिंग मेंबर्स' म्हणतो. तिसरं आणि चौथं, म्हणजे अनामिका आणि करंगळी ही कामचुकार बोटं आणि अंगठ्याचं कार्य कायम विरोधी पक्षासारखं. तो चार बोटांच्या विरुद्ध दिशेनं काम करणार. त्यांच कार्यच...'
मध्येच मी त्यांना 'ऑब्जेक्शन माय्...' असं म्हणणार, तेवढ्यात ते म्हणाले,
'म्हणूनच आपण घास उचलू शकतो, लिहू शकतो, पाण्याचा ग्लास धरू शकतो. तो विरुद्ध पक्षाचा मेंबर असला, तरी कार्य उद्ध्वस्त करण्याची त्याची वृत्ती नसते. पण माझ्या व्यवसायात मी त्याला फार जबाबदारीचं काम देऊ शकत नाही. त्यानं फक्त बार सांभाळायचा.'
'बार म्हणजे?'
'स्पेस बार.'
पाच बोटांपैकी तीन बोटं तुमच्या म्हणण्याप्रमाणे 'अनविलिंग मेंबर्स', मग तरीही तुम्ही जागतिक विक्रम केलात, तो कुणाच्या जोरावर?'
'अनविलिंग मेंबर्सना विलिंग मेंबर्स बनवता येतं.'
'कसं?'
'वारंवार त्यांनाच काम करायला लावायचं. शब्दच असे निवडायचे की, फक्त त्यांनाच काम करावं लागेल. वेठीला धरलं, की काय बिशाद, कुणी काम चुकवेल? माझी वेठीला धरण्याची पद्धत वेगळी आहे.'
'कशी?'
'आमच्या घरी कामाला एक बाई येत असते. ती बाई आम्हांला आईसारखीच. 'माझा मुलगा काहीही काम करायला तयार नाही.' ही त्यांची तक्रार. मी म्हणालो, 'त्याला माझ्या ताब्यात द्या.' मी त्याला माझ्या घरात ठेवून घेतलं. 'मला काहीही करावंसं वाटत नाही,' असं त्यानं स्पष्ट सांगितलं. मी त्याला म्हणालो, 'काही हरकत नाही. तू माझ्या घरी राहा. चहापाणी, जेवणीखाणी फुकट.' तो मुलगा खूश झाला. मी त्याला पुढं आणखी अट घातली. 'काम करायचं नाही, म्हणजे काहीही करायचं नाही. तू मला आत्तापासून कोणतंही काम करताना दिसलास, तरी मला चालणार नाही. आळशी म्हणजे अगदी 'क्लास वन्' आळशी होऊन दाखव.'
त्यानंतर दुपारी आम्ही जेवायला बसलो.
त्यानं तोंडाकडं हात नेताक्षणी मी थांबवलं.
'घास घेणं हेही काम झालं. हात हलवायचा नाही, म्हणजे या निमित्तानंही

हलवायचा नाही.'
त्यानं लगेच मला विचारलं,
'मग माझं पोट कसं भरणार?' माझ्याजवळ उत्तर तयार होतं. मी लगेच उत्तरादाखल प्रश्न विचारला,
'पोटं भरायचं, म्हणजे हात हलवावे लागतात, हे कळलं ना?'
तो काय बोलणार?
त्यानंतर मी त्याला कामाला जुंपलं, शिकवून शिकवून मोठा केला, नंतर तो मिनिस्टर प्रमिलाबाई टोपल्यांचा पी. ए. झाला. अकोल्यात त्याचा लाख दीड लाखांचा बंगला आहे.
मी अकोला सोडलं. परतीच्या प्रवासात नेहमीच डोक्यात कार्यक्रमाची नशा असते. ऑडियन्स दिसत असतो. ज्यांनी आपला पाहुणचार केला, ती माणसं, त्यांच्या वास्तुतील क्षण सोबत करतात. पण, ह्या प्रवासात मी अधूनमधून माझ्याच हाताकडं बघत होतो. त्या तळहातावर मला हातावरच्या रेषा दिसत नव्हत्या. त्याऐवजी निलाखे दिसत होते. चित्रपटातून कुणी पत्र वगैरे वाचायला लागल्यावर त्या पत्रावर, पत्र पाठवणाऱ्याचा चेहरा जसा दिसायला लागतो, तसा, निलाख्यांचा चेहरा दिसत होता माझ्या पंजावर. दहा बोटांच्या आधारावर हा माणूस जग जिंकतो. कृष्णाच्या करांगुलीमधील ताकद, सव्वीस मुळाक्षरांना नाचवणाऱ्या दहा बोटांत येते आणि चिपळूणकरांनी ज्या भाषेला वाघिणीचं दूध म्हटलं, ते दूध हंडेच्या हंडे भरून हा माणूस लुटतो. लुटवतो आणि स्वत:च्या संसाराबरोबर चार बहिणी आणि दोन मुलींच्या संसाराचं गोकुळ करतो. आणि असं करीत असताना, नव्हे, करून दाखवल्यावरही तो म्हणतो,
'जगातील विक्रम करण्यासाठी मी टायपिंगचा स्पीड एवढा वाढवला नाही. हे सगळं केलं, ते दारिद्र्याशी झगडण्यासाठी. टायपिंग आणि शॉर्टहॅण्ड ह्या दोन विषयांचा मला मनस्वी कंटाळा होता.'
'काय, सांगता काय?'
'खरं तेच सांगतो.'
'मग?'
'वडिलांनी सांगितलं, तू कधीही नोकरी करायची नाहीस. आणि म्हणूनच तुला डिग्री किंवा सर्टिफिकेट्सची आवश्यकता नाही. ह्या दोन्ही गोष्टी नको असल्यामुळं शालेय शिक्षणाची देखील गरज नाही.'
निलाख्यांच्या वडिलांचे हे विचार मला अत्यंत मागासलेले वाटले. तेवढ्यात निलाखे मला म्हणाले,
'वडील मला म्हणाले, तू स्वत:च सर्टिफिकेट्स देणारा हो.'

‘फॅण्टास्टिक. वडील काय करत होते?’
‘ते पोलिस खात्यात होते. कोर्टकचेऱ्यांची कामं वारंवार करावी लागत.’
‘मग टायपिंगशी संबंध कसा?’
‘एकोणिसशे एकोणिस मध्ये त्यांनी शॉर्टहॅण्ड, टायपिंगचा क्लास काढला. शंभर-दोनशे रुपयांत टाइपरायटर्स् मिळायचे.’
‘तुम्ही हा व्यवसाय केव्हा सुरू केलात?’
‘चाळीस साली, वयाच्या चौदाव्या वर्षी शाळेचं आणि आमचं जमलंच नाही. घरातून शिक्षणाला विरोध होता. टायपिंग मनाविरुद्ध शिकलो. व्यवसाय तर हवाच होता. मग हळूहळू कोर्टाची कामं घ्यायला लागलो.’
अकोला गर्व्हर्मेंट हायस्कूलमध्ये गेलो ते शिक्षक म्हणूनच. त्यांच्या आमंत्रणानुसार तेही. त्याच वेळेला कॉलेजमध्ये पार्ट टाईम शिकत होतो.
‘म्हणजे नाही म्हणता-म्हणता शिक्षण झालं.’
‘चाललं होतं. तेही आयुष्यात चांगली माणसं भेटली, म्हणून. कॉलेजात होतो, तेव्हा टॉस्टविन नावाचे एक इंग्रज अधिकारी होते. त्या वेळी ते डायरेक्टर ऑफ पब्लिक इन्स्ट्रक्शन होते. त्यांची खास कृपा.’
‘शिक्षकी पेशा...’
‘फार दिवस नाही. दोन-तीन वर्षंच. मुख्य कामं कोर्टाचीच.’
निलाख्यांनी तेही सविस्तरपणे सांगितलं. परतीच्या प्रवासात मी त्यांनी सांगितलेल्या हकीकतीची मनातल्या मनात उजळणी करीत होतो, आणि विलक्षण विचारात सापडलो होतो.
का? तर एका अगदी साध्या; पण नगण्य नक्कीच नव्हे, अशा वेगळ्या विचारांपायी. माणूस आयुष्यभर मित्र जोडतो. स्वतःच्या आवडीनुसार. नातेवाईक रेशनकार्डावरच्या धान्याप्रमाणे मांडून ठेवलेले असतात. त्यांपैकी काही आवडतात, काही नुसते असतात. केव्हातरी सगळ्यांना भेटावं लागतं. लग्नमुंजीच्या आमंत्रणासाठी घरोघरी जावं लागतं. आवडणाऱ्या घरी आपोआप मग आपले पाय रेंगाळतात. अगदी सहा वेळा चहा झाला असला, तरीही आवडणाऱ्या नातेवाइकासाठी सातव्या कपाला जागा असते. त्यानंतर न आवडणाऱ्या माणसांचं घर शक्यतो चुकवण्याचे प्रयत्न. ते प्रयत्न जर फसलेच, तर जोडीदाराला बजावणं. उभ्या उभ्या आमंत्रण करायचं. नो चहा, नो कॉफी. जोडीदाराचे आणि आपले आवडणारे मित्र जरी कॉमन नसले तरीही नावडती माणसं एक आहेत ह्याचं विलक्षण समाधान असतं. मग नको असलेल्या घरातून काढता पाय घेता येतो. थोडक्यात सांगायचं झालं, तर प्रत्येक जण नावडत्या वातावरणात पाच मिनिटं पण रमू शकत नाही, मग न आवडणारा व्यवसाय आयुष्यभर करण्याची सक्ती निलाखे यांच्यावर झाली, तेव्हा त्यांना

प्रतिक्षणी काय वाटलं असेल? जे काय वाटलं असेल, ते असो. न आवडणारा व्यवसाय करूनही हा माणूस त्या व्यवसायाचं शिखर सापडेपर्यंत मधे थांबला नाही. भय्यासाहेब निलाख्यांनी जागतिक विक्रमासाठी हे कष्ट घेतले नाहीत. दैनंदिन व्यावसायिक गरज भागविण्यासाठी जी यातायात करावी लागली, त्यातून हे यश आलं. थेट भिंतीवरची जागा अडवून बसलं. बरं, व्यावसायिक गरज म्हणजे काय? तर माणूस ज्या वेगानं मिनिटाला शब्द बोलतो, त्या वेगानं ते शब्द टाईप करता आले पाहिजेत. सकाळी टाइपरायटिंगचे, शॉर्टहॅण्डचे क्लासेस् व शिकवण्या केल्यावर निलाख्यांची सगळी दुपार अकोल्याच्या कोर्टात जाऊ लागली. दोन्ही पक्षांच्या वकिला- वकिलांत ज्या चर्चा होत असत, विधानं, प्रतिविधानं, आरोप- प्रत्यारोप होत असत, ते शॉर्टहॅण्डमधे लिहून घ्यायचे आणि घरी गेल्याबरोबर त्याच्या तीन प्रती टाईप करायच्या, हा उपक्रम निलाख्यांनी सुरू केला. दुसऱ्या दिवशी वादी-प्रतिवादीच्या वकिलांना त्या प्रती विकायच्या. एक प्रत मॅजिस्ट्रेटला चकटफू द्यायची. निलाख्यांच्या ह्या अनाहूत उपक्रमाचा वकिलांना अतोनात फायदा होऊ लागला. नुसता फायदाच असं नव्हे, तर कोर्टात एक वेळ जज्जसाहेब नसतील, तरी चालेल, पण निलाखे हवेतच! इतकं त्याचं नातं व अस्तित्व एक अविभाज्य घटक बनून राह्यलं. 'अनंत हस्ते कमलावराने, देता किती घेशील दो करांनी' ही अवस्था प्रथम प्रचंड कामाच्या बाबतीत होते. अर्थात काम करणाऱ्यांच्या बाबतीत निलाख्यांची तीच अवस्था झाली. नुसत्या 'शॉर्टहॅण्ड' नं काम संपेना. त्याच्या बरोबरीनं 'शॉर्टकट्स' पण शोधायला हवे होते. शॉर्टकट् शोधायच्या विवंचनेत असताना एक मार्ग सापडला. त्या शॉर्टकट्नं शॉर्टहॅण्डचंच उच्चाटन केलं. माणूस बोलत असताना त्या गतीनं जर टायपिंग करता आलं, तर डिक्टेशन घेण्याची जरुरीच नाही. कोर्टात प्रथम शॉर्टहॅण्डमधे लिहायचं आणि घरी पुन्हा तावामागून ताव यंत्र बडवीत बसायचं. ह्या ढोर मेहनतीला अर्थ नव्हता, अंत नव्हता. अठरा अठरा तास काम करूनही ते संपत नव्हतं. ह्यापेक्षा मधली शॉर्टहॅण्डची प्रक्रिया गाळता येईल का?

ह्या क्रांतिकारी विचारापायी पुन: मनापासून न आवडलेल्या यंत्राशी हितगूज सुरू. ते, खरं तर, हितगूज नव्हेच, ते खनपटीला बसणं. मग त्यासाठी एका वेगळ्या तंत्राचा अवलंब. त्यातूनच चुकार आणि कामसू बोटांचा शोध. मग अनामिका आणि करंगळी ह्या दोनच बोटांना जास्तीत जास्त काम पडावं, म्हणून इंग्रजी भाषेतील शब्दांची शिकार. पाचांपैकी दोन बोटांना रोज ओव्हरटाईम.

माणूस एका मिनिटाला कमी-अधिक फरकानं एकशेतीस शब्द बोलतो. निलाख्यांनी जो बारकाईनं प्रत्येक गोष्टीचा अभ्यास केला, त्यात त्यांचं आणखी एक निरीक्षण. साधारणपणे वाचता येईल, इतपत ज्यांचं हस्ताक्षर सुसह्य आहे, ती माणसं

मिनिटाला पंधरा शब्द लिहू शकतात. पण त्या वेळेला डावा हात कोणतंच काम करीत नाही. मग जरा यंत्राची जोड लाभली आणि दोन्ही हात कामाला लागले, तर कमीतकमी तीस शब्द एका मिनिटात व्हायला हवेत.
बोलताना निलाखे मला म्हणाले,
'वपु, म्हणूनच टायपिंगमधे मिनिमम् स्पीड, थर्टी वर्ड्स पर मिनिट हे ठरवावं लागलं.'
'असेल, पण सगळे शब्द सारखे नसतात.'
'म्हणूनच आमचा हिशेब स्पेलिंगवर नसतो. तर स्ट्रोक्सवर असतो. पाच स्ट्रोक्स म्हणजे एक शब्द, असा हिशेब असतो आणि हा इंटरनॅशनल रूल मानला जातो.'
'त्या हिशेबानं तुमचा स्पीड किती आहे?'
'मिनिटाला साडेसातशे, म्हणजे सेकंदाला तेरा स्ट्रोक्स.'
निलाख्यांनी त्या गतीनं मला एक वाक्य लिहून दाखवलं. रविशंकरच्या सतारीवरचा हात, बिर्जूमहाराजांची जागच्या जागी नाचणारी पावलं आणि निलाख्यांची दहा बोटं ह्या सगळ्या चैतन्यामागची एकच शक्ती मला अवाक् करून गेली.
ह्याच चैतन्याच्या वरदानावर निलाख्यांनी 'ऑल इंडिया कॉन्टेस्ट' अकरा वेळा जिंकली आणि त्यानंतर स्पर्धेत कधीही भाग घ्यायचा नाही, हे ठरवलं.
'निलाखे, टायपरायटिंगच्या ह्या स्पर्धा भरवल्या कुणी?'
'ऑल इंडिया इन्स्टिट्यूट ऑफ टाइपिंग अँड शॉर्टहॅण्ड रायटर्स, कलकत्ता' ह्या संस्थेतर्फे ह्या स्पर्धा होत असत आणि अमेरिकेची अंडरवूड टाइपरायटर्स कंपनी, तिचा ह्या संस्थेबरोबर सहभाग होता.
'अंडरवूड कंपनीचं तुमच्याकडं लक्ष कसं गेलं नाही?'
'गेलं ना. जाणार नाही, असं होणारच नाही. अंडरवूड कॉर्पोरेशननं मला त्यांच्या सेल्स डिपार्टमेंटसाठी ऑल इंडिया डेमॉनस्ट्रेटर म्हणून निवडलं. मग मी भारताचा, रशियाचा दौराही करून आलो. इंग्रजी भाषेचा की-बोर्डच्या दृष्टिकोनातून अभ्यास केला.'
'म्हणजे वेगळं काय केलंत?'
'फक्त सव्वीस मुळाक्षरात साहेबानं, जग जिंकणारी भाषा बसवली.'
'साहेबाचा सगळा कारभार सुटसुटीतच. आपल्याला छप्पन्न अक्षरांचं, व्यंजनांचं कुटुंब लागते. कुटुंब कसलं, काफिलाच, आते, मामे, मावस, चुलत...' टाईपरायटरला फक्त सेहेचाळीस कळा. (कीज) म्हणून हिंदी-मराठी टाइपरायटर अद्यापि अपूर्ण आहे.'
'साहेब सगळ्यांना 'कझिन' या एका शब्दात गुंडाळतो.'
'म्हणूनच साहेब सुटसुटीत.'

निलाखे पाठोपाठ म्हणाले,

'पण त्याला शिस्त नाही. एकीकडं आपण पाठांतर नको, पाठांतर नको म्हणतो, पण साहेबाची भाषा पाठांतराशिवाय जिभेवर चढतच नाही. कारण तिला शिस्त नाही. पी यू ट् पुट्. पण बी यू टी बट् नाही. बी ए टी बॅट, पण पुढं नुसता एच् टी जोडला, की बॅथ नाही. तर बाथ. म्हणूनच ती पाठ करावी लागते, असं असलं, तरी सव्वीस अक्षरांत सगळा साहेब उतरतो. मराठी आणि हिंदीचा वेगळाच विचार करावा लागतो.'

गाडी कोणत्या तरी स्टेशनवर थांबली. काही मिनिटांनी हलली. पण स्टेशनच्या नावाची पाटी डोळ्यांसमोरून सरकली, तरीही अर्थबोध झाला नाही. डोक्यात अद्यापि निलाखेच होते. हा प्राणी खरोखरच नुसत्या टायपिंगपाशी थांबत नाही. 'अथातो ब्रह्मजिज्ञासा' म्हणत भाषेच्या उगमस्थानाकडं धाव घेतो. अगोदर या माणसाला टायपिस्टच व्हायचं नव्हतं आणि आता तो निव्वळ टायपिस्ट म्हणून जगायला तयार नाही. टायपिंगमध्ये, मिनिटाला एकशे सेहेचाळीस शब्दांचा जागतिक विक्रम स्थापन करूनही यशाच्या शिखरावर निलाखे गुदमरू लागले.

उंचीवरच्या माणसाची हीच शोकांतिका. उंचावरून जास्त प्रदेश दिसतो. माणूस मग निव्वळ स्वतःत गुरफटत नाही. 'विश्वचि माझे घर' अशी त्याची अवस्था होते. स्थापन केलेल्या विक्रमामुळं आणि गाठलेल्या उंचीमुळं जितक्या माणसांच्या नजरा त्या माणसाकडं वळतात, त्यांपैकी प्रत्येकाच्या डोळ्यांतली भूक, गरज, जगण्याचा आटापिटा हे सगळं त्या माणसाला दिसायला लागतं. आणि मग, केवळ विक्रमांचीच नशा ज्या माणसाला अनुभवायची नसते, तो निलाख्यांसारखा माणूस पुनः समाजात मिसळतो. लाखो माणसांना काय हवंय् ते निलाखेसारख्यांना उंचावरून समजलेलं असतं. निलाख्यांना अकोला गावातल्या अनेक पालकांची वांड आणि व्रात्य मुलं गरीब व होतकरू दिसायला लागली. त्या मुलांना अभ्यास नको होता. शाळा- कॉलेजची कैद नको होती. डिग्रीचं 'जूं' त्यांना पेलणारं नव्हतं. त्या सर्व मुलांचं पालकत्व निलाख्यांनी पत्करलं. 'व्रात्यपणा करायला अक्कल लागते. मंदबुद्धीच्या मुलांना चांगल्या खोड्याही करता येत नाहीत. खोड्या करणाऱ्या मुलांच्या अकलेला फक्त दिशा द्यावी लागते. ते काम मी केलं.'

निलाख्यांच्या या विधानावर मी पुनः चमकलो, आणि त्यांना विचारलं,

'किती मुलं तुमच्या हातांखालून गेली?'

'दोनशे ते अडीचशे. आज चपराशापेक्षा ही मुलं जास्त पगार कमावतात.'

'स्वयंपाकिणीच्या मुलाच्या बाबतीत जे तंत्र, तेच...'

'थोड्याफार प्रमाणात तेच. त्या मुलांना प्रथम टायपिंगचा वर्ग झाडायला लावायचं. टायपिंगचा कंटाळा आहे, म्हटलं, तर ते मान्य करायचं. कमीतकमी मग टाईपरायटर

दुरुस्त करायला आवडेल का? असं विचारलं, की सहसा कुणी नकार देत नाही. मग हलके हलके त्याला छोटा ब्रश देऊन मशीनवरची धूळ काढायला शिकवायचं.'
'म्हणजे झाडूचा आकार बदलायचा.'
'तसंच हळूहळू ती व्रात्य मुलं त्या कामात रममाण होतात.' आपल्या पायावर उभी राहतात.
'अकोल्यात या मुलांना एवढं काम मिळतं?'
'नुसत्या अकोल्यानं काय होतंय्? मी तयार केलेले उत्तम उत्तम म्हणजे रिपेरिंग एक्स्पर्ट म्हणता येतील, अशी अठ्ठावीस मुलं आज एकोणीस जिल्ह्यांचं काम सांभाळतात. ही सर्व मुलं महाराष्ट्र सरकारच्या नोकरीत हजाराच्यावर पगार मिळवतात.'
'काय, सांगता काय?'
'सरकारी कॉन्ट्रॅक्ट मिळवलं मी-टाइपरायटर मेन्टेनन्स, सर्व्हिसिंग, रिपेरिंग, सगळ्या कामाचं. नॉनमॅट्रिक असलेली ही सगळी मुलं मी तिथं नेमून टाकली. हजार ते पंधराशे रुपयांची प्रत्येकाला नोकरी लागली.'
'त्यांच्यावर खर्च मात्र तुम्ही केलात.'
'पालकत्व पत्करल्यावर भार नको उचलायला?'
'या मुलांनी तुम्हांला काय दिलं?'
'मी त्या मुलांच्या आईवडिलांना सांगतो, की तुमच्या मुलाचा पगार माझा. उरलेले म्हणजे नंतरचे सगळे पगार तुमचे, त्यानं तुम्हांला दिले, तर. पंचवीसच्या वर मुलं, मी संगोपन केलेली एकोणीस जिल्ह्यातून सरकारी कामं करीत आहेत. नॉनमॅट्रिक आहेत. पण टाईपरायटर दुरुस्ती, सर्व्हिसिग अप्रतिम करतात. पण...'
'त्यांचा काही प्रॉब्लेम...'
'सरकारचं डोकं कधी आऊट होईल, भरवसा नाही. टाइपरायटर-दुरुस्तीचं काम खात्यामार्फत करायचं, कुणीतरी डोक्यात घेतलं. मी गव्हर्मेन्टला सांगितलं, की माझ्या या सगळ्या मुलांना नुकसानभरपाई द्या. नाहीतर त्यांना कायम नोकरीत ठेवून घ्या. सरकारला ते पटलं. माझी तेवढी मुलं कायम अन्नाला लागली.'
सरकारी यंत्रणा, तिथलं कामकाज हा तर न संपणारा, कधीच शिळा न होणारा विषय. सरकारी यंत्रणेतलं कोणतंही खातं असो, अभिमानानं मिरवावं, असं एकही उदाहरण नाही.
त्या बाबतीतले निलाख्यांचे अनुभवही वेगळे नव्हते. भारताची राष्ट्रभाषा हिंदी हे तर केव्हाच ठरलेलं. पण तरीही आपल्याकडं हिंदी टाईपरायटर नाही. आपल्याकडं कोणत्याही कामासाठी समिती नेमल्याशिवाय ते काम होत नाही आणि समिती नेमल्यावर ते काम कसं होणार नाही, हेही समजत नाही. त्याच चालीवर एक सल्लागार समिती हिंदी-मराठी टाइपरायटरचा विचार करण्यासाठी, 'की-बोर्ड' समिती नावानं नेमण्यात

आली. काका कालेलकर त्याचे अध्यक्ष. मा. यशवंतराव चव्हाण तेव्हा महाराष्ट्राचे मुख्यमंत्री होते. मधुसूदन वैराळे हे विदर्भाचेच. अकोला जिल्हा काँग्रेस कमिटीतर्फे समितीची नियुक्ती. काकासाहेब गाडगीळांपासून सगळ्या नामवंत विचारवंतांचा सहभाग. सरकारी तत्त्वानुसार, धोरणानुसार या परिसंवादासाठी निलाख्यांना मुळीच आमंत्रण नव्हतं. साहजिकच भाषेसाठी की-बोर्ड तयार करण्याऐवजी की-बोर्डसाठी भाषा बदलावी, असा शोध पांढऱ्या टोप्यांखालून निघाला, यात नवल नव्हतं. डोक्यासाठी टोपी असावी. त्याऐवजी टोपीत मावतील, अशी डोकी या देशात मिळतात, म्हटल्यावर मूळ दुखणं वा मूलभूत गरज यावर काय बिशाद उपाय सापडेल? निलाख्यांजवळ टोपीच नाही. कोणत्याही रंगाची टोपी नाही. त्यामुळं ते सभासद होऊ शकत नाहीत आणि मोर्चा नेणारे निदर्शक पण नाही. सुखी माणसाला ज्याप्रमाणे सदरा नसतो, त्याप्रमाणे विचारवंताला टोपी नसते. कष्ट करणाऱ्याला छत्री नसते.

भारत सरकारतर्फे निलाख्यांना आमंत्रण नव्हतं. पण अंडरवूड कंपनीनं त्यांना त्यांच्या कंपनीचा प्रतिनिधी म्हणून या चर्चासत्रासाठी पाठवलं. काकासाहेब गाडगीळांनी त्यांच्या वतीनं निलाख्यांनाच त्यांचे विचार मांडायला लावले. निलाख्यांनी भाषण केलं. मी निलाख्यांना विचारलं,

'तुम्ही जे मुद्दे मांडलेत, त्याची काही नोंद घेतली गेली का?'

निलाखे म्हणाले,

'या क्षणापर्यंत नाही.'

'नवल आहे.'

'यंत्रासाठी भाषा बदलायला निघालेली ही माणसं. ती माझं काय ऐकणार? भाषा जाणणाऱ्यांना यंत्रातलं तंत्र कळत नाही. आणि तंत्रज्ञांना भाषेचं ज्ञान नाही. नुसतं 'र' हे व्यंजन आपण किती प्रकारानं लिहितो माहीत आहे का? क्रम मधला 'र', कर्ममधला 'र', क्रूर आणि कृष्ण यांतला, ऋषी आणि हृदय या शब्दातलं 'र' च अस्तित्व, सांगा कुणी एवढा विचार केलाय्? कृष्ण शब्दातला कृ जर क्रू असा लिहिला, तर ती कृष्णाची क्रूर चेष्टा होईल. ती की-बोर्डची सुधारणा किंवा आपल्या भाषेसाठी रचना करायचं ठरवलं, तर एवढा विचार हवा. विद्या प्राप्त झालेल्या माणसाचा माथा ताठ असतो. तेव्हा विद्या शब्द तसाच लिहिला गेला पाहिजे. विद्या यात दया आली. या प्रकारानं भाषा सुधारून काय उपयोग?'

'फॅण्टास्टिक' मी अभावितपणे बोलून गेलो.

'वपु, तेव्हा सगळ्या स्टेटस्‌मधले चीफ मिनिस्टर्स जमले होते. हिंदी स्क्रिप्ट रिफॉर्म कॉन्फरन्ससाठी. संपूर्णानंद हे यूपीतले मिनिस्टर. रविशंकर शुक्ला हे मध्यप्रदेशातले मिनिस्टर. 'श्र' हे अक्षर सुधारायचं. अर्थात केवळ उदाहरण म्हणून सांगतो. कुणीतरी म्हणाले की, शाळेतला 'श' आणि रामातला 'र' एकत्र आणावा आणि

शरम् असं लिहावं. वपु, या पद्धतीनं श्रमदान शब्द शरम्दान असा लिहावा लागेल. यावर गोविंद वल्लभ पंत म्हणतात, 'हो सकता है'
'मी त्याला हरकत घेऊन विचारलं.
'श्रमदान ऐवजी कुणीही शरमदान असाच तो शब्द वाचेल. 'र' चा पाय मोडला, तरी. आमच्या चौथ्या पिढीला 'श्री' हा शब्दही वाचता येणार नाही. भाषा सुधारण्याच्या वेळी किंवा लिपी बदलायच्या वेळी आमचे पूर्वज झोपा काढत होते काय? अशा आम्हांला शिव्या बसतील.'
'अगदी खरं. मग नंतर काय झालं?'
'तेच सांगतो. या घटकेपर्यंत काही नाही. मोरारजी देसाईपर्यंत सगळ्यांना भेटलो. काहीही उपयोग नाही. मोरारजी तर भेटायला तयार नाहीत. माझा आणि टाइपरायटरचा संबंधच काय, हा त्यांचा सवाल.'
'वा ग्रेट!'
'मीही त्यांना तिथंच सांगितलं. 'तुमचा टाइपरायटरशी संबंध नाही' म्हणता, तर तुमच्या सचिवायलयातले सगळे टाइपरायटर मी उचलून घेऊन जातो.'
'मग?'
'ते काय बोलणार? मग पुढं मी म्हणालो, टाइपरायटरशी संबंध नाही, फायनान्सशी आहे, की नाही? इतर माणसं जेव्हा तुमच्याकडं भेटायला येतात, तेव्हा काही ना काही मागायला येतात. मी आलोय, ते काहीतरी देण्यासाठी आलोय्. असं ठणकावून सांगितल्यावर, पाच मिनिटांच्या अटीवर मोरारजी भेटले. ते नंतर पाऊण तास गप्पा मारीत बसले.'
'तुमचा विषयच तसा जोरदार असणार.'
'जोरदार आहे, की नाही, ते मला माहीत नव्हतं.'
'जिव्हाळ्याचा तर होता?'
'नक्कीच.' निलाख्यांनी पुढची हकीगत सांगायला प्रारंभ केला. 'पंधरा-वीस कोटी वाचवणारी योजना माझ्याजवळ होती. तीच मी मोरारजींसमोर मांडली.'
निलाख्यांची योजना शास्त्रशुद्ध होती. तशी ती नसती, तरच नवल होतं. टाइपिंग-शार्टहॅण्डची नफरत असलेला माणूस त्यातच जागतिक विक्रम करतो. मिनिटाला एकशे बेचाळीस शब्द टाइप करून ध्रुवपद मिळवतो. भाषा आणि लिपीचा शास्त्रशुद्ध अभ्यास करतो, हेच मोठं नवल होतं. त्यांनी मोरारजींसमोर आकडेवारीच मांडली. भारताची टाइपरायटर्सची वार्षिक गरज दहा हजार टाइपरायटर्सची आहे. पाच हजार रुपये किमतीचा एक टाइपरायटर म्हणजे पाच कोटी रुपये इथंच झाले. कोणत्याही टायपिस्टला हिंदी टाइपिंग आपण आठ तासांत शिकवू शकतो आणि एक हजार रुपये खर्चात इंग्रजी टाइपरायटरचं रूपांतर हिंदी लिपीसाठी करू शकतो.

इंग्रजी यंत्र फेकून द्यायचं कारण नाही, हे निलाख्यांनी मोरारजींना सांगितले. निलाखे नुसतं सांगून थांबले नाहीत. शिक्षणमंत्री त्रिगुण सेनांना त्यांनी गाठलं. पंधरा टायपिस्ट निलाख्यांना देण्यात आले. त्यांतले बहुसंख्य मद्रासी, केरळवाले, पंजाबी असेच होते. एका दिवसाच्या प्रात्यक्षिकात एका पंजाबी शीख टायपिस्टनं, संध्याकाळपर्यंत प्रॅक्टिस करून एक सुरेख तावभर मजकूर हिंदीत टाइप करून दाखविला.

ही सगळी हकीकत ऐकून मी निलाख्यांना तळमळून पुढं विचारलं,

'पुढे?'

'भारत सरकार माझ्या योजनेवर वीस वर्षं विचार करते आहे.'

निलाख्यांनी नंतर काहीच सांगितलं नाही.

परतीच्या प्रवासात निलाख्यांच्या आठवणी संपतच नाहीत आणि त्या आठवणी कधी संपणारही नाहीत. आठवणी अमर असतात, असं आपण म्हणतो, या विधानातही काही अर्थ नाही. भूतकाळाकडं नजर टाकली, तर न सांगता लक्षात येईल, की मागं मागं येणाऱ्या आठवणींच्या संख्येपेक्षा वाटेवर विरून नामशेष झालेल्या, आठवणींची संख्या मोठी असते. त्याच आठवणी चिरंजीव असतात, ज्यांत आपल्या आयुष्याचं, वर्तमानकाळाचं सातत्यानं प्रतिबिंब पडलेलं असतं.

निलाख्यांनी सांगितलेले प्रसंग मी एक वेळ विसरेन; पण निलाख्यांना विसरणार नाही.

कारण एकच. पंचवीस वर्षं मी लेखन करतोय्. लाखाच्या घरात कागद खरडलेत. पण लिपीबद्दल जो विचार निलाख्यांनी केला, तो मी केलेला नाही.

ते बोलता-बोलता म्हणाले,

'मराठी लिपीत आपण व्यंजन मधे लिहितो आणि स्वर त्या व्यंजनाच्या चारही बाजूनं लिहितो. काना, मात्रा, वेलांट्या, उकार हे सगळे स्वर आजूबाजूला असतात.'

आजवर हे कधी जाणवलेलं नाही. आता प्रत्येक शब्द लिहिताना निलाखे आठवतात; आठवत राहतील.

वर्तमानाचं आठवणीत प्रतिबिंब असतं, ते असं.

वांड मुलांचे पालक निलाख्यांचे स्मरण करतील, यात नवलच नाही. पण टायपिंग म्हटल्यावर नाक मुरडणारी मंडळी जरा थबकतील, तरी पुष्कळ झालं.

नव्वद टक्केवाली डॉक्टर होतात. सत्तर ऐंशीवाले इंजिनीअरिंगचा विचार करतात. त्या खालोखाल कॉमर्सवाले असतात. उरलेले सगळे कोण?

कारकून किंवा टायपिस्ट.

नाइलाजानं हा पेशा पत्करण्याऐवजी जाणिवेनं स्वीकारला, तर?

मुळातच हुशार मुलं हेरायची, त्यांना सवलती देऊन, त्यांना हाताशी धरायचं, आणि त्यांनी नंबर पटकावला, की 'हे संस्थेचं यश' म्हणून मुलाखती वा जाहिराती

छापायच्या, हा प्रकार सगळेच करतात.

पण 'तुमचा उनाड मुलगा मला द्या, मी त्याचा पालक' हे म्हणण्याची हिंमत कुणात आहे? मला वाटतं, फक्त निलाखे याच माणसांत आहे.

कारण, वांड वा उडाणटप्पू मुलाच्या पालकांच्या वाहणाऱ्या जखमा फक्त निलाख्यांना दिसतात. अशीच एक वाहती जखम नियतीनं निलाख्यांच्या ललाटी लिहून ठेवलेली आहे. निलाख्यांचा एक मुलगा बुद्धिमंद आहे. जखमा सगळ्यांनाच या ना त्या स्वरूपाच्या होतात. पण विचारांचं धन देणारी अलिबाबाची गुहा सापडली की जखमांच्या 'जन्मखुणा' होतात. त्या असतात; पण त्यांतली वेदना नष्ट झालेली असते. प्रारंभीच्या काळात निलाख्यांनी मुलाची सोय शिवडीला एका संस्थेत करायची ठरवलं. पण महिना पाच-सहाशे रुपये खर्च आयुष्यभर करायचा, हे पटत नव्हतं. निलाख्यांनी याच मुलाला अकोल्यात वेगळं घर बांधून दिलं आणि मुलावर लाखो रुपये खर्च करण्यापेक्षा त्यालाच भाड्यातून महिना चारशे रुपये मिळतील, अशी व्यवस्था केली.

आज निलाख्यांचा हाच मुलगा सगळ्या घराची, क्लासची देखभाल करतो. मशीन्स साफ करतो. घरी पार्टी असेल, तर पार्टीची जय्यत तयारी करतो. तो सगळ्यांची जेवणं झाल्यावर रोज मागून आईबरोबर जेवतो. दाराशी गाडी आहे. तिचं सर्व्हिसिंग करतो, ऑइललेव्हल चेक करतो आणि झंझावाताच्या वेगानं फक्त स्वत:चं नाव टाइप करून दाखवू शकतो. या मुलाचं नाव सुधीर निलाखे.

याचा वैयक्तिक दु:खाला गोंजारत न बसता, निलाखे समाजाच्या याच स्वरूपाच्या व्यथेकडं वळले. सामाजिक प्रश्न हा वैयक्तिक पातळीवरचा प्रश्न न समजायला जशी एक शक्ती लागते, तशीच जबरदस्त शक्ती, वैयक्तिक दु:खातून समाजाकडं वळण्यासाठीही लागते.

असामान्यांनाच हा योग साधतो असं नाही, टिळक, आगरकर, कर्वे, विनोबाजी, आमटे, पटवर्धन, गोदावरी परुळेकर, अनुताई वाघ ही सगळी अस्वस्थतेचा शाप घेऊन आलेली मंडळी. इतर हजारोंना, लाखो माणसांना ही माणसं मात्र वरदानासारखी लाभली. ही सगळी असमान्यच. पण त्याच वेळेला वांड मुलांचं पालकत्व पत्करणारे असेच हे निलाखे. याच जातकुळीतले. डोळे मिटण्यापूर्वी आपला हिंदी टाइपरायटर, त्याचा 'की-बोर्ड' त्याचं बनवलेलं पेटंट, बाजारात येईल का, याची प्रतीक्षा करताहेत.

भारत सरकार कोणत्याही वांड मुलापेक्षा वांड आहे हे त्यांना समजलंय्. तिथं ते हरले आहेत. कारण सरकार वांड नाही. निर्बुद्ध आहे. प्रश्न तो नाही, प्रश्न आहे बेकारीचा. बाऊ करणाऱ्यांचा. टाइपिंग-शॉर्टहॅण्ड म्हटलं, की नाकं उडवणाऱ्या करोडो बेकारांना सांगावंसं वाटतं, अशीच नफरत असलेला एक माणूस, जागतिक

विक्रम करतो आणि... आणि... पण कोण ऐकणार? आणि कोण वाचणार? पुष्कळ रिकामपण असूनही आपण घाईत असतो. पानं वाचण्यापेक्षा चाळण्याची निकड आणि चाळण्यापेक्षाही उलटण्याची धडपड. प्रत्ययापेक्षा अनुमानांवर नको इतका आपला विश्वास म्हणूनच काही काही शब्दांना आपण अकारण टाळणारे. 'बिइंग गिव्हन टु अंडरस्टँड....' म्हटल्याबरोबर पुढचा मजकूर गृहीत धरणारे. पण कधीकधी 'धिस इज टु सर्टिफाय...' या पुढचा मजकूर खूप वेगळा असू शकतो.
कोण वाचणार?
कोण ऐकणार?

✤✤✤

वर्षभर होळीच!

मराठी महिन्याप्रमाणे फाल्गुन हा शेवटचा महिना; आणि शेवटचा सण म्हणजे होळी महोत्सव असं मानतात. होळी पौर्णिमा साजरी करणं म्हणजे थंडीचा मोसम संपला, असं मानणं. हे सगळं लहानपणी ऐकलेलं; आणि पुष्कळशा प्रमाणात हवामानातले बदल त्याप्रमाणे जाणवत असत. ज्या प्रमाणात प्रचंड जंगलतोड होत गेलेली आपण पाहत आहोत, त्याप्रमाणे निसर्गही बदलत चालला आहे. पण पूर्वीच्या काळात, माझ्या लहानपणी म्हणजे १९३७-३८ साली होळी म्हणजे थंडीचा शेवट, हे मनावर कोरलं गेलं होतं. त्यासाठी ठिकठिकाणाहून लाकडं गोळा करायची आणि थंडीला निरोप द्यायचा. माझ्या सुदैवानं माझं बालपण स्वतंत्र बंगल्यात गेलं. त्यामुळं घराघरांतल्या अंगणातून होळी साजरी केली जात असे. त्यासाठी घरातला जुना लाकूडफाटा, झाडांच्या वाळलेल्या काटक्या यांचा प्रामुख्याने उपयोग केला जात असे. आजच्या काळामध्ये मुद्दाम चांगली झाडं तोडून निसर्गावर अतिक्रमण करून होळी साजरी करण्याची लोकशाही पद्धती नव्हती. याशिवाय आणखीन एक संकेत होता. संपूर्ण वर्षातले कटू प्रसंग, माणसामाणसांत निर्माण झालेली तेढ, संघर्ष यांना अग्नी देऊन कोऱ्या मनानं नवीन वर्षाचं स्वागत करायचं. याच हेतूनं समाजात जे अपशब्द मानले जात होते, ते अपशब्द, शिव्या, अभद्र

वाक्यप्रचार यांचा जाहीर उच्चार करून मनातला साचलेला क्रोधाग्नी होळीच्या ज्वाळांना बहाल करायचा. म्हणूनच वडिलधारी माणसंसुद्धा यावर आक्षेप घेत नसत. त्यांच्या लहानपणी त्यांच्यावर जे संस्कार झाले होते, त्या संस्कारांमुळं ते स्वत: अपशब्दांचा वापर करीत नसत. हिंदू धर्माप्रमाणे म्हणण्यापेक्षा पूर्वीच्या ऋषीमुनींनी मानसशास्त्राचा गहन अभ्यास केला होता. मनात साठलेल्या क्रोधाला वाट मोकळी करून देणं यावर अपशब्द आणि शिवीगाळी हा एक उपाय होता. मानसिक संतुलन टिकवण्याचा तो शास्त्रशुद्ध उपाय होता. पण आजूबाजूचा समाज शास्त्र जाणू शकत नव्हता. म्हणूनच, जरा नाइलाजानं धार्मिक लेबल लावण्यात येऊन तो एका विशिष्ट संप्रदायाचा परंपरेचा भाग झाला.

माझ्या लहानपणी बोलता-बोलता तोंडामध्ये चुकून 'च्यायला' हा शब्द आला, तरी वडिलधाऱ्यांचे डोळे मोठे होत. आणि त्या नजरेचा मान ठेवायची प्रथाही त्या काळात होती. हे सगळं मी अशा कालखंडाबद्दल लिहीत आहे, की आजच्या पिढीला ही फॅन्टसी वाटेल. आजच्या पिढीला काहीही वाटो, मला मात्र एका गोष्टीचं फार कौतुक वाटतं. आपल्या प्रत्येक सणामागं, उत्सवामागं समाजाचा विचार होता संक्रांतीला तिळगूळ वाटणं, दसऱ्याला सोनं देणं. दिवाळीसारखा सण सगळ्यांनी एकत्र येऊन साजरा करणं. अशा सणांच्या मागे समाजाबरोबर नातेसंबंध टिकवणं याचा विचार होता. आयुष्यातले सगळेच दिवस काही गोड नसतात. म्हणून गुढी पाडव्याला कडूलिंबाचीसुद्धा चार पानं चावण्याचा संकेत होता. सुखदु:खे समे कृत्वा या वचनाप्रमाणे समान चवीनं कडू आणि गोड पचवायला शिका. हे सणांच्या माध्यमातून सांगितलं जायचं. इतकंच नव्हे, तर या संकेतामागे आरोग्याचाही विचार होता. चातुर्मासात कांदा वर्ज्य, कशासाठी? तर आरोग्याच्या दृष्टिकोनातून तो त्या सीझनमध्ये शरीराला पोषक नव्हता, म्हणून.

आज मला एका गोष्टीचं वाईट वाटतं. होळीसारखा वर्षातून एकदा येणारा सण, पण आम्ही त्याला आता कायमचे पारखे झालो आहोत. आता रोजचाच दिवस होळीचा झाल्यामुळं, होळीचा वेगळा सण उरलाच नाही. च्यायला, साल्या, मायला, हलकट, बेशरम, भडव्या,' यांसारख्या शिव्या (एके काळी मानल्या गेलेल्या) आता बोली भाषेतल्या झाल्या आहेत. त्यामुळं खास होळीसाठी वेगळ्या शिव्या कुठून आणायच्या? असा प्रश्न निर्माण झाला आहे.

माझ्या लहानपणी एकदा चुकून मी बहिणीला 'का बोंबलतेस?' असं म्हणालो. अर्धा तास मला नंतर मार खावा लागला. स्वातंत्र्य मिळाल्यानंतर जसजसे वेगवेगळे राजकीय पक्ष स्थापन होऊ लागले, तसतसे 'बोंबाबोंब' या शब्दाची खैरात कानांवर पडू लागली. या शब्दाबरोबरच बेइमान, हरामखोर, हरामजादा, लफंगा, माथेफिरू हे शब्द जाता-येता कानांवर पडू लागले. नोकरी करणारा

मध्यमवयीन असा एखादा गृहस्थ घरी येऊन बायकोला सांगू लागला, 'आज साहेबाला मी भोसडला' तर त्याच्या मुलांनी काय करायचं? राजकारण तर निव्वळ शिव्यांच्या शेअरबाजारावरच चाललंय्. खरं तर, कार्य प्रत्यक्ष केलं, तर ते लपत नाही; आणि दुसऱ्याला निव्वळ शिव्या दिल्यानं माणूस स्वत: श्रेष्ठ ठरत नाही. तरीही आजचा काळ स्वत:चं श्रेष्ठत्व सिद्ध करण्यासाठी विरोधी पक्षावर शिव्यांचा भडिमार करण्यापलीकडं दुसरं काही करत नाही. त्यात निवडणुका जवळ आल्यावर तर विचारायलाच नको. सभा गाजवायच्या, त्या अपशब्दांच्या जोरावरच. त्यामुळं रोजच होलिकोत्सव.

थोर थोर राजकारणी मुत्सद्द्यांचं कर्तृत्व कमी पडलं, म्हणून की काय, हिंदी चित्रपटसृष्टी मदतीला धावून आली. घराघरांची थिएटर्स झाली. वयाच्या चौथ्या आणि पाचव्या वर्षापासूनच्या मुलांना छोट्या पडद्यावर कार्यक्रम दिसत आलं, ते 'खून, बलात्कार, टोळीयुद्ध, स्मगलर, सोनी-नाणी, अफाट वैभव आणि अर्धनग्न तरुण-तरुणींचे चाळे.' हा सगळा शिमगाच आहे. या सर्व चित्रपटांतून जास्तीत जास्त हानी झाली आणि होत आहे, ती एकाच कारणामुळं. पोलिस खात्यातील कमिशनर आणि सत्तेवर असलेले मंत्री हे गुंडांचेच साथीदार आहेत, या तऱ्हेचे देखावे सातत्याने ७०% अडाणी लोकांसमोर ठेवले जात आहेत. त्यामुळं संकटकाळी आपल्या पाठीशी कुणी उभं राहील, याबद्दल कुणालाच खात्री उरलेली नाही. चित्रपटांची कथानकं हे जर वास्तवतेचं प्रतिबिंब असेल, तर समाज होळीतच गेल्यासारखा आहे. आणि हे जर अतिरंजित असेल, तर सेन्सॉर बोर्ड काय करतंय्? शिमगा किंवा होळी म्हणजे सगळ्यांच्या नावानं बोंबाबोंब किंवा माझ्या लहानपणी त्या वर्षातल्या एकाच दिवशी पालथा हात करून राजरोस बोंब मारण्याची मुभा होती. अशा तऱ्हेची कृती फक्त कुणी दिवंगत झाल्यास 'आता याच्याशी आपलं नातं संपलं' हे दर्शविण्याकरिता स्मशानामध्ये गुरुजी तीन वेळा बोंब मारायला सांगत असत.

आणि आता त्याउलट सर्वत्र एकच चित्र दिसत आहे. प्रत्येक जण एकमेकांच्या नावानं बोंबा मारण्यातच दंग आहे. कुठल्याही युनियनतर्फे निघालेल्या मोर्च्यात जेव्हा मुर्दाबादच्या घोषणा होतात, तेव्हा बोंब या शब्दालाच मुर्दाबाद हा प्रतिशब्द आहे. शेवटी एवढंच सांगावंसं वाटतं, सुविहित आयुष्य जगण्यासाठी जेवढ्या सुविधांची आवश्यकता आहे, त्या प्रत्येक प्रांतात बोंब आहे. रस्ते फेरीवाल्यांनी अडवलेले, रोज होणारी महागाई, रास्ता रोको, क्रमिक पुस्तकंही शाळा सुरू झाली, तरी न मिळणं, तरुणांचा शिक्षणाचा प्रश्न आणि शिक्षण पूर्ण झाल्यास नोकरीचा प्रश्न, जागेचा प्रश्न, रेल्वेचा प्रवास, आणि टेलिफोनपासून सर्व आवश्यक त्या सेवा या सगळ्या प्रांतांत फक्त होळी चालू आहे.

तीनशे पासष्ट दिवस! म्हणूनच मनातला सगळा प्रक्षोभ व्यक्त करण्याकरिता आमच्या पूर्वसुरींनी एक दिवस राखून ठेवला होता, तो होळीचा दिवस हरवल्याबद्दल मला खूप दुःख होतं.

❖ ❖ ❖

हे राहून गेलं

'हे राहून गेलं...'
ह्या विषयावर का लिहायचं?
'TIME IS A FOURTH DIMENSION.' हे आईनस्टाईनचं गाजलेलं भाष्य,
अगदी अलीकडच्या काळात समजलं. उपयोग नाही, त्या वेळी समजलं. खरं तर,
हेच विधान योग्य वयात समजायचे राहून गेलं. आता मी 'PAST IS A FIFTH
DIMENSION.' असं म्हणतो. ज्या डायमेन्शनला शून्य किंमत आहे. ह्या शून्यामागं
तुम्ही चकवा देऊन गेलेल्या आठवणींचे आकडे वाढवत न्याल, तेवढी त्या
शून्याची किंमत वाढत जाणार. सुरेश भटांच्या चार ओळी, तेवढ्यासाठी पुरेशा
आहेत.

'करू नका एवढ्यात चर्चा पराभवाची
रणात आहेत अजून काही झुंजणारे.
विझून माझी चिता युगे लोटली तरीही
विझायचे राहिले निखारे अजून काही.'

वयाच्या पासष्ट्याव्या वर्षी ह्या ओळींचा निर्देश करणंही धाडस आहे. अस्मादिकांची अवस्था 'टणक लाकूड, अस्सल गाठ' ह्या वर्गातली नाही. 'इश्चीमिया' आणि 'अनस्टेबल अंजायनाचे' झटके, सबंध दिवसात कोणत्याही क्षणी 'मार्केट सर्व्हे' करणारे सुटाबुटातले महात्मे बेल् वाजवतात, त्याप्रमाणे हे झटकेही दार ठोठावतात. तेव्हा स्मशान फार अंतरावर आहे, असं नाही.

पण चिता म्हणताक्षणी धडाधडा पेटलेली लाकडंच दिसायला हवीत, असं थोडंच आहे? जे जे राहून गेलं, ते चितेतलं एकेक लाकूडच होतं, नव्हे, एकेक निखारा होता.

भूतकाळात जमा होणारा प्रत्येक क्षण, प्रत्येक श्वास म्हणजे स्मशानयात्रेतली पावलंच असतात.

खरं म्हणाल, तर आपल्या जन्माच्या आधीपासूनच लाकडांची मांडणी व्हायला प्रारंभ झालेला असतो.

कोणत्या कुळात जन्म? कोणत्या गावात? मातापिता कोण?

आपल्या स्मरणातली काही लाकडं समाजानं रचलेली असतात. आपण ज्या देशात जन्म घेतो, तो देशच, लाकडांचं पहिलं अंथरूण पसरतो. त्यापाठोपाठ परिवाराची लाकडं. आर्थिक परिस्थिती ओढगस्तीची असेल, तर चितेसाठीही लाकडं उसनी आणावी लागतात. माणूस कायमचा मेला, म्हणजे एकदाच चितेसाठी सोय करावी लागते. पण आयुष्यभर 'राहून गेलं' च्या चिता, चोवीस तास धडधडतच असतात. कारण, चितेत काही लाकडं ओली असतात. ती जळत नाहीत. त्या लाकडांचा काही हिस्सा जळतो. उरलेलं लाकूड फक्त तावून सुलाखून निघतं. ही अशी लाकडंचं 'हे राहून गेलं', ह्याचे चटके देत राहतात. त्या ओल्या लाकडांचा धूर आयुष्यभर डोळ्याला झोंबत राहतो. तो धूर डोळ्यांना झोंबत राहतो, पण तो तुमचे डोळे उघडत नाही. म्हणूनच 'हे राहून गेलं' ह्या FIFTH DIMENSION चा लेख तयार होतो.

माझ्या घरात, माझे वडील नेपथ्यकार असून मी चित्रकलेचे धडे, त्यांच्याकडूनच का घेतले नाहीत?- हा सूर आज मनात सारखा वाजत राहतो. आपल्या नावामागे 'हरहुन्नरी' हे विशेषण कुणी लावलं, की धन्यता वाटते. पण, एखाद्या लहान मुलानं हार्मोनियमच्या सातआठ पट्ट्या दाबून, भाता हलवला, तर आपण धावतो. तो आवाज थांबवतो. त्याची तर्जनी आपल्या हातात पकडून षड्जापासून निषादापर्यंत एकेक सूर वाजवायला शिकवतो, त्याच वेळेला आपल्या जीवनवीणेचे किती सूर राहून गेले, हे समजतं.

संपूर्ण आयुष्यात, वयाच्या त्र्याऐंशीव्या वर्षापर्यंत, मधे एक पॅरॅलिसिसचा ॲटॅक येऊनही, चित्रपटासाठी एक लाख, शहाऐंशी हजार चौरसफूट आणि नाटकांसाठी

बहात्तर हजार चौरसफूट मांजरपाट रंगवणारे, नेपथ्यकार पु. श्री. काळे मला वडील म्हणून लाभले. कोणत्याही गावाला जाताना, स्केचबुक, ब्रश, रंगाची पेटी आणि नऊ बाय् बारा आकाराची लॅण्डस्केपची फ्रेम कायम वडिलांजवळ असायची. प्रत्येक गावी मुक्काम असेतो ते सकाळ-संध्याकाळ बाहेर पडायचे. कधी नदीच्या काठावर. कधी घाटात, तर कधी वळणदार रस्त्याच्या कोपऱ्यावर ते चक्क खाली बसायचे आणि लॅण्डस्केप संपवून परतायचे. आमच्या घरीही चित्रकलेचे धडे वडिलांकडून घेण्यासाठी काही जण येत असत. त्यांच्याबरोबर बसून मी पेंटिंगचे धडे आपोआप शिकलो असतो.

मी तसं कधी केलं नाही. आणि आश्चर्याची गोष्ट म्हणजे, माझ्या वडिलांनी त्या लोकांची उदाहरणं मला देऊन मी चित्रकला शिकलीच पाहिजे, असं कधी बंधनही घातलं नाही. आर्किटेक्चरचा कोर्स घेतल्यानंतर इमारतींची परस्पेक्टिव्हज् करायला लागलो. वडिलांच्या लॅण्डस्केपिंगचा आधार जर ह्या प्लॅन्सना लाभला असता, तर त्या चित्रांचं मूल्य कितीतरी वाढलं असतं. लॅण्डस्केप पेंटिंगची ही अपुरी राहिलेली हौस आज मी कॅमेऱ्याच्या आधारानं पूर्ण करतोय. लंडन, अमेरिका, ऑस्ट्रेलिया, मस्कत, दुबई, बँकॉक, सिंगापूर, हॉगकॉग, ह्यासारख्या परदेशांतून हिंडायचं भाग्य केवळ कथाकथनाच्या देणगीमुळं मिळालं. निसर्गाचं यथातथ्य चित्रण कागदावर उमटवायचं सामर्थ्य वडिलांजवळ असताना, त्यांच्या भाग्यात परदेशगमनाचा योग नव्हता. फार कशाला, आर्थिक परिस्थितीमुळं ते कधी कुलू मनाली, सिमला, काश्मीर ह्या ठिकाणी सुद्धा जाऊ शकले नाहीत. मला हौस असूनसुद्धा मी चित्रकार का झालो नाही?

'शिस्तीचा अभाव' हे एकमेव कारण. परदेशांत फिरत असताना, ठिकठिकाणचे फोटो घेत असताना, एक गोष्ट मात्र सातत्यानं मला आतून जाणवत राहिली, ती ही, की माझ्या वडिलांनी, हाच देखावा मी निवडलेल्या अँगल्समधूनच निवडला असता. मी काढलेले फोटोग्राफ्स वेगळेच असतात, असं जेव्हा इतर माणसं म्हणतात, तेव्हा मी मनात म्हणतो. निसर्गातले रंग कागदावर उमटवण्याचं सामर्थ्य आहे, ते केवळ एका यंत्राचं! आणि तोच देखावा फोटोसाठी निवडण्याची जी नजर आहे, ती वडिलोपार्जित 'देन' आहे. मी फक्त बटण दाबतो आणि उत्कृष्ट फोटोग्राफर ठरतो. पण हेच देखावे मला त्या-त्या ठिकाणी बसून ब्रशच्या साहाय्याने कागदावर उमटवता आले नाहीत. हा धूर डोळ्यांत जातोच.

माणूस हिरकणीच्या शोधात असतो. कल्पवृक्षाची छाया लाभेल का, ह्याची वाट पाहतो आणि 'परीस' अस्तित्वात खरोखरच असतो, का ह्यावर विचार करतो. हिरकणीचा अपवाद वगळला, तर परीस आणि कल्पवृक्ष हा फक्त कल्पनाविलास आहे, असं आपण मानतो. योग्य दिशेने परिवर्तन होणं आणि त्या मार्गानं यशोमंदिराची

वाट दाखवणारा भेटणं, हा कल्पवृक्षच असतो. फक्त आपल्याला तो ओळखतो येत नाही. मी मॅट्रिकच्या वर्गात असताना इंग्रजी शिकविण्याकरता वाय्. जी. पटवर्धनांसारखे शिक्षक आम्हांला लाभले होते. English, Grammar & composition हे त्यांनी स्वत: लिहिलेलं पुस्तक क्रमिक अभ्यासक्रमात होतं. स्वत: लेखकच तो विषय शिकवण्याकरिता आम्हांला लाभला होता. त्या वेळी त्याचं महत्त्व मला जाणवलं नाही. हा परिस रोज वर्गातल्या तीस-चाळीस विद्यार्थ्यांना स्पर्श करीत होता. जे विद्यार्थी अस्सल लोखंडाच्या धातूचे होते, त्यांचं सोनं झालं. त्या सगळ्या लोखंड्याच्या तुकड्यांत मी एकटाच 'जस्ता' च्या धातूचा निघालो. चितेतलं हे एक लाकूड अजून ओलं आहे.
जे इंग्लिश भाषेच्या बाबतीत झालं, तेच शारीरिक व्यायामाच्या बाबतीतही! 'संस्कार' हा शब्द आपण जाता-येता वापरतो आणि आयुष्यभर त्याचा फक्त वापरण्यापुरताच उपयोग केला जातो, आचरणाकरिता नाही. 'हेल्थ इज वेल्थ' हे वाक्य आम्ही लहानपणी फक्त पाठ केलं. ही संपत्ती कशी मिळवायची, ह्याचा आदर्श माझ्या स्वत:च्या घरात होता. आमच्या बंगल्यात तेव्हा टिळक ह्या आडनावाचे गृहस्थ भाडेकरू म्हणून राहत होते. माझ्या बहिणीचं त्यांच्याशीच कालांतरानं लग्न झालं. हेच माझे मेव्हणे श्यामराव टिळक. त्या वेळी ते फर्ग्युसन कॉलेजात आर्ट्सला होते. रोज सकाळी लवकर उठून ते दंड, जोर, बैठका काढत असत. मी तेव्हा काय करीत होतो? ते बैठका काढत असताना, मी फक्त बैठक मांडूनच त्यांचा व्यायाम पाहत होतो. वयाच्या आठव्या वर्षी जे करायला हवं होतं, त्याबद्दल आता साठी उलटल्यावर पश्चात्ताप होतोय्. ह्यालाच मी फिफ्थ डायमेन्शन म्हणतो. हा पश्चात्ताप वयाची विशी पूर्ण व्हायच्या आत झाला असता, तर मी शरीर कमावलं असतं. पश्चात्तापालासुद्धा expire Date असते. ती तारीख उलटून बरीच वर्षं झाली, म्हणजे हुरहूर देखील कौतुकानं सांगावीशी वाटते; आणि कधी कधी एखादी व्यक्ती परिचयाची होते आणि असं काही सांगून जाते, की आपल्याला तीच व्यक्ती परीस आहे, असं वाटतं. अशा व्यक्तींपैकी एक म्हणजे गोपाळ जोशी. के. ई. एम्. हॉस्पिटलमधे फिजिओथॅरपी डिपार्टमेंटमधे हा एक मोठ्या पदावरचा अधिकारी. सेवानिवृत्त होण्याच्या त्याच्या वयातसुद्धा मी त्याचं कमावलेलं शरीर पाहिलं. तोही मोठ्या ऐश्वर्यानं मला त्याचे काफ मसल्स आणि बायसेप्स दाखवायचा. त्यांच्या पोटऱ्यावर बुक्के मारत मी म्हणत असे.
'गड्या, आपली ही गाडी चुकली.'
त्यावर तो म्हणायचा,
'एवढं शरीर कमावून तुला ऑलिम्पिक्स जिंकायच्या आहेत का? तुझ्या वयाची साठी आली असताना, तू उभं राहून तीन तास कथाकथन करतोस, तेवढी शक्ती

तुला पुरेशी आहे.'
वयाच्या आठव्या वर्षी भेटलेले श्यामराव टिळक आम्हांला कल्पवृक्षासारखे न वाटता, साठाव्या वर्षी भेटलेला गोपाळ एक वेगळी सावली देऊन गेला. त्या सावलीत एक लाकूड थंड झालं.
साहित्यापेक्षा माझा संगीताकडं ओढा जास्त आहे. ह्याचं कारण घरात पॅरिस रीड्सचा हार्मोनियम होता. घरात संगीत आलं, ते नाट्यसंगीताच्या रूपानं. वडील ललितकलादर्शचे आर्ट डायरेक्टर. चित्रपट संगीतापेक्षा नाट्यसंगीताकडं त्यांचा जास्त ओढा. नाट्यसंगीत शास्त्रीय संगीतावर आधारित. जास्त अर्थपूर्ण. त्या काळातली नाटकं पाहण्याचं भाग्य लाभल्यामुळं त्या गाण्यांचा Visual impact जास्त झाला. मास्टर नरेश, भार्गवराम, गंगाधरपंत लोंढे, दिनकर कामण्णा हे कलावंत त्यांच्या अभिनयासहित आजही मिटलेल्या डोळ्यांसमोर साकार होतात. त्या नाटकातली गाणी वडिलांनी हार्मोनियमवर वाजवून, गाऊन दाखवली. ह्यामुळं स्वरज्ञान उपजत होतं.पण तबल्याबरोबर जो तालाचा रियाज करावा लागतो, तो आर्थिक परिस्थितीमुळं शक्य झाला नाही.
स्वरज्ञानाच्या जोरावर साथ करायचं तंत्र जमलं होतं. ह्या प्रांतातला एकच भाग्याचा क्षण उगवला, तो वसंतराव देशपांड्यांमुळं. अरुण दाते ह्यांच्या घरी वसंतराव सहज आले होते. काही चिजा त्यांनी म्हणून दाखविल्या. तबला नव्हताच. पण चार स्वर त्यांच्या सुरांचा मागोवा घेत वाजवण्याचं भाग्य ललाटी होतं. एकोणिसशे अठ्ठ्याहत्तरला अरुण दाते ह्यांचं गाणं, दोन गाण्यांतलं निवेदन आणि कथाकथन अशा संयुक्त कार्यक्रमाचा आम्ही संकल्प सोडला. महिनाभर सगळ्या भावगीतांची तबल्याबरोबर प्रॅक्टिस केली. भावगीतांची साथ करणं सोपं ठरलं, ह्याला कारण बहुतेक गाणी दादरा आणि केरवा तालातली होती. त्रिताल, झपताल, एकताल आणि अद्धा हे ताल अवघड. दादरा म्हणजे सहा मात्रा. वामनानं तीन पावलांत आकाश, पृथ्वी, पाताळ काबीज केली, असं म्हणतात. मला लंडन, अमेरिका, कॅनडा करण्यासाठी सहा मात्रांचा दादरा पुरला. अरुणची गाणी पूर्वपरिचयाची होती. बोटांवर चढलेली होती. रेकॉर्डच्या बाहेर जाऊन स्वत:च्या मनानं काही वेगळे स्वर लावावेत, असा. संगीताचा स्वतंत्र विचार अरुणनं केलेला नाही. त्यामुळं ही साथ करणं अवघड गेलं नाही. वडिलांचं एक तत्त्व प्रत्यक्ष अनुभवातून गेल्यामुळं प्रचीतीचं ठरलं.
'शिकलेलं काहीही वाया जात नाही.'
आजसुद्धा एखाद्या मैफिलीला गेलो, तर मुख्य कलावंतापेक्षा माझं लक्ष हार्मोनियम वाजवणाऱ्या कलावंताकडं असतं. आप्पा जळगावकर, गोविंदराव पटवर्धन, ओक आणि त्याहीपेक्षा कोणतंही वाद्य वाजवू शकणारे आप्पा वढावकर आणि अनिल

मोहिले ह्यांची बोटं पळवावीशी वाटतात. तबल्याबरोबर वाजविणं हा निखळ प्रॅक्टिसचा भाग आहे. तरीसुद्धा आणखीन एक देवदत्त देणगी रक्तात असावी लागते. ती म्हणजे 'लय'. ती देणगी मिळाली, तर ताल शिकता येतो. सध्याच्या जमान्यात प्रत्येक शब्दामागे 'प्र' हा उपसर्ग जोडायची प्रथा आहे. ही प्रथा अलीकडची. पण आस्मादिकांच्या बाबतीत नियतीने हे व्यंजन कधीच जोडलं होतं. त्यामुळं अस्मादिकांच्या रक्तात 'प्रलय', 'लय' नाही. कुठल्याही प्रांतात दुसऱ्या व्यक्तीची साथ हवी, असं असणं म्हणजे तुम्ही परावलंबी झालात. त्यामुळं अस्मादिकांना तालाची शिस्त लाभली नाही. परमेश्वरानं अनेक प्रकारची गुणवत्ता बहाल केली. आणखीन काय देऊ? असं जेव्हा त्यानं विचारलं, तेव्हा आमचा कुंभकर्ण झाला. कुंभकर्ण 'इंद्रपद' मागणार होता. ऐन वेळेला सरस्वती वैखरीवर येऊन बसली आणि कुंभकर्ण 'इंद्रपद' म्हणण्याच्या ऐवजी 'निद्रापद' म्हणाला. माझं तेच झालं. मी 'शिस्त' म्हणणार होतो, पण वैखरीवर सरस्वती आली आणि मी 'भिस्त' म्हणालो. परमेश्वराला दया आली. त्यानं मला पुन्हा एक संधी दिली. मी 'अचल मन' मागणार होतो, पण पुन्हा सरस्वतीनं अडवणूक केली आणि मी 'चंचल' म्हणालो. संगीत कलेसाठी जी शिस्त लागते, तिचाच अभाव नडला आणि संगीत अंतरावर गेलं.

आपल्या चितेतल्या अनेक वेगवेगळ्या लाकडांपैकी एक लाकूड कोणत्या झाडाचं असतं, हे कळत नाही. जास्तीत जास्त धुराचा वर्षाव करण्याची ताकद त्या लाकडामध्ये असते. हे लाकूड तुमचा तुम्हांला निर्णय घेऊ देत नाही. परिस्थिती आणि काळ तुमच्या वतीनं निर्णय घेतो. आपण त्यापुढं हतबल ठरतो. फोटोग्राफीवर प्रभुत्व मिळवलेलं असतानासुद्धा, केवळ आर्थिक परिस्थितीमुळं डेक्कन जिमखान्यासारख्या वस्तीतला बंगला विकायची वेळ आली, तेव्हा ज्या वास्तूमधे आपलं बालपण गेलं, त्या वास्तूचे वेगवेगळ्या अँगल्सने फोटो काढून ठेवावेत, हे ध्यानातसुद्धा आलं नाही. त्या फोटोंच्या आधारे मी माझ्या बंगल्याची छोटी प्रतिकृती बनवून शोकेसमधे ठेवली असती. आर्किटेक्चरचा कोर्स केल्यामुळं बंगल्यांची मॉडेल्स करणं हा म्हटलं तर व्यवसायाचा एक भाग होता. पण त्या वेळेला मानसिक संतुलन इतकं बिघडलं होतं की फोटोच्या रूपानं सुद्धा बंगल्याचं स्मारक जतन करावं, असं मला वाटलं नाही.

माझ्या ह्या आठवणीच्या चितेमधे फक्त दोनच जातीची लाकडं धूर ओकणारी आहेत. चंचलतेचा शाप मिळालेलं एक लाकूड आणि अनेक प्रसंगी माझ्या ऐवजी, माझ्या वतीनं काळानंच घेतलेले निर्णय, हे दुसरं लाकूड.

आतापर्यंत एवढा मजकूर लिहिला खरा, पण अगदी आज जी वैचारिक बैठक आहे, ती अत्यंत वेगळी आहे. हे राहून गेलं, असं जेव्हा आपण विधान करतो, तेव्हा

जगण्याचं कर्तेपण आपण आपल्याकडं घेतलेलं असतं. 'हे मी केलं' हा अहंकारच सातत्यानं बोलत राहतो. जेव्हा अपयश पदरी येतं, त्या वेळेला 'योग लागतात, नशिबात लागतं' ह्या अशा शब्दांचा आधार घेतो. थोडक्यात म्हणजे, स्वत:च्या अपयशाचं खापर फोडण्याकरता आपण दगड शोधत राहतो. आपल्या पराभवाला आपण जबाबदार नाही आहोत, हे समाधान विजयापेक्षा श्रेष्ठ ठरतं. खरं तर, मूळ तत्त्व वेगळं आहे. आपल्या बारीकसारीक हालचालींवरसुद्धा एका अदृश्य शक्तीचा अंमल असतो, हे मला आज जाणवतं. भरपूर झोप येत असतानाही आपण ती स्वहिमतीवर घेऊ शकत नाही. तिथंही एक अज्ञात दाता असतो. या स्वरूपाचं विधान मी एका कथेत केलं, ते का? व्हॅलियमच्या पाच गोळ्या घेऊनसुद्धा झोप लागली नाही. हा अनुभव आला, तेव्हा मी हे लिहिलं. ह्याच एका दृष्टिकोनातून सगळ्या गतकाळाकडे पाहिलं, तर 'हे राहून गेलं' ही हुरहूर राहणारच नाही. प्रत्येक व्यक्तीनं कोण व्हायचं, कधी व्हायचं, काय व्हायचं हे ठरवणारी शक्ती वेगळीच असते. माणूस कितीही बुद्धिवान आहे, बुद्धिवान आहे, असं म्हटलं, तरीसुद्धा बुद्धी म्हणजे नेमकं काय? भूतकाळातल्या अनुभवांचा, त्यांवरून केलेल्या विचारांचा आणि घटनांचा अमाप मोठा साठा म्हणजे बुद्धी. आणखीन एकच मिनिटानंतर काय होणार आहे? ह्याचं ज्ञान बुद्धीजवळ नसतं. स्वत:चं भवितव्य घडवणं, जर स्वत:च्या हातांत असेल, तर प्रत्येक व्यक्तीला त्याच्या आवडीचा व्यवसाय का मिळत नाही? छंद पुरे करता का येत नाहीत? स्वत:च्याच मुलांना हवं ते वळण का लावता येत नाही! ह्याचं कारण, आपलं आयुष्य अगोदरच कुणीतरी आखलेलं असतं.

सुधीर मोघे म्हणतात, त्याप्रमाणे

'रस्ते आपली दिशा आखतात,
आपण फक्त चालत असतो!'

हेच खरं.

संगीताकडं जबर ओढा असूनसुद्धा ते माझ्यापासून अंतरावर राहिलं आणि मी लेखक होईन, कथाकथनकार होईन, हे गावी नसतानासुद्धा ह्या दोन्ही प्रांतांत यश मिळालं. हे नेमकं कुणी ठरवलं होतं? साहित्याच्या प्रांतात स्थिरावलो, तरीही, संगीताचा वियोग पचवता आलेला नाही. फक्त लेखन आणि कथाकथन ह्या प्रांतात यश मिळाल्यामुळं, सगळं दूध उतू गेलं, पण साय बचावली, ह्या समाधानात मी आहे. आणि शेवटी आणखीन एक समाधान, हाच लेख लिहायचा राहून गेला, ह्या हुरहुरीतून मुक्तता मिळाली.

जास्त काय लिहिणार?

जे राहून गेलं, ते राहणारच होतं.

कारण, काय करायचं? हे ठरवणारा मी नव्हतो.
आजही जे करावंसं वाटत आहे, ते तरी हातून कुठं होतंय्?
म्हणूनच,
'जो तुझे मंजूर, वो हमें मंजूर' म्हणत वैचारिक पातळीवरच शांत आहे.
मानसिक पातळीवर 'नवी लाकडं' रचली जात आहेत.

❖ ❖ ❖

हत्या एका क्षणाची; पण पूर्वतयारी...

हत्या एका क्षणाचा खेळ असतो.

पण ह्या वृत्ती?

वर्षानुवर्ष ह्या वृत्ती, ह्या देशात घडवल्या जात आहेत. आयुष्याच्या प्रत्येक दालनात, साधं-सरळ-सोपं जीवन जगू पाहणाऱ्याच्या मनात आज जर राज्यकर्त्यांची डोकावण्याची इच्छा आणि हिंमत असेल, तर तिथं एकच चित्र टांगलेलं दिसेल. ते चित्र आहे, अस्थिरतेचं.

अन्न, वस्त्र, निवारा ह्या प्राथमिक गरजांपैकी किती जणांच्या ह्या गरजा देशानं समाधानकारक पातळीवर सोडवल्या?

शिक्षणानं माणसं घडतात, असं म्हणतात. हे विधान खरं असेल, तर शिक्षणक्षेत्रात आज काय चाललं आहे?- देशात शिक्षणतज्ज्ञांची वाण नसताना, आज भारताचं निश्चित शैक्षणिक धोरण कोणतं आहे, हे ठामपणे सांगणारा कोण आहे? उच्चशिक्षित तरुणांना त्यांच्या पात्रतेनुसार नोकरी मिळते का?

लोकशाहीच्या तत्त्वांचा पाठपुरावा करायचा, म्हणजे मतदानाचा अधिकार आता अठराव्या वर्षी मिळतो. हा अधिकार वयावर असावा, की किमान शैक्षणिक पात्रतेवर?

यंदाच्याच निवडणुकीत एका मतदान-केंद्रावर 'हाताच्या पंजावर शिक्का मार' ही घोकवून घेतलेली शिकवणूक ध्यानात ठेवून एका व्यक्तीनं स्वत:च्या तळहातावर शिक्का मारून घेतल्याची वार्ता आहे. ही झाली मतदारांची पात्रता.

उमेदवारांबद्दलचा आनंद काय वर्णावा?

मुंबई महापालिकेचे माजी आयुक्त, श्री. तिनईकरांनी एका जाहीर सभेत, पदवीधर नगरसेवक आणि अवांतर ह्यांचं प्रमाण आकडेवारीत सांगितलं होतं. एकशेसत्तरपैकी शहाण्णव थोर नगरसेवक किमान मॅट्रिक पण नव्हते. 'मास मोबिलायझेशन' ह्या पद्धतीनं निवडून येणारी माणसं. लोकसंख्येचा विचार आणि हिशेब करताना, त्यांतले अंगठाबहाद्दर किती, हे तर मोजताही येणार नाही. ह्या सगळ्या माणसांना बुद्धी नक्की आहे. ती निद्रिस्त अवस्थेत आहे. बुद्धीला चैतन्य द्यावं लागतं. प्रेरणा लागते. तिथला अग्नी प्रज्वलित करावा लागतो. त्याची बंद कवाडं उघडून तिथं गायत्री मंत्राची किरणं पोहोचावी लागतात. बाहेर उजाडलं आहे, हे तिथं जाणवलंच नाही, तर मेंदू आणि उजाड माळरान ह्यांत फरक काय?- माळरानाचं माथेरान व्हायला हवं. म्हणजे तिथं विचारांची, शिक्षणाची हिरवी शांत वनराई बहरली पाहुजे. खरा बुद्धिनिष्ठ माणूस शांत वनराईसारखा असतो. तिथं बुद्धीसमवेत बुद्ध वास्तव्याला असतो. ह्याउलट स्वातंत्र मिळाल्यापासून इथं हतबुद्धांचाची संख्या वाढत आहे. अशा कोट्यवधी माणसांना बुद्धी नसली, तरी भावना असतात. अन्न, वस्त्र, निवारा ह्या जीवसृष्टीच्या प्राथमिक गरजांच्या भोवतीच ह्या भावनांचा पिंगा चालू असतो आणि ते शस्त्र आहे. ह्यांना 'भावना' म्हणणं चुकीचं आहे. ह्या तर अस्तित्वाच्या आधाराच्या गरजा आहेत. लोकलमध्ये भिकारी तार स्वरात, रफी किंवा मुकेश किंवा कोणतंही फिल्मी गाणं ऐकवतात, ते संगीतावरच्या प्रेमामुळं नव्हे, तर हातातल्या कटोऱ्यात एखादं नाणं, भाकरीसाठी पडावं, म्हणून. अशा किमान गरजांसाठी वणवण करणाऱ्यांना निवडणूक प्रचाराच्या कारकीर्दीत, प्रत्येक पक्ष आम्ही ह्याच गरजा भागविणार आहोत, अशी आश्वासनं देतो. सत्तारूढ पक्षाला जे स्वातंत्र्य मिळाल्यापासून जमलेलं नाही, ते नव्यानं सत्तेवर येणाऱ्या कोणत्याही नव्या वा जुन्या पक्षाला जमणार आहे का?-

आश्वासनांचे जाहीरनामे काढणाऱ्यांना मूळ समस्यांचं जे अक्राळविक्राळ रूप आहे, त्याचं दर्शन तरी घडलं आहे का?– निवडणूक जिंकून सत्तेवर येणाऱ्यांना जर ह्या प्राथमिक गरजाच पूर्ण करायचा कळवळा, आहे तर मग राज्यावर असलेल्या पक्षालाच ही थोर्थोर मंडळी साथ का देत नाहीत?–

'बुलेटनं काम होणार नाही, बॅलटनं काम होईल' असं सांगायचं, लोकशाहीचा डांगोरा पिटायचा आणि त्याच वेळेला मतदान केंद्राना आगी लावायच्या, उमेदवारांना गोळ्या घालून 'बॅलेट' ऐवजी 'बुलेट' च्या मार्गानं जाणारी माणसं, नेते, पुढारी

भारतीय जनतेच्या किमान गरजा भागवतील काय?
निवडणुकीच्या रिंगणात उतरणारे एकूण एक पक्ष जनतेच्या भावना चेतवण्याचं कार्य करतात. भाकरी आणि नोकरी आणि घर, म्हणजे निवारा देण्याचे फतवे काढतात. अशिक्षितांजवळ वा मागासलेल्या असंख्य माणसांकडं बुद्धी नसते; पण भावना तर असतातच. दारिद्र्य आणि उपासमारीचा डोंब उसळलेलाच असतो. तीच धगधगती आग, स्वत:ची पोळी भाजून घेण्यासाठी सगळे पक्ष प्रयत्न करतात. त्यासाठी प्रथम सत्तारूढ पक्षाच्या उणिवांचा, लाऊडस्पीकर लावून उद्घोष करायचा. देशाच्या समस्याच इतक्या विविध आणि विपुल आहेत, की आणखी पन्नास वर्षंही त्यांचं निर्मूलन करण्यास अपुरी ठरतील. सतत एकमेकांना खुर्चीवरून खाली खेचण्याचाच खेळ करणारे पुढारी लाभत राह्यले, तर दुसरं काय होत राहणार? कोणताही पक्ष सत्तेवर आला, तरी काही ना काही चुका त्याच्या हातून होणारच. स्वार्थ साधण्यासाठीच निवडून आलेली माणसं, तो हेतू साध्य होत नाही, म्हटल्यावर पक्षांतर करणार आणि स्थिर सरकार आमचाच पक्ष देईल, अशा घोषणा करणार. ह्यातून सातत्यानं पेटतोय्, तो असंतोषाचा अंगार. अस्थिरता. अस्थिरतेतून भीती. भीतीचा अतिरेक झाला, की त्यातून दोन अवस्थांचा जन्म होतो. सामान्य माणूस आत्मकेंद्रित होऊन फक्त स्वत:च्या संरक्षणाची तयारी करतो, किंवा तो जिवावर उदार होऊन आक्रमक होतो. हिंसाचारी होतो.
दारिद्र्यानं पिडलेली, भुकेली माणसं थोड्या आमिषावर एकत्र आणता येतात. कुणाला तरी एकाला गल्लीचा दादा करतात. आणि ह्या 'दादा' लोकांचा नुसताच दबदबा निर्माण होतो, असं नाही, तर त्यांना निवडणुकीसाठी 'तिकीट' ही मिळतं. त्या उमेदवाराचं 'क्रिमिनल रेकॉर्ड' मागवलं जातं का?
आज एखाद्या तरुणाला साधी कारकुनाची नोकरी मिळवायची असेल, तर किमान तो मॅट्रिक असावा लागतो. त्याशिवाय कॅरेक्टर सर्टिफिकेट्सची काही काही ठिकाणी आवश्यकता असते. निवडणुकीच्या उमेदवारीसाठी आमचं काय धोरण आहे?
मुंबईत होणारी टोळीयुद्धं, स्मग्लर्सच्या शाही मेजवान्या, त्या समारंभांना उपस्थित राहणारे काही मंत्री, परदेशात वास्तव्य करून इथल्या टोळीयुद्धाचं सूत्रसंचालन करणारे काही महाभाग, हे काय लोकशाहीचं आदर्श चित्र आहे?
रिंकू पाटीलची परीक्षा हॉलमध्ये होणारी हत्या काय सांगते?
हुंडाबळींची संख्या काय दर्शवते? सुशिक्षित, पदवीधर बेकारांची संख्या किती? मुलाला हव्या त्या शाळेत, साध्या मॉटेसरीत प्रवेश मिळवून देताना घामाघूम झालेले पालक राज्यकर्त्यांनी कधी पाहिलेत का? मॉटेसरीपासून महाविद्यालयांपर्यंत एकच कहाणी. मराठवाडा विद्यापीठ आणि त्याचं नामांतर हा एकच घोळ किती वर्षं

हत्या एका क्षणाची; पण पूर्वतयारी... । १५७

चालणार? लोकप्रभेतल्या प्रक्षोभक लेखमालेनंतरही श्री. पाटोदेकरांना न्याय मिळाला का? पूज्य बाबासाहेब आंबेडकरांचं नाव त्या विद्यापीठाला, समजा, ह्यापूर्वी दिलं गेलं असतं, तर त्यांच्या नावाचा आग्रह धरणाऱ्यांनी ह्या भ्रष्टाचाराच्या विरुद्ध आंदोलन केलं असतं का? पूज्य आंबेडकरांच्या नावाची बदनामी आपोआप टळली, असंच मला ह्या क्षणी वाटतं.

अधिकारपदावर असलेल्या मंत्र्यांकडून, बंगल्यांची भाडी न भरलेले आकडे हजारांच्या संख्येनं प्रसिद्ध होतात. त्या मंत्र्यांना कधी कुणी घेराव घातले का? त्यांच्या गाड्यांसमोर 'रास्ता रोको' आंदोलन करून, एका रकमेनं थकलेलं भाडं सरकारी तिजोरीत भरल्याशिवाय तुम्हांला इथून गाडी हलवता येणार नाही, असं आंदोलन आजवर कुणी केलं का?

आजवर 'रास्ता रोको' आंदोलन जितक्या वेळा झालं, त्यात निश्चित अडवणूक कुणाची झाली? संबंधित मंत्री त्यांच्या निवासस्थानी सुखरूप असतात. आंदोलन पुकारणाऱ्यांना जर अटक झाली, तर तेही 'सेफ' असतात. समजा, एकदोन दिवस ते अटकेत राहिले, तरी बिघडत नाही. नेहरू, पटेल, गांधीजी, लोकमान्य टिळक ह्यांच्या वाट्याला तुरुंगात ज्या हालअपेष्टा आल्या असतील, तसा ह्या काळातला तुरुंगवास नक्कीच भयावह नाही.

अडवणूक कुणाची होते?

सामान्यांची.

एकदा असाच एस्. टी. नं एका गावी कथाकथनासाठी चाललो होतो. माझ्या शेजारच्या सीटवर बसलेला तिशीच्या वयातला एक तरुण शोकाकुल मनःस्थितीत होता. त्याच्या आईला हार्ट-अॅटॅक आल्यामुळे तो तिला भेटण्यासाठी निघाला होता. मी त्याला एक-दोन गोष्टी ऐकवून त्याचं मन गुंतवून ठेवलं आणि अचानक आमची एस्. टी. थांबली. आमच्या गाडीसमोर शे-दोनशे ट्रक्स आणि इतर वाहनं उभी होती. तेव्हा कळलं, आज अचानक 'रास्ता रोको' आहे. मग त्या तरुणाची घालमेल मला बघवेना.

'तुमचा आणि माझा ह्याच्याशी काय संबंध आहे?' त्यानं चिडून विचारलं.

मी शांतपणे म्हणालो,

'इतक्या माणसांची आत्ता इथं ऐन उन्हात अडवणूक झाली आहे, त्यांचा तरी काय संबंध आहे?'

तो तरूण खवळून म्हणाला,

'दीड तास ह्या गाड्या नुसत्या उभ्या आहेत. प्रत्येक गाडी खचाखच भरलेली आहे. संपूर्ण तिकिटाचे पैसे भरूनही माणसं चारचार तास उभी आहेत. अनेकांचे अत्यंत महत्त्वाचे व्यवहार खोळंबले असतील. काहींचा संपूर्ण दिवस काम न झाल्यामुळं

वाया जाईल. माझ्या आईची आणि माझी शेवटची भेट ह्या रास्ता रोकोपायी झाली नाही, तर मी आंदोलनवाल्यांना गोळ्या घालीन.'

तो तरुण ज्याक्षणी तसं बोलला, त्या क्षणी त्याच्या डोळ्यांच्या ठिकाणी मला दोन रोखलेली पिस्तूले दिसली. प्रत्यक्ष गोळ्या घालण्याची कृती तो करणार नाही. किंवा यदाकदाचित कुणी कृती केलीच, तर कृती म्हणून ती गौण आहे. त्यापायी होणारी हत्या गौण नव्हे. ती पाशवी आहे. माणुसकीला काळिमा फासणारी आहे. त्या कृतीपूर्वी हळूहळू तयार होणारी वृत्ती, ती जास्त भीषण क्रांती आहे. तो विचार जास्त विषारी आहे. ती मन:स्थिती बॉम्बपेक्षा जास्त स्फोटक आहे.

–आणि अशी ही वृत्ती, स्वातंत्र्य मिळाल्यापासून जोपासली जात आहे. कै. गांधीजींचं सत्याग्रहाचं शस्त्र हे ब्रिटिश राज्यवटीपुरतंच योग्य होतं आणि निर्वाणीचा उपाय म्हणूनच ते वापरलं जात होतं, म्हणून त्याला डौल होता. नि:स्वार्थी वृत्तीचं त्याला झगझगतं यश होतं, म्हणूनच विचारवंतांचा त्या आंदोलनाला आदरयुक्त पाठिंबा होता. आता ते कोणत्याही पक्षाच्या हातांतलं खेळणं झालं आहे. विचारवंतांना ते तिरस्काराचं राजकारण वाटू लागलं आहे. 'भारत बंद' सारख्या आवाहनांचा प्रतिसाद कमी का होत चालला आहे, त्याचा विचार व्हायला हवा. खुर्चीवरच्या माणसाला धक्काही लागत नाही आणि कामावर जाणाऱ्या लाखो लोकांनाच त्याचा उपद्रव होतो. हे मुद्दाम सांगायला नको.

कामावर जाऊ इच्छिणाऱ्या आणि जाणाऱ्या माणसांचे हाल, ह्या देशात वाढत्या प्रमाणावर होत राहणार आहेत.

दर बुधवारी, माहीम चर्चसाठी भरणारी जत्रा हा प्रत्येक आठवड्यात एक डोकेदुखीचा विषय आहे. या कालावधीत लिंकिंग रोडपासून, आणि कलानगरच्या सिग्नलांपासून माहीम चर्चपर्यंत शेकडो गाड्या उभ्या असतात. ॲम्ब्युलन्स जायलाही रस्ता रिकामा नसतो. गणपती उत्सव, नवरात्र ह्यासारख्या उत्सवात तेच होतं. मुस्लिम समाजाच्या नमाजासाठी तर वांद्रा स्टेशनवरचा प्लॅटफॉर्म आणि सांताक्रूझचे काही रस्ते, दर शुक्रवारी बंद असतात. मुंबईसारख्या औद्योगिक शहराची ही आळीपाळीनं प्रत्येक पंथानं केलेली अडवणूक आहे.

आंबेडकर स्मृतिदिनाच्या दिवशी संपूर्ण रानडे रोडची काय अवस्था होते, ह्याचा एकदा भावनात्मक पातळीवरून विचार न करता राष्ट्रीय पातळीवरून विचार व्हायला नको का? मुंबई स्वच्छ आणि हिरवी ह्या मार्गानं राहणार आहे का? आंबेडकरांच्या स्मृतिदिनानिमित्तानं जे लोंढे येतात, त्यांपैकी किती माणसं रेल्वेची तिकिटं काढतात, ह्याचा हिशेब होईल का?

'महाराष्ट्र टाइम्स'मध्ये एका व्यक्तीनं खूप चांगले विचार सुचविल्याचं आठवतं. आंबेडकर स्मृतिदिनी येणाऱ्या यात्रेकरूंवर यात्राकर बसवावा. किंवा अनेक प्रमुख

शहरांमधून 'चैतन्यभूमी' प्रमाणे स्मारकं उभारावीत.

ही सूचना खरोखरच उपयुक्त आहे. यात्राकर बसवला जाणं अशक्य आहे, कारण त्याचा सरळ सरळ मतपेटीशी संबंध आहे. ह्या इथंच नेमकेपणानं जनमत तयार करणं हे कार्य आहे. एकविसाव्या शतकापर्यंत, म्हणजे नऊ वर्षांत भरपूर यात्राकर वसूल करावा आणि २००० सालातील, आंबेडकरांच्या पहिल्या स्मृतिदिनी किमान पंचवीस प्रमुख ठिकाणी सुरेख चैत्यभूमीसमान वास्तू उभ्या कराव्यात. आज आंबेडकर हे बहुसंख्याकांचं दैवत झालं आहे. ही त्यांची थोर पुण्याई आहे. त्यांचे भक्तगण उपाशीपोटी, शेकडो मैलांवरून, हालअपेष्टा सोसत मुंबईकडं धावतात. दिवसच्या दिवस रांगेत उभे रहातात. अनवाणी पायानं कच्ची-बच्चीही त्यांत असतात. त्यांच्या त्या भक्तीला माझा सलाम आहे. पण तो भक्तिभाव प्रकट करताना त्यांनी रेल्वेनं फुकट प्रवास करणं, हे राष्ट्राचं नुकसान आहे. कोणी कोणत्या धर्माचे आदेश मानावेत, हा प्रत्येकाचा वैयक्तिक प्रश्न आहे. तरीसुद्धा, कोणत्याही एका राष्ट्रात राहायचं ठरवलं, की एक राष्ट्रीय धर्म असतो. धर्म शब्द बोचरा वाटत असेल, तर राष्ट्रीय शिस्त म्हणू या. ती प्रत्येकानं पाळायलाच हवी. तुमचा वैयक्तिक धर्म, तुमच्या वास्तूच्या आवारात सांभाळा, ते तुमचं साम्राज्य आहे. पण चार भिंतींच्या बाहेर तुम्ही एका शहराचे, देशाचे नागरिक आहात. तिथं सार्वजनिक शिस्तीचे जे दंडक आहेत, त्यांचं पालन व्हायलाच हवं.

तुमच्या घरात तुम्ही खुशाल प्रार्थना म्हणा. पण सार्वजनिक ठिकाणी ध्वनिप्रदूषणाचा कायदा पाळायलाच हवा. तिथं ध्वनिक्षेपक लावायचा नाही, म्हणजे नाही. हिंदूंची मानसपूजा, निव्वळ मौनातून परमेश्वरापर्यंत पोहोचते, तर तुमच्या हाका लाऊडस्पीकरशिवाय तुमच्या परमेश्वरापर्यंत पोहोचत नाहीत का? हा प्रश्न मी विचारणार नाही. ध्वनिप्रदूषण हे मानवी जीवनाला बाधक आहे ना? मग ते थांबवलं पाहिजे. हिंदूंनी त्यांचे गणेशोत्सवाचे कार्यक्रमही दहा दिवस लाउडस्पीकर्स लावून करावेत, हे ह्या समस्येवर उपाय नव्हेत. असे उपाय सुचवणाऱ्यांच्या बंगल्यासमोर चारही बाजूंनी लाऊडस्पीकर्स लावून, 'चुम्मा चुम्मा' सारखी गाणी दिवसभर ऐकवली, तर?

हे सगळे उपाय मनं प्रक्षुब्ध करणारे आहेत. सभा जिंकणारे आहेत. रिकामी पोटं आणि रिकामी डोकी आणि रिकामटेकडेपणा ह्यांना इंधन पुरवणारे आहेत. घराघरांतून अभ्यास करणारे विद्यार्थी आहेत. कामावरून दमून आलेली, लोकल प्रवासात अंगाचा द्रोण करून आलेली पति-पत्नी आहेत. काही घरांतून आजारी माणसं असतात. रस्त्यावरच्या वाहनांच्या हॉर्न्सपायी आधीच कान बधिर झालेले असतात. त्यात लाऊडस्पीकरला उत्तर लाऊडस्पीकरनंच द्या, असं सुचवणाऱ्या व्यक्तींना मौनातलं सामर्थ्य, शांततेतील शीतलता, ह्याची महती माहीत नाही, असं कसं

म्हणावं?

कोणतीही कलानिर्मिती, चित्रं, शिल्प, गीत, संगीत हे सगळं मौन मन:शांतीतून निर्माण होतं. इतकंच नव्हे, तर मानवहितासाठी आखायची धोरणं आणि विविध कायद्यांची कलमं लावण्यासाठी शांतीनं तृप्त झालेली मनोभूमीच लागते. निर्मितीच्या क्षणी होणारा दाह आणि विचारांच्या कोलाहलातून योग्य दिशा शोधण्यासाठीच मनोभूमीचं कुरुक्षेत्र पुरेसं असतं. तिथंच कृष्णाची 'सत्यं, शिवं, सुंदरम्' ची गीता अवतरणार असते. तो त्याचा आतला आवाज आणि तो देत असलेलं डिक्टेशन ऐकू येण्यासाठी शांतताच हवी असते. अशा क्षणी 'सत्यं, शिवं, सुंदरम्' ची रेकॉर्ड कानठळ्या बसवणाऱ्या स्पीकर्सवरून चारही बाजूंनी कानांवर आदळत राहिली, तर नवं गीत गर्भातच फुटून जाईल. कायदा केला गेला आणि दूरदर्शनवर कानांत बोटं घातलेल्या माणसांचं चित्र दाखवलं, की सरकारचं कर्तव्य संपलं. इथून पुढं, खरं तर, खऱ्या समाजसेवकांचं, विचारजागृतीचं कार्य सुरू व्हायला हवं. पोलिस यंत्रणेचं नव्हे. जिथं वांद्र्याच्या भाभा हॉस्पिटलसमोर पोलिसांच्या निवासस्थानातच लाऊडस्पीकर लावून, सत्यनारायणाच्या पूजा होतात, तिथं पोलिसांकडून कायद्याची अंमलबजावणी कशी होईल?

माझ्या एका मित्राच्या मुलाला, काहीही कारण नसताना मारुती गाडीतून जाणाऱ्या माणसांनी बेदम मारहाण केली. पोलिस स्टेशननं ती माणसं पकडली, गाडी ताब्यात घेतली आणि एक्स रे रिपोर्टमध्ये फ्रॅक्चर झालेलं नाही, म्हणून केस मिटवून टाकली. ह्या मुलाला जर काही मानसिक धक्का बसला, आईवडिलांच्या मनाची तडफड झाली, दोन रात्री झोपेशिवाय गेल्या, तरी केवळ फ्रॅक्चर नाही, म्हणून तो दखलपात्र गुन्हा नाही, असं कायदा सांगतो. त्या मुलाची खवळलेली आई पोलिस ऑफिसरला म्हणाली,

'मी आता माझ्या मुलाला पुन: मुद्दाम त्यांची कुरापत काढायला लावते, फ्रॅक्चर्स होतील एवढा मार माझ्या मुलाला खायला लावते आणि नवी तक्रार, गुन्हा दखलपात्र होईपर्यंत, मुलाला जायबंदी करायला भाग पाडून घेऊन येते.'

हा आपला कायदा.

माझ्या मित्राचा मुलगा त्या काळात, परीक्षेचे दोन पेपर्स देऊन आला होता. दोन पेपर्स राहिले होते. पोलिस स्टेशनवर खेपा घालण्यात वेळ गेलेला आणि अपमानाच्या जाणिवेपायी मन:स्वास्थ्य हरपलेलं. त्यात मारहाण करणारी मुलं 'बडे बापके बेटे'. स्मगलिंगचा प्रतिष्ठित व्यवसाय करणारी. न्याय मिळेल, ह्या अपेक्षेनं पोलिसांकडं धाव घेतलेली. इतकं होऊन गुन्हा दखलपात्र नाही. आता हवं तर वेगळी क्रिमिनल केस करायची आणि भविष्यात कायम एका टोळीचं 'लक्ष्य' ठरायचं. गप्प बसला. नोकरी, तीही सरकारी नोकरी करणाऱ्या माणसांना कोर्ट-कचेऱ्या परवडतात काय?

तो मुलगा शरीरानं काहीसा तगडा, म्हणूनच फ्रॅक्चर झालं नाही. पण मारामारीचं स्वरूप अमिताभ, विनोद खन्ना, शेट्टी, अमरापूरकर वगैरेंकडून प्रशिक्षण घेतल्याप्रमाणे झालेली. चौघांनी उचलायचं, फूटपाथवर फेकायचं, पोटात गुद्दे मारायचे, वगैरे. चव्वेचाळीस वर्ष हिंदी चित्रपटसृष्टीनं किती तरी वर्षं हे वर्ग चालवले आहेत. एस्. एस्. सी. ची सर्टिफिकेट्स देणाऱ्या क्लासेस्ना मागं सारतील, असे वर्ग आणि अभ्यासक्रम हिंदी चित्रपटांनी दिले घेतले आहेत. त्यातूनच सगळीकडं 'कोहिनूर' हिरे जन्माला आले आहेत.

हिंदी चित्रपटातून शस्त्रास्त्रांपासून, सोनं, गर्द, हशिश किती किती मार्गांनी आणता येतं, ह्याची प्रात्यक्षिकंच दाखवली जातात आणि सर्व देशाच्या कानाकोपऱ्यांत ही आधुनिक शस्त्रास्त्रं सहजगत्या उपलब्ध होतात. हजारोंच्या संख्येनं सर्वत्र हत्यारं मिळतात; आणि लाखोंच्या संख्येनं माणसं जन्माला येताहेत.

कोणताही पक्ष आज लोकसंख्येच्या मूळ प्रश्नाला हात घालायला तयार नाही. बेकारी, दारिद्र्य, झोपडपट्टी, गुंडगिरी, स्मगलिंग आणि मानवी हत्या ह्या सगळ्यामागं मूळ प्रश्न आहे लोकसंख्या. ह्या प्रश्नाला कोणीही स्पर्श करणार नाही.

कारणं उघड आहेत.

'राजीवजींची हत्या', ह्या एका विषयातून उसळलेला विचारांचा हा डोंब.

इंदिराजी म्हणा किंवा राजीवजी, किंवा केनेडीही असोत, ही मंडळी आपल्या बैठकीतील नसतात. बातम्यांमधून, डॉक्युमेंटरीमधून किंवा वेगवेगळ्या वृत्तपत्रांतून, त्या त्या पत्रकारांनी स्वतःच्या मतानुसार केलेलं, ह्या व्यक्तींच्या कारकीर्दीचं मूल्यमापन; ह्या थोर व्यक्तींचं फक्त राजकीय दृष्टिकोनातून केलेलं चित्रण, इतपतच त्यांची आणि आपली ओळख असते. एक माणूस, एक व्यक्ती ह्या नात्यानं आपण अंतरावर असणं, अपरिहार्य आहे; आणि तरीही अशा व्यक्तींची हत्या झाली, की मन सैरभैर होतं. अंधारून येतं. ह्या देशाला प्रकाश दिसणारच नाही का, ह्यानं मन व्याकूळ होतं. दिवसेंदिवस क्रौर्याकडंच वाटचाल होणार का? हिंदी चित्रपटात एखादा प्रामाणिक पोलिस ऑफिसर कुप्रसिद्ध गुंडाला पकडतो आणि कोणत्या तरी मंत्र्याचा फोन आल्याचं दाखवून तो गुंड मोकळा होतो आणि पोलिस ऑफिसरलाच दम देत तो निघून जातो, हेच दृश्य अजून पाहायचं असेल, तर भीती वाटते, ह्या देशात कोण सुरक्षित आहे? भविष्यकाळात हा देश किती चांगल्या माणसांना गमावणार आहे?–

असंख्य सवलतींपायी हा देश वाया गेला आहे. बहुसंख्य लोकांचा कल अनेक गोष्टी फुकट मिळवण्याकडं आहे. मागासलेला समजला गेलेला वर्ग, सवलतींपायी ऐदी होत चालला आहे.

कष्ट करणारे राबताहेत.

गुंड पोसले जात आहेत.
हिंसाचार वाढतो आहे.
इंदिराजी, राजीवजी गेले.
पण मला काही वेगळं म्हणावंसं वाटतं. ह्या देशातल्या प्रत्येक माणसाचं मन तपासलं तर ह्या ना त्या क्षेत्रात, अस्मितेच्या, पात्रतेच्या, अभिरुचीच्या, अशा कोणत्या ना कोणत्या भावनात्मक, स्वप्नाळू वृत्तीचा खूनच झालेला दिसेल. अशी असंख्य प्रक्षुब्ध मनं, कुणी प्रवासात जागा मिळत नाही म्हणून, कुणाला घरच मिळत नाही, म्हणून, कुणाला फुकटात हुंडा, कुणाला नोकरी....
यादी संपणारी नाही.
असे असंख्य खून झालेले नागरिक, उरलेल्या आयुष्याचं कलेवर संभाळत जगत आहेत. म्हणून वाटतं, कळत नकळत, स्वत:च्या स्वप्नांची अकारण राख झालेली पाहून असंख्य तळतळाट....
तो तर ह्या हत्येला जबाबदार नसेल?
खरं तर, कोण्या एका स्त्रीनं राजीवजींची हत्या केलेली नाही.
सातत्यानं, चव्वेचाळीस वर्षं भ्रष्टाचार, सत्तेची लालसा, लाचलुचपत, पैशाची आसुरी हाव, न्यायाची पायमल्ली, पोलिस खात्यातील गलथानपणा, शिक्षणाची विटंबना, शेतकऱ्यांचं अवाजवी कौतुक आणि हिंसाचाराची शिकवण ह्याच्याच जोरावर राज्य चालवणाऱ्या देशानंच आपला नेता गमावला आहे.
प्रत्येक नागरिक अंतर्बाह्य हेलावून गेलाय्, त्याचं एकच कारण.
प्रत्येक माणसात एक चांगुलपणाचा धागा असतोच. त्या धाग्याच्या आधारानं तो कितीही दूरवरच्या, उंचावरच्या माणसाबरोबर एक प्रेमाचा शेला विणत असतो. किंवा अशा माणसाच्या अंगावरच्या पांघरलेल्या चांगुलपणाच्या शालीत आपलाही एक प्रेमाचा, चांगुलपणाचा धागा आहे, ह्या जाणिवेनं तो वावरत असतो. नेहमीच्या दैनंदिनीत त्या धाग्याचं त्याला स्मरण नसतं. अचानकपणे मग त्या व्यक्तीची ही अशी क्रूर हत्या झाली, की तो रेशमी धागा तुमचं आणि त्या नेत्याचं काय होतं, ह्याची जाणीव करून देतो, आणि त्या पांघरलेल्या शालीत तुमचाही धागा जळत राहतो.
मीही तसा जळतोच आहे.

✤✤✤

शब्दाधीन कथा शब्दातीत व्हावी

एक :

आपण लोखक होणार आहोत ह्याचा मागमूसही वयाच्या बाविसाव्या वर्षापर्यंत नव्हता. पण कथा सांगण्याचा श्रीगणेशा मराठी चौथीपासून, म्हणजे वयाच्या आठव्या वर्षापासून. फर्ग्युसन कॉलेजातील केमिस्ट्रीचे प्राध्यापक डोळे आमच्या बंगल्यात बिऱ्हाडकरू म्हणून होते. त्यांनी सांगितलेल्या गोष्टी मी वर्गात सांगत असे. आणि वर्गशिक्षक चिंचोरे प्रत्येक वर्गात मला नेत असत आणि कथा सांगायला लावीत असत.

एकोणिसशे चौपन्न ते छपन्न, कालावधीत कॅमेरामन त्यागराज पेंढारकर, लेखक आणि दिग्दर्शक प्रभाकर पेंढारकर, श्रीराम बोरकर, साऊंड रेकॉर्डिस्ट रघुवीर दाते हा आमचा परिवार. आठवड्यातून एकदा प्रत्येकानं बैठकीत कथा सांगायची वा वाचून दाखवायची, असा नेम. सांगितलेल्या कथेचा परिणाम काय होतो, हे प्रत्यक्ष अजमावता येत होतं. पेंढारकर, दाते वगैरे मंडळी लेखक होत होती. म्हणून अप्रत्यक्षपणे एकमेकांना बिघडवण्याचं कार्य होतच होतं. लेखनातल्या त्रुटी समजल्या, की लिहिलेलं फाडण्याचं धाडसही येत होतं. रघुवीर दाते हा आमच्या कळपातला टीकाकार.

पहिला कथाकथनाचा जाहीर कार्यक्रम १९६२ मधे; पण ज्याला कारकीर्द म्हणता येईल, ती १९६७-६८ पासून सुरू झाली. पंचवीस वर्षांच्या वाटचालीनंतर, आता चौदाशेवा कार्यक्रम करीत आहे म्हणजे मौखिक कथेकडून लिखितकथेकडं वळलो. पहिला संग्रह १९६० नोव्हेंबर.

दोन :

लेखनापेक्षा कथन ही कितीतरी वेगळी कला आहे. मुख्य म्हणजे, परफॉर्मिंग आर्टमध्ये कथाकथनाची गणना होते. वेगवेगळ्या वयांच्या, वृत्तींच्या, पातळ्यांच्या हजार माणसांसमोर कथा नुसती सांगायची नसते, तर त्यांना त्या क्षणी ती कथा जगायला लावायची असते, आणि स्वतःही ती कथा तेव्हा जगायची असते. ह्यासाठी जे जे बदल आवश्यक आहेत, ते ते ठरवून किंवा स्पॉन्टॅनियसली सुचले, तर त्या ठिकाणी करावे लागतात.

तीन :

कथेची चौकट तीच ठेवावी लागते, फरक तपशिलाचा असतो. व्यक्तीचा स्वभाव तोच राह्यला हवा. प्रत्येक कार्यक्रमामध्ये स्थल-काल-स्थित्यनुसार संवाद बदलतात. जास्त कलोक्विअल होत जातात. पण ज्या संवादाशिवाय पुढची घटना घडणारच नाही, त्या संवादांना धक्का लावता येत नाही. यमन राग म्हटलं, की तीव्र मध्यम हवाच. तुम्ही मध्यमावर कसे येता, तो स्वरविस्तार प्रत्येक मैफलीत वेगळा असू शकतो. एखाद्या चित्रपटासाठी जेव्हा एखादी कथा निवडतात, तेव्हा मधे 'पटकथा' नावाचा एक अपरिहार्य टप्पा असतो. कथाकथनातही कथाकार काही अंशी पटकथाकार होतो. किंवा ज्याला कथाकथनकार व्हायचं आहे, त्याला आवश्यक तिथं पटकथाकार होता आलं पाहिजे.

चार :

लेखन आणि कथन ह्या मुळातच भिन्न कला आहेत. तसं नसतं, तर प्रत्येक लेखक, कथाकथनकार होऊ शकला असता आणि गप्पागोष्टी, विनोदचातुर्याच्या जोरावर बैठकी गाजवणारा प्रत्येक गोष्टीवेल्हाळ माणूस लेखक झाला असता. लेखन करताना डोळ्यांसमोर वाचकही नसतो आणि श्रोताही. भावविश्वातली व्यक्तिचित्रं किंवा घटना ह्या परिपूर्ण स्वरूपात लेखकालाच स्वतःला भेटतात, की नाही, ह्याचा फक्त वेध घेत लेखननिर्मिती होत राहते. परिपूर्ण परिपोष ह्याचं फक्त एकच गमक. लेखनकृती संपताक्षणी त्या त्या कलाकृतीचा विचार मनातून संपूर्णतः विझला पाहिजे. एकही ठिणगी मागं उरता कामा नये. वास्तवातल्याच एखाद्या घटनेचं चित्रण करायचं असलं, तरीही तुमच्या वैचारिक भूमिकेसहित तिचा अवतार परिपूर्ण व्हायला हवा. दशावतारातल्या प्रत्येक अवताराचा हेतू, त्या त्या अवताराबरोबर अंतर्धान पावला पाहिजे. म्हणूनच कथनाचा परिणाम लेखनावर झालेला नाही.

कदाचित माझ्या बाबतीत आर्किटेक्चर, इंटीरिअर डेकोरेशन, चित्रकला, फोटोग्राफी, संगीत ह्या सर्व कलांचं प्रतिबिंब कथनाप्रमाणे लेखनातही पडलं असावं, त्यापायी कदाचित् कथनाचे गुण लेखनात जन्मत:च असावेत, अंगावरच्या तिळाप्रमाणे. म्हणूनच कथनासाठी गंभीर कथा योग्य नाही, अथवा ती यशस्वी होत नाही. ह्यासारखे समज चुकीचे आहेत. विनोद आणि फॅण्टसी ह्यांवर आधारित असलेल्या तीस-चाळीस कथांपैकी यशस्वी ठरणाऱ्या कथा फार मोजक्या आहेत. श्रोते तर, 'कार्यक्रमाचा शेवट गंभीर, शोकांतिका कथेनं करू नका. घरी जाताना डोकं सुन्न होतं.' अशा सूचना सातत्यानं करीत आलेले आहेत. गंभीर कथा यशस्वी होते, की विनोदी कथा, हे प्रश्न पुन्हा समीक्षकांनाच पडतात. जिंदादिल श्रोते वा रसिकांना पडत नाहीत. गंभीर कथेनं श्रोत्यांनी सुन्न होणं, प्रसंगी रडणंही हे यशाचंच गमक नाही का? तरीही कथनानं लेखनाला मर्यादा पडलेल्या नाहीत.

पाच :

एक सर्जनशील कथाकारच दुसऱ्या कथाकाराला घडवू शकतो. प्रारंभीच्या काळात स्वत: माझ्या वडिलांनी, लेखक, फोटोग्राफर आणि नेपथ्यकार पु. श्री. काळ्यांनी माझ्या लेखनात मला सूचना केल्या आहेत. पेंढारकर बंधू हेही लेखकच होते. विजय तेंडुलकर, वि. श्री. मोडक, अप्पासाहेब फडके, ग. वा. बेहरे, विद्याधर गोखले ह्या सर्वांशी अधूनमधून होणाऱ्या चर्चांचा खूप उपयोग झालेला आहे. तरीही लेखनासाठी आवश्यक असलेली प्रतिभा हे दैवी देणगीसारखीच आहे. संगीतशास्त्राप्रमाणे इथं घराणी निर्माण होत नाहीत. समीक्षकानं एखाद्या लेखकाला घडवल्याचं माझ्या पाहण्यात एकही उदाहरण नाही. कै. ल. ग. जोग किंवा श्री. शंकर सारडा ह्यांच्यासारखी लेखकातल्या जमेच्या बाजूवर भर देणारी मंडळी अपवादात्मकच. प्रा. शंकर वैद्यांशी अधूनमधून होणाऱ्या गप्पांचाही खूप उपयोग झाला आहे. प्रा. शांताबाई शेळक्यांनाही मी अनेक कथा, प्रकाशित करण्यापूर्वी वाचून दाखवल्या आहेत. समोरच्या माणसातल्या लेखणीत, सामर्थ्याच्या जागा कोणत्या आहेत, हे दिलखुलासपणे, ओवा न खाता सांगू शकणाऱ्या शांताबाईंसारख्या कवयित्री अगदी विरळा. आपल्याकडील समीक्षक, कथेत, कादंबरीत, पर्यायानं लेखकात काय नाही, हेच टाहो फोडून सांगतात. कोर्टात ज्याप्रमाणे आरोपीच्या सगळ्या अवांतर गुणांकडं दुर्लक्ष करून, त्याच्या हातून घडलेल्या गैरवर्तनाबाबतच चर्चा होते, तसे सगळे समीक्षक असतात. कलाकार प्रथम जन्माला येतो, समीक्षा करणारा नंतर, ह्या क्रमातच कोण कुणाला घडवतो, ते सिद्ध होतं. वाचक आणि श्रोता हेच समीक्षक, आणि त्यांनी भरपूर न्याय दिला आहे.

सहा :

समृद्ध ह्या शब्दाची व्याख्या काय? ती कोण करणार? अगदी स्थूल मानानं सर्वसाधारण विधान असं करता येईल, की एकूण माणूसच समृद्ध असेल, तर

साहित्य समृद्ध व्हायलाच हवं. 'जीवनाचं प्रतिबिंब साहित्यात पडतं किंवा साहित्य म्हणजे जीवनाचा आरसा' यांसारखी विधानं जर प्रमाण मानली, तर मानवी जीवन समृद्ध झालं असेल, साहित्य तसं होईल. माणूस जर बकाल होत चालला असेल, तर साहित्यातही तेच दर्शन होईल. तसं घडत असेल, तर आणि साहित्य एका अर्थानं जीवनोन्मुख होतंय्, असं मानलं, तर प्रचलित संस्कृतीचं चित्र ते निश्चित रंगवत आहे. ही समृद्धी मानायची असेल, तर मानावी. कथन आणि लेखन या भिन्न कला आहेत. पंचवीस वर्षांच्या तपश्चर्येनं कथाकथन समृद्ध झालं का, हे विचारा. संपूर्ण मराठी कथा समृद्ध झाली, की नाही, हे ठरवण्याचा अधिकार समीक्षकांनी त्यांच्याकडं घेतला आहे. कथाकथनापुरतं सांगायचं, तर श्रोत्यांनी आत्तापर्यंत तरी कथाकथनाकडं पाठ फिरवलेली नाही. नेपथ्य, मेकअप, पार्श्वसंगीत, इतर पात्रं या कशाचीही मदत न घेता कथा सांगितली जाते आणि श्रोते, एकच बोलणारी व्यक्ती आणि मायक्रोफोन इतक्या दोनच गोष्टी तीन तास बघतात, ऐकतात. जी कथा लिहितो, तीच सांगतो. टीव्ही, व्हीडिओ, संध्याकाळ रंगीत करणारी अन्य माध्यमं असताना, आणि प्रेक्षक श्रोतेही चलाख-चाणाक्ष, बहुश्रुत झालेले असताना कथा ऐकतात, यावरून कथा प्रगल्भ, समृद्ध झाली असावी. पण इथंही संपूर्ण मराठी कथावाङ्मयाचा निर्वाळा देण्याइतका माझा आवाका नाही. खऱ्या अर्थानं साहित्याचा व्यासंग असलेल्या सहृदय समीक्षकांनाच तो अधिकार आहे. कथाकथनामुळं माझी आणि जे कथाकथन यशस्वी करू शकतात त्या पाटील, मिरासदार, माडगूळकरांची कथा जास्त माणसांपर्यंत पोहोचली, इतकंच मी अधिकारानं सांगू शकतो.

सात :

पूज्य केशवराव दाते, चांगल्या नाट्यकृतीकडून त्यांच्या अपेक्षा सांगताना एक विधान आवर्जून करीत असत. 'समोरच्या नाटकानं मला खळाळून हसायला तरी लावलं पाहिजे किंवा मला डोळ्यांतून पाणी तरी काढायला लावलं पाहिजे.'

लोकप्रिय ठरलेल्या कथांच्या बाबतीतला माझा थोडा-फार अनुभव असाच आहे. कोणत्या तरी एका भावनेचा उत्कट आविष्कार घडवणाऱ्या कथा यशस्वी ठरल्या आहेत. तो उत्कटतेचा बिंदू कथेनं गाठला, की श्रोत्यांना करमणूकप्रधान कथा जितकी हवीहवीशी वाटते, तितकीच गंभीर कथाही त्यांना पुनः ऐकावीशी वाटते. कॅसेटवर 'भदे', 'बदली', 'मीच तुमची वहिदा' सारख्या कथा ऐकूनही, श्रोत्यांना त्यांचा चॉईस विचारला, तर याच कथांची फर्माईश येते आणि 'हसरे दुःख' यासारखी विलक्षण कासावीस करणारी कथाही पुनः पुन्हा सांगायला लावली जाते. मला स्वतःला ज्या कथेचं सातत्यानं वर्तमानकाळाशी नातं ठेवता येईल, सामाजिक, राजकीय, कौटुंबिक, वैयक्तिक जीवनातील घटनांचा, त्या त्या काळानुसार ज्या ज्या कथेत समावेश करता येईल. या सगळ्यांचा किंवा एकाचा सणसणीत परामर्श

घेता येईल, अशी कथा आवडते. कीर्तनातल्या पूर्वरंगात सातत्यानं वर्तमानकाळाशी नातं ठेवता येतं. माझ्या काही कथांच असंच, पूर्वरंगासारखं स्वरूप टिकवता येईल, इतक्या त्या कथा 'फ्लेक्झिबल' आहेत. त्या कथा जास्त आवडतात. कारण अशा कथा प्रत्येक कार्यक्रमात वेगवेगळ्या तपशिलांचा मागोवा घेत जातात आणि अशा कथा मलाही नित्य जागरूक ठेवतात. 'सहन' आणि जनरेशन गॅपवरची 'झिंटू' या कथेत सर्वांत जास्त फ्लेक्झिबिलिटी आहे.

आठ :

कथा ग्रामीण असो किंवा शहरी, ती शहरात सांगितली जावो अथवा ग्रामीण विभागात, या तपशिलाला महत्त्व नाही. या परफॉर्मिंग आर्टचं नातंच मुळी सुशिक्षित समाजाशी आहे. लिखित साहित्य ज्या ज्या माणसापर्यंत पोहोचलेलं आहे, तोच या कलेचा श्रोता आहे. मिरासदार, पाटील, माडगूळकरांच्या ग्रामीण जीवनावरच्या कथांना प्रतिसाद देणारा श्रोताही शेवटी सुजाण, सुशिक्षितच आहे. शेतात काम करणारा एखादा ग्यानबा मुंडासं सावरीत, कथा ग्रामीण आहे, म्हणून कथाकथनाला येणार नाही.

नऊ :

यशस्वी ठरलेल्या प्रत्येक कलाप्रकाराला, कारकीर्दीला, सार्वजनिक लोकोपयोगी संस्थांना भवितव्य काय? हा प्रश्न विचारला जातो. पूज्य बाबा आमट्यांचं कार्य असो अथवा प्रभात फिल्म कंपनी असो, भवितव्य काय? या प्रश्नातून सुटका नाही. ज्ञानप्रकाशसारख्या दैनिकापासून, 'किर्लोस्कर', 'सत्यकथा' सारखी पन्नास-साठ वर्षांची परंपरा असलेली मासिकं काय, प्रश्न एकच. Institutions are the projected sciographies of an individual असं म्हणतात, ते सर्वार्थानं खरं वाटतं. नवीन कथाकथनकार जोपर्यंत तयार होताना दिसत नाहीत, तोपर्यंत भवितव्य उज्ज्वल आहे, असं कसं म्हणणार? कथाकथन ही मुळातच परफॉर्मिंग आर्ट आहे. कथा गंभीर, की विनोदी, या तपशिलाला अर्थ नाही. रंजन अथवा व्यथानुभव समूहाबरोबर अनुभवायचा तो आविष्कार आहे आणि ज्या ज्या कलाप्रकारांनी करमणूक होते ते सगळे साहित्यप्रकार गुणवत्तेच्या दृष्टिकोनातून उच्च दर्जाचे नसतात, असा समज समीक्षकांनी जाणवेनं जतन केलेला आहे आणि काही उच्चभ्रू नियतकालिकांतून, साहित्यसंमेलनांतून त्या मतांचा ते प्रसारही करत असतात. प्रत्येक कार्यक्रमात नव्यानव्या कथांचे प्रयोग करूनही त्याची समीक्षा वा कार्यक्रमाची परीक्षणं दैनिकातून येत नसल्यामुळं, प्रेक्षकांच्या 'माऊथ पब्लिसिटीवरच' मी तरी चौदाशे कार्यक्रम केले. नवीन कलाविष्कार निर्माण होतात; पण नवे समीक्षक तयार होत नाहीत.

कथाकथनाची देणगी अनेक लेखकांना नसल्यामुळं, ते माझ्यापेक्षा प्रतिभावंत

असूनही आणि त्यांची कथाही अत्यंत उच्च दर्जाची असूनही, आज त्या वाचकांपर्यंत पोहोचत नाहीत. 'वाचक' शब्द चुकला. जो वाचतो, त्याच्यापर्यंत सगळे लेखक पोहोचणारच. पण मेंदूला शीण न देता, बटण फिरवताक्षणी, मनोरंजनच जर सोपं, स्वस्त झालं असेल, तर त्यातला सवंगपणा वाढल्यास नवल काय? वाचनाकडून माणूस झपाट्यानं नेत्रसुखाकडं आणि श्रवणभक्तीकडे वळतोय. चंचल वृत्तीच्या मनुष्यस्वभावात ही लाटही किती टिकेल, हे सांगता येत नाही. आधुनिक विज्ञान ज्याप्रमाणे विध्वंस करण्याची वेगवेगळी अस्त्रं नित्य निर्माण करीत आहे, त्याचप्रमाणे नवीनवी करमणुकीची दालनंही तो उपलब्ध करून देत आहे. म्हणूनच 'कथाकथन' या कलेला वेगळं स्थान मिळायला हवं. शालेय अभ्यासक्रमात त्याचा समावेश व्हायला हवा. मनोरंजनाच्या अवांतर कितीही लाटा आल्या आणि गेल्या, तरी कथाकथन टिकायला हवं, टिकवायला हवं, कथाकथनकार निर्माण झाले, तरच पं. महादेवशास्त्री जोशींपासून, जी. ए. कुलकर्णी, मोकाशी, अरविंद गोखले, गंगाधर गाडगीळ, विद्याधर पुंडलीक यांच्यापर्यंतच्या मातब्बर, प्रतिभावंतांच्या कथा जास्तीत जास्त प्रमाणात जनमानसापर्यंत पोहोचतील. लिखित वाङ्मयापासून सुजाण मानला जाणारा समाज जर लांब राहणार असेल, तर चांगलं साहित्य वेगळ्या माध्यमातून त्यांच्यापर्यंत पोहोचवलं गेलं पाहिजे. आज व्यक्तिमत्त्व-विकासासाठी जे जे उपक्रम केले जातात, त्यात कथाकथन कलेचा समावेश व्हायलाच हवा. याचा अर्थ, घरटी एक कथाकथनकार असा नव्हे. वाचलेली, पाहिलेली वा ऐकलेली घटना, गोष्ट सुसूत्रपणे सांगता येणं, इतकाही किमान हेतू साध्य व्हायला या कलेचा उपयोग होऊ शकेल. मराठी वाङ्मय मंडळं स्थापन करणाऱ्या महाविद्यालयीन विद्यार्थ्यांना स्वागताची व समारोपाची चार वाक्यं नीट बोलता येत नाहीत. नाटक-चित्रपट पाहून आल्यावर त्याची कथाही नीट सांगता येत नाही. Communication सारखी जीवनावश्यक गरज भागविण्यासाठी कथाकथनासारखी कला अंशत: उपयोगी पडू शकेल. ह्याच्या पलीकडे जाऊन काही मुलं जर कथाकथनकार झालीच, तर कथा सर्वत्र, सर्वदूर पोहोचेल. आत्मविश्वास वाढविण्यासाठीही या कलेचा अंशत: उपयोग होईल आणि मुग्धा चिटणीससारखी किंवा 'आमचे आम्ही' सारखे काही कथाकथनकार नावारूपाला आले, तर समीक्षकांना मान्यवर झालेली कथा जास्तीत जास्त माणसांपर्यंत पोहोचेल तरी. त्यांतल्या ज्या कथा रुजायच्या असतील, त्या रुजतील. प्रथम पोहोचणं महत्त्वाचं आणि कथाकथनासारखी, कशावरही अवलंबून नसणारी एक निव्वळ शब्दाधीन कला, एक परफॉर्मिंग आर्ट जिवंत राहील. ही शब्दाधीन कला शब्दातीत व्हावी.

❖❖❖

व.पु.काळे यांची पुस्तके

कथाकथनाची कथा

'कथाकथनात विश्रांती नसते.

श्रोत्यांना एक क्षणही रिकामं ठेवता येत नाही.

कथेत घडणारे प्रसंग, भेटणाऱ्या व्यक्ती, श्रोत्यांप्रमाणेच कथाकथनकारालाही त्याच क्षणी भेटत असल्याचा भास निर्माण करावा लागतो.' कथा परिणामकारकतेनं कथन करता येणं

ही एक कला आहे. ही कला एखाद्या व्रतासारखी जोपासताना आलेल्या अनुभवांचं कथन म्हणजेच कथाकथनाची कथा.

या अनुभवांवरील वपुंचं मार्मिक विश्लेषणही लाजवाब आहे.

घर हरवलेली माणसं

मुंबईसारख्या शहरात राहून आपलं रोजचं आयुष्य जगणाऱ्या मध्यमवर्गीय माणसांची होणारी कुचंबणा या कथांमधून मांडलेली आहे.

चाळीतलं वास्तव्य, लहान जागा याबरोबरच विसंवादाचे उठणारे सूर यानं माणसाचं जीवन अवघड करून टाकलं आहे. आयुष्याचं संगीत तीन स्वरात विभागलेलं बालपण, तारुण्य आणि वार्धक्य. सर्वाधिक उमलण्याचा, फुलण्याचा, उत्कटतेचा काळ तो तारुण्याचा. शरीराचे, मनाचे, भावनांचे, संवेदनांचे, कर्तृत्वाचे सगळे उत्सव बहराला येण्याचा काळ. पण तारुण्यातच अनेक प्रकारच्या कुचंबणेनं माणसाचं आयुष्य बांधून टाकले. अनेक संसारातून यामुळं उठलेले विसंवादाचे सूर, हे अस्वस्थ करणारे, जखमी करणारे.

पाचशे स्क्वेअर फूटच्या घरात १० माणसं राहतात. त्यांच्यातले नाते संबंध, पतीपत्नीला हवा असलेला एकांत, स्वस्थपणा. ही अप्राप्य गोष्ट.

आणि त्यासाठी असे क्षण खेचून घेणं म्हणजे सगळीच विटंबना. रोजच्या नित्यकर्मासाठी करावी लागणारी रोजची धडपड हे सर्व कीव आणणारं आहे. अनंत प्रश्न उभे करणारं आहे. अशा अनेक प्रश्नांच्या या कथा.

प्रत्येकाला आपल्या वाटणाऱ्या...